SỐNG MỘT ĐỜI VUI

SỐNG MỘT ĐỜI VUI

DIỆU HẠNH GIAO TRINH - NGUYỄN MINH TIẾN
Việt dịch
NGUYỄN MINH TIẾN hiệu đính

YONGEY MINGYUR RINPOCHE

SỐNG MỘT ĐỜI VUI

THE JOY OF LIVING

UNLOCKING THE SECRET AND SCIENCE OF HAPPINESS

DANIEL GOLEMAN viết lời giới thiệu

ERIC SWANSON thực hiện bản Anh ngữ

DIỆU HẠNH GIAO TRINH - NGUYỄN MINH TIẾN Việt dịch

NGUYỄN MINH TIẾN hiệu đính

NHÀ XUẤT BẢN LIÊN PHẬT HỘI

UNITED BUDDHIST PUBLISHER - UBP

NỘI DUNG

Lời giới thiệu của Ngài Karmapa Đời thứ 17 11

Thông điệp của Ngài Kenting Tai Situpa Đời thứ 12 15

Lời nói đầu của Khoa học gia Daniel Goleman 17

Dẫn nhập của người thực hiện bản Anh ngữ 21

PHẦN MỘT: NỀN TẢNG TU TẬP

1. Khởi đầu cuộc hành trình 35

Một cuộc tâm giao 40

Tầm quan trọng của dòng truyền thừa 43

Quay về tự tâm 51

Ánh sáng từ phương tây 57

2. Khúc giao hưởng nội tâm 61

Những gì đang diễn ra trong não bộ? 68

Não bộ: tuy ba mà một 75

Người nhạc trưởng vắng mặt 83

Chánh niệm 87

3. Vượt ngoài tâm thức, vượt ngoài não bộ 93

Tâm bản nhiên 95

An nhiên tự tại 98

Tìm hiểu tâm bản nhiên của bạn 103

Tâm, sinh lý, hay cả hai? 105
Hãy là chính mình 108

4. Tánh Không: thực tại vượt ngoài thực tại 115
Hai chân lý: tuyệt đối và tương đối 120
Một bài tập về tánh Không 127
Vật lý thực nghiệm 130
Sự tự do của khả tính 137

5. Tính tương đối của nhận thức 141
Duyên khởi 142
Chủ thể và khách thể: một quan điểm... 148
Món quà của sự bất định 153
Bối cảnh: góc nhìn của nhận thức học 155
Ách chuyên chế của thời gian 157
Vô thường 165

6. Món quà của sự trong sáng 169
Giác tính tự nhiên 170
Thấp sáng bóng tối 176
Trình hiện và huyễn cảnh 179
Sự hợp nhất của tâm trong sáng và tánh Không 182

7. Tâm bi mẫn: sinh tồn của sự cực thiện 185
Lòng bi mẫn theo quan điểm sinh vật học 187
Đồng thuận với sự bất đồng 189

8. Tại sao chúng ta không hạnh phúc? 195
Thân cảm xúc 199
Tâm trạng và tính khí 201
Những nhân tố quy định 203

Phiền não 205
Vô minh (si mê) 206
Tham ái 208
Sân hận 213
Phiền não hay cơ hội? 216

PHẦN HAI: CON ĐƯỜNG TU TẬP

9. Tìm điểm quân bình 223
Trí tuệ và phương tiện 225
Tư thế của thân 229
Tư thế của tâm thức 234

10. Dừng tâm an trụ - Bước khởi đầu 237
Thiền không đối tượng 239

11. Bước thứ hai: Trụ tâm vào đối tượng 245
Những cánh cửa nhận thức 246
Thiền quán có đối tượng 247
Quán chiếu cảm thọ sinh lý 249
Dùng cảm thọ khó chịu làm đối tượng thiền 252
Dùng sắc tướng làm đối tượng thiền quán 255
Dùng âm thanh làm đối tượng thiền quán 258
Dùng mùi hương làm đối tượng thiền quán 263
Dùng vị giác làm đối tượng thiền quán 264
Vài đối tượng trợ duyên hữu ích khác 265
Thở vào, thở ra 265
Thần chú, bạn thân thiết của tôi 267

12. Chuyển hóa tư tưởng và cảm thọ 269
Dùng tư tưởng làm đối tượng thiền quán 274
Trường hợp đặc biệt của những niệm tưởng........................ 282
Dùng cảm xúc làm đối tượng thiền quán 284

13. Từ bi: rộng mở trái tim của tâm thức 291
Từ bi có nghĩa là gì? 293
Từ từ mà đi 297
Cấp độ thứ nhất 300
Cấp độ thứ hai 313
Cấp độ thứ ba 316

14. Cách thức, thời gian và nơi chốn hành trì 323
Hãy chọn điều gì có hiệu quả với bạn 324
Ngắn hạn nhưng nhiều lần 327
Thiền tập không theo thời khóa 334
Mọi lúc, mọi nơi 338
Kết luận 340

PHẦN BA: KẾT QUẢ TU TẬP

15. Vấn đề và khả năng tính 345
Trình tự tu tập thiền quán 349
Kinh nghiệm thác đổ........................ 350
Kinh nghiệm dòng sông........................ 354
Kinh nghiệm mặt hồ 355
Nhầm lẫn kinh nghiệm với sự chứng ngộ 357

16. Một việc nội bộ 363
Sống còn hay thăng hoa, đó chính là vấn đề 365
Định hướng não bộ 367
Hoa trái từ bi 375

17. Sinh vật học của hạnh phúc 383
Thừa nhận tiềm năng của mình 384

Tâm vui, thân khoẻ 389
Sinh vật học của sự hỷ lạc 393
Lợi ích của sự nhận biết tính Không 394
18. Tiến lên! 401
Tìm thầy học đạo 405
Chọn sống hạnh phúc 407

Một số thuật ngữ trong sách này 415

ĐỨC KARMAPA ĐỜI THỨ 17 (bên phải)
và **NGÀI MINGYUR RINPOCHE** (bên trái)

NHỮNG LỜI CẦU NGUYỆN THA THIẾT CỦA TÔI

ĐỨC KARMAPA ĐỜI THỨ 17

Lời giới thiệu cho bản dịch Hoa ngữ năm 2008

Ngay từ thuở lập giáo, đức Phật đã dạy rằng: "Tất cả những gì được kết hợp mà thành đều là vô thường."

Trong tâm mỗi người đều có một cánh cửa sổ, qua cánh cửa sổ ấy, những gì chúng ta trông thấy và cảm giác được đều không giống nhau. Điều quan trọng là khi chúng ta đối mặt với những sự vật, hình tướng của ngoại giới, chúng ta có thể nhận thức được sự vô thường của mọi hiện tượng không? [Nếu] thường xuyên tu tập quán niệm, chúng ta sẽ biết phân biệt và chọn lựa cách nào để thân tâm được hạnh phúc và an lạc.

Tất cả chúng sinh hữu tình, bất luận có tin Phật Pháp hay không, đều muốn tránh khổ được vui. Trong thế kỷ 21, nhờ sự phát triển và ứng dụng của khoa học công nghệ, sức mạnh tạo nghiệp đã tăng gia với một tốc độ vô tỷ. [Trong bối cảnh này], chúng ta vốn có được một thân người quý hiếm, có đầy đủ nhân duyên làm cho sinh mệnh của chúng ta có giác tính và đời sống chúng ta có phương hướng, vì vậy chúng ta phải tư duy để thấy những hiểu biết nào và phương pháp đối trị nào là chân chính hữu hiệu cho thời đại này, giúp cuộc đời ta có ý nghĩa và cuộc sống ta có hạnh phúc.

Mỗi chúng sinh là một cá thể độc lập, và cảm thọ trước kinh nghiệm của mỗi người cũng độc lập. Hơn hai ngàn năm trăm năm trước, bằng vào sự "thể nghiệm thực chứng" của Ngài, đức Phật đã chứng được tâm bổn trí và khai triển được trí tuệ toàn tri, nên Ngài biết tất cả các phương pháp để giúp chúng ta tránh khổ được vui, và đã nói với chúng ta một cách chính xác, chân thật về luật nhân quả. Đó là một trí tuệ phương tiện lợi ích tất cả chúng sinh. Người tin Phật một cách chân thành có thể nương dựa và tuân theo phương pháp này trong cuộc sống để có được sự bình an và hạnh phúc.

Ngài Mingyur Rinpoche đời thứ bảy, nhờ tinh tấn tu trì, "thể chứng" được bằng tâm thức và lý trí, cộng với sự thực nghiệm và thiết bị của khoa học Tây phương, đã nghiệm chứng một cách viên mãn phương pháp thực tu và triết học đời sống của pháp môn "Đại Thủ Ấn Căn Đạo Quả".

Trong cuốn sách này, Ngài Mingyur Rinpoche đã dùng từ bi lẫn trí tuệ kết hợp các kinh nghiệm thực chứng của giáo pháp Phật-đà và phương pháp khoa học hiện đại để chỉ dẫn một con đường tu hành, thật là một bậc thầy biết "khai quật kho tàng tâm linh", và tôi rất hoan hỉ trước công trình làm lợi ích chúng sinh này của Rinpoche.

Sự phát triển quan trọng của văn hóa nhân loại phần lớn bắt nguồn từ niềm hy vọng và từ một tầm nhìn sâu xa sáng suốt. Giáo pháp của đức Phật có mục đích giúp cho toàn thể chúng sinh nhận thức được tự tánh của bổn tâm, khiến cho ánh sáng tính giác của tự tâm được khai triển, và nhờ đó thân tâm tự nhiên được an lạc hạnh phúc.

Nay quyển "Người hạnh phúc nhất thế giới"[1] được phát hành, tôi hy vọng người đọc có thể siêu việt thời gian và không gian để cảm

[1] Đây là tựa đề bản dịch Hoa ngữ của quyển *The Joy of Living*.

nhận ân đức và ánh sáng huy hoàng của Đức Phật và Phật pháp, có thể quán xét tự tâm một cách vi tế hơn, từ đó sinh khởi tâm sáng suốt lợi tha, và sau đó dùng hành động cụ thể để quan tâm và ái hộ chúng sinh. Như thế, xã hội ổn định và thế giới hòa bình sẽ là một chuyện tự nhiên mà ta có thể kỳ vọng.

Đó là phương pháp tốt nhất để tự thủ hộ mình trong thế kỷ 21 này, và cũng là lời cầu nguyện tha thiết nhất của tôi.

Đức Karmapa
(Đại Bảo Pháp Vương) Đời thứ 17

Phật lịch năm 2552
(ngày 1 tháng 2 năm 2008)

THE TWELFTH TAI SITUPA

MESSAGE

27/07.2012

Hearing, Contemplating and then applying a practice of virtue and meditation is of essence to follow the Lord Buddha Shakya Muni to benefit the entirety of living beings in transcending the suffering of Samsara, and achieving the final destination which is Buddhahood.

Reading the right material is very important to assist in our path of Dharma. The Vietnamese language translation of "Joy of Living" by Very Venerable Yonge Migyur Rinpoche is a book which conveys a meaningful message with a deep profundity of words of wisdom. Therefore, I recommend to the reader of this book to uphold the essence of the message firmly in your heart and apply it in your daily practice.

With Sincere Prayers and Blessing

Yours in the Holy Dharma

The Twelfth Kenting Tai Situpa

The Supreme Head of Palpung Congregation of the Vajrayana Buddhism

"PALPUNG SHERAB LING"
P.O. Upper Bhattu Via Baijnath-176125, District Kangra, Himachal Pradesh, India
Tel. 91-(0) 1894-263013, 262665, 262233, Fax : 91-(0) 1894-262234

Thông điệp
của Ngài Kenting Tai Situpa Đời thứ 12

Văn, tư và tu tập giới hạnh thiền định là điều thiết yếu nhất phải làm của người học theo đức Phật Thích-ca Mâu-ni, nhằm mang lại lợi lạc cho toàn thể chúng sinh hữu tình, giúp họ vượt thoát vòng luân hồi và đạt đến mục đích rốt ráo là Phật quả.

Việc đọc được những bản văn đúng đắn là rất quan trọng và hữu ích trên bước đường Đạo pháp. Bản dịch tiếng Việt của quyển "**Joy of Living**" do Đại sư Yongey Mingyur Rinpoche trước tác là quyển sách chứa đựng một thông điệp với những ngôn từ trí tuệ sâu sắc và thâm diệu. Vì vậy, tôi xin trân trọng khuyến nghị quý độc giả của quyển sách này hãy gìn giữ thật kỹ tinh túy của giáo Pháp này trong tâm và áp dụng vào đời sống hằng ngày.

Xin gửi đến quý vị lời cầu nguyện và chú nguyện chân thành.

Ngày 27 tháng 7 năm 2012

Kenting Tai Situpa Đời thứ 12

Vị Lãnh đạo Tối thượng của
Giáo hội Palpung (Palpung Congregation)
thuộc Phật giáo Mật tông Tây Tạng

Lời nói đầu

Chúng ta đang chứng kiến một sự kiện chưa từng có trong lịch sử khoa học: một cuộc đối thoại hai chiều liên tục và nghiêm túc giữa các nhà khoa học và các hành giả tâm linh. Nhìn từ góc độ khoa học, sự gặp gỡ này đã phần nào có tác dụng phản tỉnh. Chính như ngành khoa học của tôi, khoa Tâm lý học, từ lâu vẫn được cho là phát xuất từ châu Âu và châu Mỹ vào khoảng đầu thế kỷ 20. Quan điểm này hóa ra lại là thiển cận trên cả hai phương diện văn hóa và lịch sử: những lý thuyết về tâm thức và hoạt động của tâm thức - chính là các hệ thống tâm lý học - đã được phát triển [từ lâu] trong hầu hết các tôn giáo lớn trên thế giới, tất cả đều phát xuất từ châu Á.

Vào năm 1970, tôi đến Ấn Độ sau khi vừa tốt nghiệp [Đại học] và tình cờ nghiên cứu [bộ luận] A-tỳ-đạt-ma (Abhidharma - Thắng pháp tập yếu luận), một trong những điển hình tuyệt vời hơn nữa của Phật giáo về một nền tâm lý học cổ đại như vừa nói trên. Tôi đã kinh ngạc khi khám phá ra rằng những những vấn đề cơ bản của khoa học về tâm thức đã được nghiên cứu từ hàng ngàn năm trước rồi, không chỉ là vẻn vẹn một thế kỷ qua. Ngành chuyên môn của tôi lúc bấy giờ là Tâm lý học lâm sàng, là bộ môn tìm kiếm những phương thức giúp xoa dịu đau đớn về cảm xúc thuộc nhiều loại khác nhau. Nhưng tôi ngạc nhiên khi thấy hệ thống [tâm lý học] hàng ngàn năm tuổi này đã đưa ra một loạt những phương pháp cụ thể không chỉ để chữa lành những khổ đau tinh thần mà còn giúp phát triển những tiềm năng tích cực của con người như lòng từ bi và sự cảm thông. Dù vậy, tôi chưa từng được nghe nói đến nền tâm lý học [Phật giáo] này trong suốt chương trình học của tôi!

Ngày nay, cuộc đối thoại sôi động giữa các hành giả tu tập theo khoa học nội tâm cổ xưa này [của Phật giáo] và những nhà khoa học hiện đại đã phát triển thành một sự hợp tác tích cực. Công cuộc hợp tác này được xúc tiến bởi đức Đạt-lai Lạt-ma [XIV] cùng với Viện Tâm thức và Đời sống (*Mind and Life Institute*), đã đưa đến sự gặp gỡ thảo luận giữa những người Phật tử, các học giả [Phật giáo] và các nhà khoa học hiện đại trong nhiều năm liền. Những cuộc đối thoại thăm dò ban đầu đã phát triển thành một nỗ lực hợp tác nghiên cứu.[1] Kết quả của nỗ lực này là những chuyên gia về khoa học tâm thức của Phật giáo đã cùng làm việc với các nhà thần kinh học để thiết lập sự khảo cứu nhằm ghi nhận sự tác động đến hệ thần kinh của những phương thức luyện tâm khác nhau [trong Phật giáo].

Ngài *Yongey Mingyur Rinpoche* là một trong những tu sĩ uyên bác đã tham gia tích cực nhất trong công cuộc hợp tác [nghiên cứu] này và cùng làm việc với Richard Davidson, người đứng đầu Phòng nghiên cứu Waisman, nghiên cứu về hình ảnh và ứng xử của não bộ (*Waisman Laboratory for Brain Imaging and Behavior*), thuộc trường Đại học Wisconsin. Cuộc nghiên cứu này đem lại những kết quả đáng kinh ngạc, vì nếu [những kết quả này] được lặp lại thì chúng sẽ làm thay đổi mãi mãi một số những giả định khoa học căn bản - chẳng hạn, sự tu tập thiền định

[1] Trong đoạn văn này, tác giả muốn đề cập đến một loạt các Hội thảo Tâm thức và Đời sống (Mind and Life Conference) được tổ chức 2 năm một lần, bắt đầu từ tháng 10 năm 1987 cho đến các hội thảo tiếp theo vào những năm 1989, 1991 và 1993. Tham gia các hội thảo này là các nhà khoa học hàng đầu thế giới về các chuyên ngành tâm lý học, thần kinh học... cùng với các học giả và tu sĩ Phật giáo mà nổi bật nhất là đức Đạt-lai Lạt-ma thứ XIV. Nội dung các cuộc hội thảo này đều được ghi nhận đầy đủ và phát hành thành sách bằng Anh ngữ.

đúng phương pháp, nếu được duy trì ổn định qua nhiều năm sẽ có thể cải thiện khả năng của não bộ của con người để tạo ra những thay đổi tích cực trong hoạt động não bộ, đến một mức độ mà phạm vi nhận thức của khoa thần kinh học hiện đại không thể nào dám mơ tưởng đến!

Cho đến nay, có lẽ kết quả đáng kinh ngạc nhất đã có được là từ cuộc nghiên cứu một nhóm nhỏ các vị thiền giả lão luyện, trong đó có ngài *Yongey Mingyur Rinpoche* (như ngài kể lại trong quyển sách này). Trong một buổi thiền quán về tâm từ, hoạt động thần kinh tại trung tâm chủ yếu trong hệ thống não bộ liên quan đến sự an lạc đã tăng vọt gấp 700 đến 800 lần so với bình thường! Đối với những đối tượng thông thường trong cuộc nghiên cứu này, là những người tình nguyện tham gia chỉ vừa mới khởi sự tu tập thiền quán, thì ở cùng khu vực [trung tâm thần kinh] này, hoạt động thần kinh chỉ gia tăng từ 10% đến 15%. Những vị thiền giả lão luyện [trong cuộc nghiên cứu] này đã thực hành [thiền] ở những mức độ điển hình của các vận động viên Olympic - từ 10.000 đến 55.000 giờ trong suốt cuộc đời. Họ rèn luyện những kỹ năng thiền tập trong suốt nhiều năm dài nhập thất ẩn tu.

Trong lãnh vực này, ngài Yongey Mingyur là một bậc phi thường. Từ thuở nhỏ, ngài đã nhận được những hướng dẫn thiền tập sâu xa từ cha ngài là *Tulku Urgyen Rinpoche*, một trong những bậc thầy lỗi lạc nhất đã rời khỏi Tây Tạng ngay trước khi xảy ra biến động. Khi mới 13 tuổi, ngài Yongey Mingyur đã khao khát được tham gia một khóa thiền nhập thất ba năm. Sau khi hoàn tất, ngài đã được đề cử làm vị thầy hướng dẫn cho khóa thiền nhập thất ba năm tiếp theo đó.

Ngài Yongey Mingyur cũng khác thường trong sự quan tâm mạnh mẽ đến khoa học hiện đại. Ngài là một quan sát viên nhiệt thành của nhiều phiên họp [trong các hội thảo] "Tâm thức và Đời sống", và ngài luôn nắm lấy mọi cơ hội để tiếp xúc trực tiếp với từng vị khoa học gia để nghe họ trình bày nhiều hơn về chuyên ngành của họ. Rất nhiều trong số những cuộc đối thoại này đã cho thấy sự tương đồng đáng kể giữa những điểm cốt yếu trong đạo Phật với kiến thức khoa học hiện đại, không chỉ riêng trong khoa Tâm lý học mà còn cả với những nguyên lý Vũ trụ học được rút ra từ những thành tựu gần đây của thuyết lượng tử. Phần tinh yếu của những cuộc đối thoại đó được [ngài Yongey Mingyur] chia sẻ trong cuốn sách này.

Nhưng những điểm trao đổi giới hạn [trong phạm trù khoa học] này đã được ngài Yongey Mingyur sắp xếp thành một bài giảng mở rộng hơn, một dẫn nhập thiết thực hơn về các phương pháp thiền quán căn bản mà ngài giảng dạy theo một cách rất dễ tiếp nhận. Sau cùng, quyển sách này là một hướng dẫn căn bản, một kim chỉ nam trong việc chuyển hóa cuộc sống theo hướng tốt đẹp hơn. Và cuộc hành trình đó bắt đầu từ bất cứ nơi đâu khi chúng ta chợt bắt gặp chính mình, khi chúng ta đặt bước chân đầu tiên.

DANIEL GOLEMAN

DẪN NHẬP

Quyển sách này ra đời như một công việc khá đơn giản là sắp xếp thành một bản thảo tương đối hợp lý bao gồm tất cả các bài giảng trước công chúng của ngài *Yongey Mingyur Rinpoche* tại các trung tâm Phật giáo khắp nơi trên thế giới. (Cũng cần lưu ý rằng danh xưng *Rinpoche* - có thể tạm dịch là "bậc tôn quý"- trong tiếng Tây Tạng là một tôn hiệu được đặt trước tên của một bậc đại sư, tương tự như cách dùng của danh hiệu Ph. D (Tiến sĩ) ngay trước tên của một người được xem là chuyên gia trong nhiều ngành khác nhau của nền học thuật phương Tây. Theo truyền thống Tây Tạng, việc xưng hô với một bậc thầy được tôn xưng là Rinpoche thường không nêu tên mà chỉ dùng riêng danh hiệu này.)

Tuy nhiên, sự đời vẫn luôn là như vậy, những công việc đơn giản sau khi ra đời lại thường có khuynh hướng phát triển để vượt quá phạm vi ban đầu của chúng, trở thành những dự án lớn lao hơn nhiều. Bởi vì hầu hết những bản ghi chép mà tôi nhận được là từ những năm thuyết giảng đầu tiên của ngài Yongey Mingyur, nên chúng không thể hiện được một cách chi tiết những hiểu biết mà ngài thu thập được qua những cuộc thảo luận về sau với các nhà khoa học châu Âu và Bắc Mỹ, qua sự tham gia của ngài vào các hội thảo của *Viện Tâm thức và Đời sống,*[1] cũng như qua kinh nghiệm tự thân khi chính ngài trở thành

[1] Hội thảo Tâm thức và Đời sống (Mind and Life Conference) được tổ chức 2 năm một lần, bắt đầu từ tháng 10 năm 1987, được khởi xướng bởi Đức Đạt-lai Lạt-ma XIV và Franccesco Varela, một nhà thần kinh học hàng đầu của thế kỷ 20.

đối tượng nghiên cứu của Phòng nghiên cứu Waisman, nghiên cứu về hình ảnh và ứng xử của não bộ (*Waisman Laboratory for Brain Imaging and Behavior*), thuộc trường Đại học Wisconsin, bang Madison.

May thay, tôi đã có được một cơ hội để làm việc trực tiếp với ngài Yongey Mingyur về bản thảo này khi ngài tạm dừng cuộc lưu giảng vòng quanh thế giới để lưu trú dài hạn tại Nepal vào những tháng cuối năm 2004. Phải thú thật rằng lúc đó tôi đã sợ sệt nhiều hơn là hứng thú khi nghĩ đến việc sẽ phải trải qua nhiều tháng trời ở một đất nước đang rối loạn vì sự xung đột giữa chính phủ và các phần tử chống đối. Nhưng rồi những điều bất lợi mà tôi phải chịu đựng trong suốt thời gian ở đó đã được đền bù vượt mức bằng cơ hội đặc biệt được tiếp xúc khoảng một hay hai giờ mỗi ngày với một trong những bậc thầy uyên bác, thông minh và dễ mến nhất mà tôi đã từng có được đặc quyền tiếp xúc.

Ngài Yongey Mingyur Rinpoche sinh năm 1975 tại Nubri, thuộc Nepal. Ngài là một ngôi sao đang lên trong số các bậc thầy của Phật giáo Tây Tạng thuộc thế hệ mới và được đào tạo bên ngoài đất nước Tây Tạng. Ngài uyên thâm về các pháp môn thực hành cũng như giáo lý của một truyền thống cổ xưa, và cũng am hiểu một cách đáng kinh ngạc về các vấn đề lớn nhỏ trong nền văn hóa hiện đại. Trong gần mười năm qua, ngài đã giảng dạy nhiều nơi vòng quanh thế giới, gặp gỡ và trò chuyện với nhiều người thuộc đủ mọi thành phần đa dạng, từ các nhà khoa học nổi tiếng tầm cỡ quốc tế cho đến những người dân quê đang cố gắng hòa giải mâu thuẫn vụn vặt với mấy ông hàng xóm nóng tính.

Tôi cho rằng chính việc Rinpoche được chuẩn bị sẵn sàng cho những khó khăn của đời sống tiếp xúc với công chúng ngay từ khi còn thơ ấu đã phần nào giúp ngài có thể dễ dàng làm chủ những tình huống phức tạp và đôi khi gay cấn về mặt cảm xúc mà ngài phải đối mặt trong những chuyến hoằng pháp khắp nơi trên thế giới. Năm lên ba, ngài được đức Karmapa đời thứ 16 (một trong những bậc thầy tôn quý nhất của Phật giáo Tây Tạng trong thế kỷ 20) chính thức thừa nhận là hóa thân tái sinh đời thứ 7 của *Yongey Mingyur Rinpoche*, một thiền giả và học giả uyên thâm vào thế kỷ 17. Vị này từng nổi bật như một bậc Đạo sư về những pháp môn bậc cao trong hành trì Phật pháp.

Cũng vào năm ấy, cha mẹ ngài được Dilgo Khyentse Rinpoche cho biết rằng ngài đồng thời cũng là hóa thân tái sinh của Kyabje Kangyur Rinpoche, một thiền sư với công phu siêu việt, là một trong những bậc thầy Tây Tạng đầu tiên tự nguyện chấp nhận rời khỏi đất nước khi những biến động chính trị làm rung chuyển Tây Tạng vào thập niên 1950. Ngài Kyabje Kangyur Rinpoche cũng là người đã dẫn dắt một số lượng học trò cực kỳ đông đảo cho đến trước lúc viên tịch, trong đó có cả những người phương Tây lẫn phương Đông.

Với những ai còn xa lạ với hệ thống [giáo lý] tái sinh đặc thù của Tây Tạng, có lẽ ở đây cần có đôi lời giải thích.

Truyền thống Phật giáo Tây Tạng tin rằng, vì lòng từ bi vô lượng nên những bậc đại sư đã đạt đến các trạng thái giác ngộ cao nhất sẽ tái sinh nhiều lần để giúp cho tất cả chúng sinh đều nhận ra được ngay trong tự thân họ sự giải thoát hoàn toàn khỏi mọi khổ đau. Tiếng Tây Tạng gọi tất cả những vị có hạnh nguyện bi mẫn như thế là "*tulku*", tạm dịch sang Anh ngữ là "*physical emanation*". [Từ này có gốc Phạn ngữ là *nirmāṇakāya* và thường dịch sang Hán ngữ là *ứng hóa thân* (應化身) hay *hóa thân* (化身)]. Vị *tulku* nổi tiếng nhất thời nay hiển nhiên là đức Đạt-lai Lạt-ma, với hóa thân đương thời (đời thứ 14) là điển hình của tâm từ bi vô lượng vì hạnh phúc muôn loài, vốn là điều luôn gắn liền với một bậc thầy tái sinh.

Quý vị có thể tùy ý tin rằng vị *Yongey Mingyur Rinpoche* hiện nay sẵn có những tài năng phong phú và trí tuệ sáng suốt được truyền lại từ những hóa thân tiếp nối qua nhiều đời; hoặc cũng có thể [không tin như vậy và] cho rằng ngài đã am tường mọi thứ nhờ vào một sự nỗ lực tự thân phi thường. Dù sao thì điều khác biệt giữa vị *Yongey Mingyur Rinpoche* hiện nay và các vị mang tôn hiệu này trước đây chính là tầm ảnh hưởng và sự nổi tiếng của ngài trên khắp thế giới. Trong khi một loạt các vị *tulku* trước đây mang danh xưng *Yongey Mingyur Rinpoche* đều có phần nào bị giới hạn bởi sự tách biệt về mặt địa lý và văn hóa của Tây Tạng [với thế giới] thì tình huống ngày nay đã tạo điều kiện cho phép vị *Yongey Mingyur Rinpoche* hiện tại có thể truyền bá kiến giải sâu rộng của ngài đến với những thính chúng đông đảo nhiều ngàn người, trải dài từ Malaysia, Manhattan cho đến Monterey...

Tuy nhiên, những danh hiệu và dòng truyền thừa không giúp ích gì nhiều trong sự đối mặt với những khó khăn mang tính cách cá nhân. Điều tất nhiên là *Yongey Mingyur Rinpoche* cũng đã đối mặt với những khó khăn như thế. Ngài từng kể lại hết sức thành thật rằng, dù được lớn lên trong một gia đình đầy tình thương yêu nơi một vùng có phong cảnh hoang sơ xinh đẹp thuộc Nepal, nhưng ngài đã phải trải qua những năm đầu đời với một căn bệnh mà các bác sĩ tâm lý phương Tây thường gọi là “hội chứng khủng hoảng”. Khi ngài kể cho tôi nghe lần đầu tiên về nỗi lo âu sâu xa xâm chiếm cả thời thơ ấu của ngài, tôi thật khó mà tin được rằng người thanh niên nồng nhiệt, dễ mến và đầy sức cuốn hút này lại đã từng trải qua phần lớn tuổi thơ của mình với một tâm trạng khủng hoảng dai dẳng. Việc ngài có thể vượt qua được căn bệnh khổ sở này, mà không nhờ đến thuốc men hay phương pháp trị liệu truyền thống nào, không chỉ là một minh chứng cho tính cách mạnh mẽ phi thường của ngài, mà còn cho thấy rõ hiệu quả của các pháp môn tu tập của Phật giáo Tây Tạng được ngài trình bày trong sách này, tác phẩm đầu tiên của ngài.

Những lời kể của cá nhân Rinpoche không phải là bằng chứng duy nhất cho sự chế ngự của ngài đối với những khổ đau kịch liệt do cảm xúc gây ra. Năm 2002, ngài là một trong 8 thiền giả Phật giáo thâm niên tham gia vào cuộc nghiên cứu do Tiến sĩ *Antoine Lutz* (một nhà thần kinh học được chính nhà khoa học *Francisco Varela* đào tạo) và Tiến sĩ *Richard Davidson* (một nhà thần kinh học nổi tiếng thế giới và là thành viên Hội đồng Cố vấn Khoa học của Viện Sức khỏe Tâm thần Quốc gia) cùng tổ chức. Trong cuộc nghiên cứu này, ngài *Yongey Mingyur Rinpoche* đã trải qua một loạt các thí nghiệm về thần kinh tại Phòng nghiên cứu Waisman thuộc Đại học Wisconsin, bang Madison.

Những thí nghiệm này sử dụng kỹ thuật hiện đại fMRI (đồ hình cộng hưởng từ trường), khác với kỹ thuật MRI trước đây vốn chỉ cung cấp hình ảnh cố định về hoạt động của não bộ hay cơ thể. Kỹ thuật fMRI ghi lại một biểu đồ từng thời điểm về những mức độ thay đổi của hoạt động [não bộ] ở các vùng não khác nhau.

Thiết bị EEG (điện não đồ) được dùng [trong cuộc nghiên cứu này] cũng hết sức tinh vi, có thể đo được những xung điện cực nhỏ xảy ra khi các tế bào não giao tiếp. Trong khi một tiến trình EEG thông thường chỉ gắn 16 điện cực vào da đầu để đo những xung điện trên bề mặt xương sọ, thiết bị được dùng trong Phòng nghiên cứu Waisman lại có đến 128 điện cực để đo được cả những thay đổi cực nhỏ về xung điện nằm sâu trong não bộ của đối tượng.

Những kết quả nghiên cứu từ cả hai hệ thống fMRI và EEG đối với 8 vị thiền giả lão luyện này đã gây ấn tượng mạnh trên hai cấp độ. Trong khi thực hành thiền quán về tâm từ và tâm bi, vùng não bộ vốn được biết là chịu sự kích hoạt bởi tình thương và sự cảm thông của tình mẫu tử đã được kích hoạt một cách vượt trội hơn ở những thiền giả Phật giáo thâm niên so với nhóm đối tượng chỉ mới được học về thiền quán một tuần trước đó và được yêu cầu thực hành thiền quán mỗi ngày.

Khả năng sinh khởi tâm trạng vị tha và hiền thiện như trên của ngài Yongey Mingyur thực sự đáng kinh ngạc, bởi vì ngay cả những người không thường xuyên chịu đựng những cơn khủng hoảng cũng sẽ có cảm giác hốt hoảng vì bị giam hãm trong một không gian khép kín khi nằm vào khoang hẹp của một máy quét fMRI. Việc ngài Yongey Mingyur có khả năng tập trung tư tưởng hết sức thuần thục ngay cả trong một không gian khép kín đáng sợ như vậy cho thấy rằng công phu thiền tập của ngài đã chế ngự hoàn toàn khuynh hướng khủng hoảng [của căn bệnh].

Đáng chú ý hơn nữa, những số đo hoạt động EEG từ các vị thiền giả thâm niên trong khi họ đang thiền định dường như đã vượt ngoài phạm vi thông thường của các chỉ số EEG - theo như sự nhận hiểu của tôi - đến mức làm cho các kỹ thuật viên của phòng nghiên cứu lập tức nghĩ rằng có lẽ máy đã bị hỏng! Nhưng sau khi nhanh chóng tiến hành kiểm tra thiết bị nhiều lần, họ buộc phải loại bỏ khả năng máy hỏng và nhìn thẳng vào sự thật là các hoạt động xung điện [của não bộ] khi có sự định tâm và tỉnh giác đã vượt quá xa so với những gì họ từng chứng kiến.

Trong một cuộc phỏng vấn dành cho tạp chí *Times* vào năm 2005, Tiến sĩ Richard Davidson đã kể lại [cuộc thí nghiệm này] bằng một giọng điệu khác hẳn với sự dè dặt thông thường của các khoa học gia hiện đại: *"Thật là thích thú... Chúng tôi không thể nào ngờ trước một kết quả phấn khích đến như thế!"*[1]

Trong những trang sách tiếp theo sau đây, ngài Yongey Mingyur sẽ trung thực đề cập đến những vấn đề khó khăn của chính bản thân ngài và quá trình nỗ lực phấn đấu để vượt qua. Ngài cũng kể lại cuộc gặp gỡ đầu tiên từ thuở nhỏ với nhà khoa học trẻ *Francisco Varela*, người Chile, về sau đã trở thành một trong những nhà thần kinh học hàng đầu của thế kỷ 20.

Varela là học trò của *Tulku Urgyen Rinpoche*, cha ngài *Yongey Mingyur*. Sự giảng dạy của vị Rinpoche này ở châu Âu, Bắc Mỹ và châu Á đã thu hút hàng ngàn đệ tử. Thuở ấy, Varela đã phát triển một tình bạn thân thiết với ngài *Yongey Mingyur*, đã giới thiệu với ngài những ý tưởng của phương Tây về bản chất và chức năng của bộ não con người.

Nhận ra sự quan tâm đến khoa học của ngài *Yongey Mingyur*, những người khác trong số các đệ tử người phương Tây của *Urgyen Rinpoche* đã bắt đầu dạy cho ngài về vật lý học, sinh học và vũ trụ học. Những bài học khoa học đầu tiên, được tiếp nhận từ lúc mới 9 tuổi đầu, đã có một ảnh hưởng sâu sắc đối với ngài *Yongey Mingyur*, để

---

[1] Theo Michael D. Lemonick, "The Biology of Joy", Times, January 17, 2005.

rồi cuối cùng đã khơi dậy nơi ngài ý tưởng tìm kiếm một phương cách kết hợp những nguyên lý của Phật giáo Tây Tạng với khoa học hiện đại, sao cho có thể dễ dàng tiếp nhận được đối với những người không có khả năng nghiên cứu nhiều về khoa học cũng như đang còn hoài nghi hoặc bị choáng ngợp khi chỉ mới nhìn qua khối lượng đồ sộ của những Kinh luận trong đạo Phật, nhưng lại mong mỏi có được một phương pháp thực tiễn để đạt đến sự an lạc lâu dài cho chính bản thân mình.

Nhưng trước khi có thể thực hiện điều đó, ngài Yongey Mingyur phải hoàn tất chương trình Phật học chính thức. Những năm từ 11 đến 13 tuổi, ngài phải thường xuyên qua lại giữa nơi ẩn cư của cha ngài tại Nepal và tu viện Sherab Ling tại Ấn Độ, trụ xứ chính của ngài *Tai Situ Rinpoche* thứ 12, một trong những bậc đạo sư quan trọng nhất hiện còn sống của Phật giáo Tây Tạng.

Dưới sự dẫn dắt của các bậc thầy ở Nepal và Sherab Ling, ngài đã tham dự vào một khóa học với yêu cầu rất nghiêm ngặt về *Kinh tạng,* những lời dạy trực tiếp của đức Phật, và *Luận tạng,* những bản văn chú giải Kinh điển và luận giảng của các bậc thầy Ấn Độ, cũng như các bản văn và luận giải ban đầu của các bậc thầy Tây Tạng. Năm 1988, vào cuối giai đoạn học tập này, ngài *Tai Situ Rinpoche* đã cho phép Ngài tham gia khóa tu nhập thất ba năm tổ chức lần đầu tiên tại tu viện Sherab Ling.

Khóa tu nhập thất ba năm được tổ chức ở Tây Tạng từ nhiều thế kỷ trước đây như một nền tảng cho sự tu tập thiền định chuyên sâu, với chương trình chọn lọc rất kỹ lưỡng. Chương trình học bao gồm những kỹ năng cốt yếu trong việc tu tập thiền định theo Phật giáo Tây Tạng. Trong lịch sử Phật giáo Tây Tạng, *Yongey Mingyur Rinpoche* là một trong những hành giả trẻ tuổi nhất được chấp nhận tham gia khóa tu này. Sự tiến bộ của ngài trong những năm tu học gây ấn tượng mạnh mẽ đến nỗi sau khi hoàn tất khóa tu thì ngài Tai Situ Rinpoche đã chỉ định ngài làm Giáo thọ sư cho khóa tu ba năm tiếp theo tại tu viện Sherab Ling. Ở tuổi 17, ngài trở thành vị Giáo thọ sư trẻ tuổi nhất trong lịch sử Phật giáo Tây Tạng đã từng dẫn dắt những khóa tu nhập thất ba năm như thế này. Trong vai trò của một vị Giáo thọ sư, ngài Yongey Mingyur đã hoàn tất thời gian tu tập lên đến gần 7 năm nhập thất chính thức.

Năm 1994, vào cuối khóa tu nhập thất ba năm lần thứ hai, ngài ghi danh theo học tại một Phật học viện, trong tiếng Tây Tạng gọi là *shedra*, để tiếp tục chương trình đào tạo chính thức, bao gồm việc nghiên cứu rất nhiều các bản văn tinh yếu của đạo Phật. Ngay năm sau đó, ngài Tai Situ Rinpoche bổ nhiệm ngài làm người đại diện chính của tu viện Sherab Ling, giám sát toàn bộ các hoạt động của tu viện và khai giảng lại Phật học viện (*shedra*) tại đó. Ngài vừa làm giáo sư cho Phật học viện, vừa tiếp tục việc học của chính mình. Trong nhiều năm sau đó, ngài Yongey Mingyur Rinpoche phải phân chia thời gian cho việc giám sát các hoạt động của tu viện, giảng dạy và nghiên cứu ở Phật học viện, đồng thời làm Giáo thọ sư cho một khóa tu nhập thất ba năm khác. Trong năm 1998, ngài thọ Cụ túc giới ở tuổi 23.

Kể từ năm 19 tuổi, độ tuổi mà hầu hết chúng ta đều bận rộn với những mối quan tâm thế tục, thì ngài *Yongey Mingyur* đã duy trì một thời gian biểu rất căng thẳng, bao gồm việc giám sát các hoạt động của những tu viện tại Nepal và Ấn Độ, những chuyến lưu giảng trên thế giới, hướng dẫn riêng [cho sự tu tập của các tăng sinh], học thuộc lòng hàng trăm trang văn bản Phật học và tận lực học hỏi từ các bậc đạo sư cuối cùng còn sót lại thuộc thế hệ đã nhận truyền thừa tại Tây Tạng.

Tuy nhiên, điều gây ấn tượng mạnh mẽ nhất đối với tôi trong suốt thời gian được quen biết ngài chính là việc ngài có khả năng đối mặt với mọi thử thách, không chỉ với sự điềm tĩnh đáng ngưỡng mộ mà còn có cả một sự hài hước tinh tế, khéo léo và đúng lúc. Trong thời gian tôi lưu lại Nepal, có đôi lần trong lúc tôi đang đều giọng đọc lại những trang ghi chép cuộc đối thoại của chúng tôi trong ngày trước đó thì ngài giả vờ như ngủ gục hay sắp nhảy hẳn ra ngoài cửa sổ. Dần dần, tôi hiểu ra được rằng ngài chỉ muốn "trêu chọc" tôi vì đã làm cho công việc trở nên nghiêm trọng quá mức, và muốn cho tôi thấy một cách trực tiếp rằng trong sự tu tập Phật pháp cũng cần thiết phải có đôi chút buông thư ở một mức độ nào đó. Bởi vì, như đức Phật đã dạy trong bài pháp đầu tiên ngay sau khi ngài thành đạo, rằng bản chất của cuộc sống thế tục này là khổ đau, cho nên một trong những phương pháp đối trị hữu hiệu nhất là vui cười, đặc biệt là biết giễu cợt chính mình. Mỗi một khía cạnh của kinh nghiệm đều sẽ tỏa sáng theo một cách nào đó một khi bạn biết cách cười chính mình.

Và đây có lẽ là bài học quan trọng nhất tôi học được từ ngài Yongey Mingyur trong suốt thời gian được sống bên ngài ở Nepal. Tôi vô cùng biết ơn Ngài về bài học này cũng như tuệ giác sâu xa về bản chất tâm thức con người mà Ngài đã trao truyền bằng vào khả năng độc đáo của Ngài trong việc kết hợp những hiểu biết tinh tế của Phật giáo Tây Tạng với những phát kiến kỳ diệu của khoa học hiện đại. Tôi chân thành hy vọng là tất cả những ai đọc qua sách này đều sẽ tự mình tìm được con đường vượt qua sự rối rắm của tất cả những khổ đau, bất mãn và tuyệt vọng của riêng mình, vốn là những tính chất phổ biến trong cuộc sống hằng ngày, và cũng như tôi, sẽ học biết được phương cách để cười vui.

Điều lưu ý cuối cùng là, hầu hết những trích dẫn từ những bản văn Tây Tạng và Sanskrit đều được chuyển dịch bởi các dịch giả khác, những vị thật tài ba phi thường trong chuyên ngành của họ, và tôi phải mang ơn rất nhiều về sự rõ ràng, uyên bác và thấu đạt của các vị này. Một số ít trích dẫn không ghi nguồn trực tiếp của các dịch giả khác là do tôi tự chuyển dịch với sự trao đổi thận trọng cùng với ngài *Yongey Mingyur Rinpoche*. Với sự hiểu biết sâu sắc về những bài nguyện xưa và những văn bản cổ điển, Ngài đã giúp tôi nhận hiểu được sâu xa hơn về tính cách của một bậc thầy chân chánh trong Phật giáo.[1]

ERIC SWANSON

[1] Thông tin về Đại sư Yongey Mingyur Rinpoche và những hoạt động của Ngài có thể xem trực tuyến tại địa chỉ: *www.tergar.org* hoặc *www.tergarasia.org*

PHẦN MỘT
NỀN TẢNG TU TẬP

Tất cả hữu tình, bao gồm cả chúng ta,
đều sẵn mang nhân tố chính
của sự giác ngộ.

GAMPOPA

Giải thoát Trang nghiêm Bảo man
(The Jewel Ornament of Liberation)

Khenpo Konchog Gyaltsen Rinpoche
dịch sang Anh ngữ

1. KHỞI ĐẦU CUỘC HÀNH TRÌNH

Nếu có bất kỳ tôn giáo nào đáp ứng được những nhu cầu của khoa học hiện đại thì đó hẳn phải là Phật giáo.

ALBERT EINSTEIN

Khi bạn tu tập như một người Phật tử, bạn sẽ không xem đạo Phật là một tôn giáo. Bạn sẽ thấy đó là một ngành khoa học, một phương pháp để khám phá kinh nghiệm của chính mình thông qua những kỹ năng cho phép bạn khảo sát mọi hành vi và phản ứng của chính mình một cách không phê phán, với quan điểm hướng đến sự thừa nhận: *"À, đây là cách thức vận hành của tâm thức tôi. Đây là những gì tôi cần phải làm để được hạnh phúc. Đây là những gì tôi cần phải tránh để không bị khổ đau..."*

Về cơ bản, đạo Phật rất thực tiễn. Đạo Phật dạy ta thực hành những điều để nuôi dưỡng sự an tĩnh, hạnh phúc và tự tin; tránh làm những điều gây ra sự lo âu, tuyệt vọng và sợ hãi. Cốt lõi của sự tu tập theo đạo Phật không hẳn chỉ là sự nỗ lực để thay đổi tư tưởng và cách ứng xử theo hướng trở thành một người hoàn thiện hơn, mà nhấn mạnh nhiều hơn ở sự nhận biết rằng: cho dù bạn có suy nghĩ như thế nào về những hoàn cảnh đang chi phối đời sống của bạn đi chăng nữa, thì *tự thân bạn vốn đã là tốt đẹp, trọn vẹn và hoàn hảo.* Đạo Phật dạy ta nhận biết tiềm năng sẵn có của tâm thức mình. Nói một cách khác, đạo Phật không chú trọng quá nhiều đến việc trở nên hoàn thiện, mà nhấn mạnh hơn đến sự nhận biết rằng *ngay lúc này và tại đây, tự thân bạn vốn đã là tốt đẹp, là trọn vẹn, và về bản chất là hoàn hảo như bạn có thể đã từng mong muốn.*

Bạn không tin vào điều đó, phải không?

Vâng, trong một thời gian dài, chính tôi cũng đã không tin vào điều đó.

Tôi muốn bắt đầu bằng cách đưa ra một lời tự thú. Điều này nghe có vẻ như thật kỳ lạ đối với một người được xem là lạt-ma tái sanh như tôi, vốn được tin là đã từng thực hành đủ mọi thiện hạnh trong những kiếp trước.

Từ thuở ấu thơ tôi đã luôn bị ám ảnh bởi một nỗi sợ hãi và lo âu. Cứ mỗi khi gặp người lạ thì tim tôi đập loạn lên và toàn thân toát mồ hôi. Không có bất kỳ nguyên nhân nào để tôi phải trải qua những bất ổn như vậy cả. Tôi sống trong một thung lũng xinh đẹp, và quanh tôi là một gia đình đầy tình thương yêu cùng với rất nhiều vị tăng, ni, hành giả... là những người hành trì sâu sắc trên con đường khơi dậy sự an tĩnh nội tâm và nếp sống hạnh phúc. Thế nhưng, sự lo âu vẫn bám theo tôi như hình với bóng.

Có lẽ vào khoảng sáu tuổi thì tôi mới lần đầu tiên cảm thấy giảm nhẹ đôi chút. Tôi bắt đầu leo lên những ngọn đồi bao quanh thung lũng nơi tôi đang sống, chủ yếu là do tính tò mò trẻ con, để thám hiểm những hang động, nơi mà nhiều thế hệ hành giả Phật giáo đã dành trọn đời họ để thực hành thiền. Đôi khi tôi vào trong động và giả vờ như đang ngồi thiền. Tất nhiên, tôi thực sự chưa biết cách ngồi thiền như thế nào cả! Tôi chỉ ngồi xuống và niệm thầm trong đầu câu chú *Om Mani Peme Hung*, hay lặp lại một kết hợp đặc biệt những âm tiết cổ xưa, vốn quen thuộc với mọi người dân Tây Tạng cho dù có là Phật tử hay không. Đôi khi tôi ngồi niệm thầm câu chú ấy hàng giờ mà không hiểu gì về điều mình đang làm. Dù vậy, tôi bắt đầu cảm nhận được một cảm giác an tĩnh dần dần len lỏi trong tôi.

Nhưng ngay cả sau ba năm [với biết bao lần] ngồi trong động đá cố tìm hiểu về phương cách thiền định thì sự khủng hoảng của tôi vẫn tăng dần cho đến mức mà y học phương Tây chắc hẳn sẽ chẩn đoán là *Hội chứng khủng hoảng toàn phát.*

Có một thời gian tôi đã từng tu tập dưới sự hướng dẫn không chính thức của ông nội tôi, một bậc thầy lớn thích giữ kín những thành tựu tu tập của bản thân. Nhưng cuối cùng tôi đã dồn hết can đảm để nhờ mẹ tôi nói với cha tôi, *Tulku Urgyen Rinpoche*, về nguyện vọng của tôi là được chính thức theo học với ông. Cha tôi đồng ý, và trong ba năm sau đó, ông đã chỉ dạy cho tôi nhiều phương pháp thiền định khác nhau.

Thoạt tiên tôi chẳng hiểu được gì nhiều. Tôi cố buông thư tâm ý theo như cách mà cha tôi đã dạy, nhưng tâm ý tôi thường không chịu dừng nghỉ. Trên thực tế, trong những năm đầu tiên chính thức tu tập, tôi thực sự tự thấy mình ngày càng rối rắm hơn cả trước đó. Mọi thứ đều làm tôi khó chịu: thân thể bất an, môi trường ồn ào và xung đột với người khác...

Phải nhiều năm về sau tôi mới hiểu ra được rằng, thật ra lúc đó không phải tôi trở nên tồi tệ hơn, mà đơn giản chỉ là do tôi bắt đầu nhận biết ngày càng rõ hơn về dòng chảy tương tục của những suy tưởng và cảm xúc, mà trước đây tôi chưa từng nhận biết. Sau khi quan sát những người khác cũng đi qua cùng một tiến trình như vậy, giờ đây tôi nhận ra rằng, đó chính là một kinh nghiệm chung cho tất cả những ai vừa mới bắt đầu học cách quan sát tự tâm thông qua tu tập thiền định.

Mặc dầu tôi quả thật đã bắt đầu trải nghiệm những phút giây an bình ngắn ngủi, nhưng sự kinh hãi và sợ sệt vẫn tiếp tục bám theo tôi như những con ma đói - nhất là khi cứ vài ba tháng một lần thì tôi lại được gửi đến tu viện Sherab Ling ở Ấn Độ để tu học với những vị thầy mới, cùng với những tăng sinh xa lạ, rồi sau đó lại trở về Nepal tiếp tục tu học với cha tôi. (Tu viện Sherab Ling là trụ xứ chính của ngài Tai Situ Rinpoche thứ 12, một trong những bậc thầy vĩ đại nhất của Phật giáo Tây Tạng hiện đang còn sống, và là một trong những vị thầy có ảnh hưởng lớn nhất đối với tôi. Với tâm đại bi và trí tuệ sáng suốt, ngài đã dẫn dắt tôi trong quá trình tự phát triển, đó là những ân đức mà tôi không bao giờ có thể đền đáp.)

Tôi đã trải qua khoảng ba năm như vậy, thường xuyên lui tới giữa Ấn Độ và Nepal để nhận được những chỉ dẫn chính thức từ cha tôi và những vị thầy ở tu viện Sherab Ling.

Một trong những thời khắc kinh hoàng nhất đã đến ngay trước lần sinh nhật thứ 12 của tôi, khi tôi được đưa đến tu viện Sherab Ling nhằm một mục đích đặc biệt, là điều mà tôi đã hết sức lo sợ trong suốt một thời gian dài: nghi lễ chính thức tấn phong tôi là hóa thân tái sanh của vị *Yongey Mingyur Rinpoche* đời thứ nhất.

Hàng trăm người đã đến tham dự nghi lễ này và tôi phải trải qua nhiều giờ đón nhận những món quà biếu cũng như ban cho họ sự gia trì, như thể tôi là một nhân vật thực sự quan trọng chứ không phải một đứa bé 12 tuổi lòng đầy sợ hãi. Trải qua mấy giờ liền, tôi bắt đầu nhợt nhạt đến nỗi anh tôi là Tsoknyi Rinpoche, lúc đó đang đứng bên tôi, đã tưởng rằng tôi sắp ngất xỉu.

Khi hồi tưởng lại giai đoạn này và những sự thương yêu mà các vị thầy đã dành cho mình, tôi tự hỏi không biết vì sao tôi lại có thể sợ sệt như thế? Khi sự việc đã trôi qua, tôi có thể nhận ra rằng căn nguyên sự sợ hãi của tôi nằm ở chỗ là tôi không thực sự nhận biết được bản chất của tâm thức mình. Tôi đã có một hiểu biết căn bản về mặt tri thức, nhưng không phải là loại kinh nghiệm trực tiếp có thể giúp tôi thấy được rằng bất kỳ sự khiếp sợ hay khó chịu nào mà tôi cảm thấy cũng đều chỉ là do chính tâm thức tôi tạo ra, và rằng cái nền tảng vững chắc của sự an tĩnh, tự tin và hạnh phúc vốn còn gần gũi hơn cả đôi mắt của chính tôi.

Vào lúc tôi bắt đầu việc tu học chính thức, một điều kỳ diệu cũng đã bắt đầu diễn ra. Cho dù lúc đó tôi không nhận biết, nhưng những sự kiện chuyển biến này đã để lại một ảnh hưởng lâu dài trong cuộc đời tôi và thực sự thúc đẩy sự phát triển của cá nhân tôi: Tôi được tiếp cận dần dần với những ý tưởng và khám phá của khoa học hiện đại - đặc biệt là sự nghiên cứu về bản chất và chức năng của bộ não.

MỘT CUỘC TÂM GIAO

"Để thấy được những gì đang thực sự diễn ra, chúng ta cần phải ngồi xuống và quán xét tâm thức, quán xét những kinh nghiệm của chính mình."

KALU RINPOCHE

Khẩu truyền bảo tập
(The Gem Ornament of Manifest Instructions)

Caroline M. Parke và Nancy J. Clarke biên tập

Khi tôi gặp *Francisco Varela*, tôi hãy còn là một đứa bé. Francisco là một nhà sinh vật học người Chile, về sau trở thành một trong các nhà thần kinh học nổi tiếng nhất của thế kỷ 20. Ông đến Nepal để học pháp quán tâm của đạo Phật và được theo học với cha tôi. Vào lúc đó, danh tiếng của cha tôi đã thu hút khá nhiều người phương Tây đến học.

Những lúc rảnh rỗi ngoài giờ học, Francisco thường nói chuyện với tôi về khoa học hiện đại, đặc biệt là về chuyên ngành của ông ta: cấu trúc và chức năng của bộ não. Dĩ nhiên là ông đã thận trọng trình bày vấn đề theo cách sao cho một cậu bé 9 tuổi có thể hiểu được.

Khi những người khác trong số các đệ tử người phương Tây của cha tôi nhận ra sự quan tâm của tôi đối với khoa học, họ cũng bắt đầu dạy cho tôi những gì họ biết về lý thuyết hiện đại của sinh vật học, tâm lý học, hóa học và vật lý. Điều này [đối với tôi] có phần tương tự như việc được học cùng lúc hai ngôn ngữ: tôi vừa học Phật pháp vừa học về [các ngành] khoa học hiện đại.

Tôi nhớ là vào lúc đó tôi không thấy có khác biệt gì nhiều giữa Phật pháp và khoa học hiện đại. Cách diễn đạt có khác nhau, nhưng ý nghĩa dường như lại rất giống nhau. Sau một thời gian, tôi cũng bắt đầu thấy được rằng những phương pháp tiếp cận đối tượng [nghiên cứu] của các nhà khoa học phương Tây và các học giả Phật giáo thật giống nhau đến mức đáng chú ý.

Những bản văn truyền thống của Phật giáo thường bắt đầu bằng việc trình bày một lý thuyết hay triết lý nền tảng của sự quán chiếu, được gọi là phần *"căn bản"*. Sau đó là phần thực hành với nhiều phương pháp tu tập, thường được gọi là *"đạo lộ"*. Và cuối cùng, bản văn kết thúc bằng sự phân tích những kết quả chứng nghiệm tự thân của hành giả [nhờ vào quá trình tu tập theo các phương pháp đã nêu] cùng với những gợi ý cho sự tu tập nâng cao hơn nữa. Phần này thường được gọi là *"quả vị"*.[1]

Công việc khảo cứu của các nhà khoa học phương Tây cũng thường được tiến hành theo các bước tương tự như vậy. Họ bắt đầu với một lý thuyết hay giả định. Tiếp theo là phần giải thích về các phương pháp đã được sử dụng để kiểm chứng phần lý thuyết đã nêu. Và cuối cùng là sự phân tích các kết quả kiểm nghiệm so với giả định ban đầu.

Có một điều làm tôi say mê nhiều nhất trong việc học hỏi khoa học song song với thực hành Phật pháp. Đó là,

[1] Toàn bộ tiến trình tu tập này thường được mô tả ngắn gọn như là pháp môn "Căn Đạo Quả", hay "Đại thủ ấn Căn Đạo Quả". Ba phần trong sách này cũng chính là trình bày theo đúng trình tự Căn (Nền tảng tu tập), Đạo (Con đường tu tập) và Quả (Kết quả tu tập).

trong khi pháp môn của đạo Phật có thể dạy người ta một phương pháp nội quán hay chủ quan để nhận biết được khả năng hoàn chỉnh của tự thân trong việc đạt đến hạnh phúc, thì triển vọng nhắm đến của phương Tây là cung cấp một sự giải thích khách quan hơn: vì sao [việc tu tập] pháp môn của đạo Phật mang lại hiệu quả và điều đó diễn ra như thế nào. Cả đạo Phật và khoa học hiện đại đều tự mình cung cấp những tri thức cực kỳ sâu xa về hoạt động của tâm thức con người. Khi kết hợp với nhau, hai hệ thống này sẽ tạo thành một tổng thể toàn hảo và sáng suốt hơn.

Khoảng gần cuối giai đoạn tu tập luân chuyển giữa Ấn Độ và Nepal, tôi được biết là sắp có một khóa tu nhập thất ba năm tại tu viện Sherab Ling và vị Giáo thọ sư của khóa tu này sẽ là ngài Saljay Rinpoche, một trong những vị thầy chính của tôi tại tu viện này.

So với các vị cùng thế hệ, ngài Saljay Rinpoche được xem là một trong những bậc thầy thành tựu nhất của Phật giáo Tây Tạng. Ngài là người có phong thái hiền hòa, nói năng nhỏ nhẹ. Ngài có một khả năng rất đáng kinh ngạc là luôn có thể nói ra những điều chính xác hoặc thực hiện những điều đúng đắn ngay vào lúc thích hợp nhất. Tôi chắc là trong quý vị hẳn phải có người đã từng gần gũi với những con người có ảnh hưởng tương tự như vậy. Đó là những người có thể dạy cho ta những bài học cực kỳ sâu sắc, nhưng bề ngoài lại có vẻ như không dạy gì cả. Chỉ riêng phong thái của họ đã là một bài học có ảnh hưởng đến suốt cuộc đời ta.

Vì ngài Saljay Rinpoche đã quá cao niên, nên đây rất có thể là lần cuối cùng ngài dẫn dắt khóa tu nhập thất. Do đó, tôi rất muốn được tham dự. Tuy nhiên, lúc ấy tôi chỉ mới 13 tuổi, độ tuổi nói chung được xem là quá trẻ, chưa đủ sức để chịu đựng những điều kiện khắc nghiệt của ba năm nhập thất. Tôi đã khẩn cầu cha tôi thay tôi thỉnh nguyện, và cuối cùng thì ngài Tai Situ Rinpoche đã ban ân cho phép tôi tham dự.

Trước khi trình bày những kinh nghiệm của mình trong ba năm tu tập đó, tôi cảm thấy cần phải nói qua đôi chút về lịch sử Phật giáo Tây Tạng, vì theo tôi thì điều đó có thể làm rõ lý do vì sao tôi lại thiết tha muốn tham dự khóa tu nhập thất này đến thế.

TẦM QUAN TRỌNG CỦA DÒNG TRUYỀN THỪA

"Chỉ riêng tri thức khái niệm là chưa đủ... hành giả nhất định phải có được sự xác quyết xuất phát từ kinh nghiệm thực chứng."

GYALWANG KARMAPA ĐỜI THỨ CHÍN

Đại thủ ấn: Liễu nghĩa hải (Mahamudra: The Ocean of Definitive Meaning)

Elizabeth M. Callahan dịch sang Anh ngữ

Phương pháp khám phá và tương giao trực tiếp với tâm thức của đạo Phật bắt nguồn từ những lời dạy của [Đức Phật, vốn từng là] một thanh niên thuộc hoàng tộc Ấn Độ tên là Siddhartha (Tất-đạt-đa). Khi trực tiếp chứng kiến nỗi khổ đau tột cùng của những con người không được may mắn sinh ra trong hoàng tộc như mình, ngài Siddhartha đã từ bỏ cuộc sống an ổn và tiện nghi trong hoàng cung để đi tìm một con đường thoát khổ cho nhân loại. Sự khổ đau [được đề cập ở đây] có thể mang nhiều hình thức, từ những buồn bực phàn nàn dai dẳng vì nghĩ rằng nếu sự việc diễn ra khác đi thì hẳn là ta đã được hạnh phúc hơn, cho đến những đớn đau vì bệnh tật và sự kinh hoàng trước cái chết.

Siddhartha trở thành một tu sĩ khổ hạnh, rong ruổi khắp Ấn Độ để cầu học với các bậc thầy tự nhận là đã tìm ra pháp môn giải thoát mà ngài đang tìm kiếm. Nhưng thật không may, tất cả những đáp án họ đưa ra cũng như những pháp tu mà họ dạy cho ngài dường như đều không rốt ráo. Cuối cùng, ngài quyết định từ bỏ mọi chỉ dẫn đến từ bên ngoài. Ngài bắt đầu tự hỏi, phải chăng mọi khổ đau của con người đều bắt nguồn từ tâm thức? Và ngài quay sang tìm kiếm giải pháp thoát khổ ngay nơi cội nguồn ấy: trong tâm thức của chính ngài.

Tại một nơi có tên gọi là Bodhgaya (Bồ-đề Đạo tràng) thuộc tỉnh Bihar ở miền đông bắc Ấn Độ (nay là tiểu bang Bihar), ngài đã ngồi dưới một cội cây lớn và quán chiếu càng lúc càng sâu hơn vào tâm thức của chính mình. Ngài kiên quyết thà chết cũng không từ bỏ nỗ lực của mình trước khi tìm được những giải pháp cho vấn đề đang theo đuổi.

Sau nhiều ngày đêm, cuối cùng ngài đã khám phá được điều mà ngài đang tìm kiếm: *một sự tỉnh thức nhận biết nền tảng vốn không bao giờ thay đổi, không thể hủy hoại và mênh mông không giới hạn*. Khi ra khỏi trạng thái thiền định cực kỳ sâu xa này thì ngài không còn là Siddhartha nữa. Ngài trở thành một vị Phật (Buddha), danh xưng này trong tiếng Sanskrit có nghĩa là "*người thức tỉnh*".

Điều mà ngài đã đánh thức được là tiềm năng trọn vẹn

sẵn có trong tự tánh của chính ngài, trước đây vốn bị hạn cuộc bởi cái gọi là "*nhị nguyên tính*" - ý niệm về một *"cái tôi" (tự)* cá biệt, thật có và tự nó hiện hữu, phân biệt với một *"cái khác" (tha)*, có vẻ như cũng là cá biệt, thật có và tự nó hiện hữu. Như chúng ta sẽ tìm hiểu ở phần sau, sự phân biệt *nhị nguyên* không phải là một "khuyết tật" hay nhược điểm. Đó là một cơ chế sinh tồn phức tạp bắt nguồn sâu xa từ bên trong cấu trúc và chức năng của bộ não. Cùng với những cơ chế khác, cơ chế này có thể được thay đổi do kinh nghiệm.

Đức Phật đã nhận biết được khả năng thay đổi [những cơ chế] này nhờ vào sự quán chiếu nội tâm. Trong suốt 40 năm sau đó, ngài đã đi khắp đất nước Ấn Độ để giảng dạy về cách thức mà các khái niệm sai lầm trở nên ăn sâu vào tâm thức và những phương pháp để dứt trừ chúng, thu hút hàng trăm, thậm chí hàng ngàn đệ tử [tu tập theo lời dạy của ngài]. Hơn 2.500 năm sau, các nhà khoa học hiện đại bắt đầu chứng minh được bằng những nghiên cứu thực tiễn nghiêm ngặt, rằng tuệ giác mà ngài đạt được qua sự quán chiếu chủ quan lại chính xác đến độ đáng kinh ngạc.

Vì tuệ giác và nhận thức của đức Phật có phạm trù vượt xa những ý niệm thông thường mà người đời có được về chính họ cũng như về bản chất thực tại, nên cũng giống như những bậc thầy vĩ đại trước đó và về sau, ngài buộc phải truyền đạt những hiểu biết của ngài thông qua những ngụ ngôn, ví dụ, ẩn ngữ và ẩn dụ. Ngài phải sử dụng đến ngôn từ. Và cho dù những lời ngài nói ra về sau cuối cùng cũng được ghi chép lại bằng tiếng Sanskrit (Bắc Phạn), Pali (Nam Phạn) và những ngôn ngữ khác, nhưng những điều ấy vẫn luôn được khẩu truyền từ đời này sang đời khác. Tại sao vậy? Vì khi chúng ta được nghe những lời dạy của đức Phật và của những bậc thầy học theo đức Phật và đã đạt được sự giải thoát giống như ngài, chúng ta buộc phải *suy ngẫm* về ý nghĩa những lời dạy đó và áp dụng vào đời sống của chính mình. Và khi làm như vậy, chúng ta tạo ra những thay đổi trong cấu trúc và chức năng của bộ não. Rất nhiều trong số những thay đổi này sẽ được bàn đến trong những trang sách tiếp sau đây. Những thay đổi đó mang lại cho ta sự giải thoát giống như đức Phật đã từng đạt được.

Trong những thế kỷ tiếp theo sau khi đức Phật nhập diệt, giáo pháp của Ngài bắt đầu được truyền rộng sang nhiều quốc gia khác, trong đó có Tây Tạng. Nhờ vị trí địa lý tách biệt với thế giới bên ngoài, Tây Tạng có được một điều kiện môi trường lý tưởng cho nhiều thế hệ các vị đạo sư và hành giả nối tiếp nhau chuyên tâm tu tập trọn đời. Các bậc đạo sư Tây Tạng giác ngộ ngay trong đời sống này thường trao truyền sở đắc của họ cho những vị đệ tử có nhiều khả năng thành tựu nhất, và những vị này lại tiếp tục trao truyền trí tuệ chứng ngộ cho các đệ tử của họ. Cứ như thế, một dòng truyền thừa giáo pháp không gián đoạn đã hình thành tại Tây Tạng, dựa trên những lời dạy của đức Phật - đúng như đã được truyền lại một cách trung thực bởi các đệ tử ban đầu của ngài - và dựa trên những luận giải chi tiết về những lời dạy đó.

Nhưng sức mạnh đích thực của dòng truyền thừa Phật giáo Tây Tạng - điều đã mang đến cho dòng truyền thừa này một sự thuần khiết và mạnh mẽ đến như thế - chính là mối tương giao trực tiếp giữa những trái tim và khối óc của các bậc thầy đã đích thân khẩu truyền - và thường là mật truyền - những giáo pháp tinh túy trong dòng truyền cho các đệ tử của họ.

Vì địa hình tách biệt của nhiều vùng ở Tây Tạng bị ngăn cách bởi các dãy núi, sông ngòi và thung lũng, nên những bậc thầy và đệ tử của họ thường rất khó khăn trong việc du hành đó đây nhằm chia sẻ kinh nghiệm và kiến thức với nhau. Kết quả là các dòng truyền thừa ở những vùng khác nhau đã phát triển theo cách hơi khác biệt. Hiện nay, có bốn trường phái chính của các dòng truyền thừa trong Phật giáo Tây Tạng là: Nyingma, Sakya, Kagyu và Gelug.

Mặc dù mỗi trường phái phát triển vào một thời điểm và vùng miền khác nhau tại Tây Tạng, nhưng họ chia sẻ với nhau những nguyên tắc căn bản, những phương pháp tu tập cũng như đức tin giống nhau. Theo như tôi được nghe biết, những sự khác biệt giữa các trường phái ấy cũng tương tự như giữa các phái Tin Lành hiện nay, chủ yếu chỉ là vấn đề danh xưng và thường là những phương pháp rất tinh tế trong học thuật và hành trì.

Truyền thống cổ xưa nhất trong các dòng truyền thừa này được thành lập trong khoảng từ thế kỷ 7 đến đầu thế kỷ 9, khi Tây Tạng còn do các vị vua cai trị. Đó là phái Nyingma (Ninh-mã, hay Cổ Mật) với tên gọi theo tiếng Tây Tạng có nghĩa là "cổ xưa". Đáng buồn thay, vị vua cuối cùng của Tây Tạng, vua Langdarma - vì những lý do chính trị và cá nhân - đã phát động một cuộc đàn áp Phật giáo bằng vũ lực. Mặc dù vua Langdarma chỉ cai trị trong 4 năm rồi bị ám sát vào năm 842, nhưng trong khoảng gần 150 năm sau khi ông chết, dòng truyền ban sơ của Phật giáo tại Tây Tạng vẫn phải tiếp tục hoạt động như một phong trào bí mật, trong khi đất nước này trải qua những thay đổi chính trị lớn lao, và cuối cùng tự chia tách thành những tiểu quốc tự trị với một sự liên kết không chặt chẽ.

Những thay đổi chính trị tạo cơ hội cho Phật giáo dần dần khôi phục ảnh hưởng một cách âm thầm, khi có những bậc thầy Ấn Độ tìm đến Tây Tạng truyền pháp, và có những người Tây Tạng cầu học đã thực hiện những hành trình gian khổ vượt qua dãy Hy-mã-lạp sơn (Himalayas) để được học hỏi Phật pháp trực tiếp với các bậc thầy Ấn Độ.

Một trong số những trường phái đầu tiên hình thành tại Tây Tạng vào giai đoạn này là phái Kagyu. Tên gọi này trong tiếng Tây Tạng gồm chữ *ka* có nghĩa là "lời nói" hay "chỉ dẫn", và chữ *gyu* có nghĩa là "dòng truyền thừa". Vì thế, nền tảng của phái Kagyu chính là truyền thống *khẩu truyền* từ vị thầy sang các đệ tử, qua đó tạo ra một dòng truyền thừa hầu như thuần khiết không gì sánh bằng.

Truyền thống Kagyu có nguồn gốc từ Ấn Độ vào khoảng thế kỷ 10, khi một bậc thầy kiệt xuất là Tilopa đạt đến sự chứng ngộ hoàn toàn. Trải qua nhiều thế hệ, sự chứng ngộ của ngài Tilopa và những pháp môn mà ngài đã hành trì, được truyền lại qua các bậc thầy, và cuối cùng truyền đến ngài Gampopa, một hành giả Tây Tạng siêu việt, người đã từ bỏ nghề thầy thuốc để theo học Phật pháp.

Ngài Gampopa đã truyền lại toàn bộ sở học của mình cho bốn vị đệ tử xuất sắc nhất, sau đó mỗi vị lại thành lập một dòng truyền thừa riêng ở những vùng khác nhau tại Tây Tạng.

Một trong những vị này là *Dusum Khyenpa* (tên gọi này trong tiếng Tây Tạng có nghĩa là "người thấy biết được ba đời" - quá khứ, hiện tại và vị lai) đã thành lập dòng truyền mà ngày nay được gọi là *Karma Kagyu*. Tên gọi này có nguồn gốc từ chữ *karma* trong tiếng *Sanskrit*, có nghĩa gần như là "hành động" hay "hoạt động".

Trong truyền thống *Karma Kagyu*, toàn bộ giáo pháp, bao gồm những chỉ dẫn thực hành và giáo lý tương đương với hơn một trăm pho sách, được vị thầy đứng đầu dòng truyền thừa gọi là *Karmapa* khẩu truyền cho một số rất ít đệ tử, để có thể giữ gìn và bảo vệ các giáo pháp vô giá này trong hình thức thuần khiết đúng như đã được khởi truyền từ cả ngàn năm trước. Nhiều vị trong số các đệ tử này tái sanh qua nhiều thế hệ nối tiếp nhau, đặc biệt chỉ nhằm truyền lại toàn bộ giáo pháp cho vị *Karmapa* tái sinh tiếp theo sau đó.

Trong nền văn hóa phương Tây không có gì tương đương với phương thức truyền thừa trực tiếp và không gián đoạn như vậy. Cách tốt nhất để ta có thể hình dung về sự hoạt động như thế nào của phương thức này là, hãy tưởng tượng một người như Albert Einstein chẳng hạn, một hôm bảo các học trò ưu tú nhất của mình rằng:

"Này các em, hôm nay tôi sẽ đưa tất cả những kiến thức của tôi vào bộ não các em. Các em hãy gìn giữ những kiến thức ấy trong một thời gian, khoảng 20 hoặc 30 năm nữa, tôi sẽ tái sinh và trở lại đây trong một thân thể khác. Nhiệm vụ của các em khi đó là phải mang tất cả những kiến thức tôi đã trao cho, đưa hết vào đầu của một anh chàng trẻ tuổi nào đó, mà các em chỉ có thể nhận biết đó chính là tôi, nhờ vào tuệ giác nội quán tôi sẽ truyền cho các em. Ngoài ra, để đề phòng trường hợp có gì bất trắc xảy ra, các em cần phải đem tất cả những gì tôi đã dạy truyền lại cho một số học trò khác, là những người có đủ các phẩm chất mà các em sẽ nhận biết được dựa vào những gì tôi sắp truyền dạy cho các em - như thế chỉ là để đảm bảo chắc chắn sẽ không có bất cứ phần kiến thức nào bị mất đi."

Trước khi viên tịch vào năm 1981, vị *Karmapa* đời thứ 16 đã truyền lại phần giáo pháp quý báu này cho một số đệ tử chính, các Pháp tử tâm yếu của ngài, và giao cho họ nhiệm vụ truyền trao giáo pháp ấy đến vị *Karmapa* tái sinh tiếp đó, đồng thời cũng đảm bảo chắc chắn rằng giáo pháp ấy được giữ gìn nguyên vẹn bằng cách truyền dạy tất cả cho những đệ tử khác nữa.

Một trong những Pháp tử tâm yếu xuất sắc của vị *Karmapa* đời thứ 16 là ngài *Tai Situ Rinpoche* đời thứ mười hai, đã xem tôi như một đệ tử có triển vọng và tạo điều kiện cho tôi đến Ấn Độ tu học với những bậc thầy tại tu viện Sherab Ling.

Như tôi đã nói, sự khác biệt giữa các dòng truyền thừa khác nhau là rất nhỏ, thường chỉ liên quan đến những khác biệt nhỏ nhặt về thuật ngữ và phương thức tu tập. Chẳng hạn, trong dòng truyền *Nyingma* (Cổ Mật) - mà cha tôi và nhiều vị thầy sau này của tôi được xem là những vị đạo sư đặc biệt thành tựu - thì giáo lý về *tự tánh của tâm* được gọi bằng thuật ngữ *dzogchen*, tiếng Tây Tạng có nghĩa là "đại viên mãn". Còn trong dòng truyền *Kagyu* mà các vị Tai Situ Rinpoche, Saljay Rinpoche và nhiều vị thầy khác tại Sherab Ling được đào tạo chủ yếu, thì giáo lý về *tâm yếu* được gọi chung là *mahamudra*, mang nghĩa gần như là "đại ấn". Hai phần giáo lý này lại không mấy khác biệt, có lẽ trừ ra một điều là giáo lý *dzogchen* đặt trọng tâm vào việc nuôi dưỡng một sự nhận hiểu sâu xa để *thấy* được tự tánh căn bản của tâm, trong khi giáo lý *mahamudra* có khuynh hướng tập trung vào các thực hành thiền quán để tạo điều kiện cho sự *trực nhận* bản tánh của tâm.

Trong thời hiện đại, với máy bay, xe hơi và điện thoại, các bậc thầy và người học có thể đi lại [giao tiếp] dễ dàng hơn rất nhiều. Vì thế, bất kỳ những khác biệt nào đã từng hình thành giữa các dòng phái khác nhau trong quá khứ đều không còn quan trọng mấy. Tuy nhiên, có một điều vẫn không thay đổi, đó là tầm quan trọng của việc được nhận truyền thừa giáo pháp trực tiếp từ những bậc thầy đã am hiểu. Thông qua mối quan hệ trực tiếp với một bậc thầy đang sống, có điều gì đó cực kỳ quý giá sẽ được truyền trao; như thể là một điều gì đó thật sống động, có sinh khí, được truyền từ trái tim vị thầy sang trái tim người đệ tử. Chính theo cách thức trực tiếp này mà giáo pháp được các bậc thầy truyền cho đệ tử trong suốt khóa tu nhập thất ba năm. Điều này có thể giải thích vì sao tôi hết sức mong muốn được tham gia khóa tu này tại Sherab Ling.

QUAY VỀ TỰ TÂM

"Chỉ riêng việc nhận hiểu ý nghĩa tâm thức sẽ hoàn tất hết thảy mọi hiểu biết."

JAMGON KONGTRUL

Yếu điểm đề cương
(Outline of Essential Points)

Maria Montenegro dịch sang Anh ngữ

Tôi mong muốn được nói rằng mọi việc đều tốt đẹp hơn sau khi tôi đã sống yên ổn với các huynh đệ đồng tu khác tại khóa tu nhập thất ba năm ở Sherab Ling. Tuy nhiên, sự thật đã diễn ra ngược lại ngay trong năm đầu tiên của khóa tu; đó là một trong những năm tồi tệ nhất đời tôi. Tất cả những triệu chứng của căn bệnh lo âu mà tôi đã từng trải qua - các bắp thịt căng cứng, cổ họng nghẹn lại, những cơn chóng mặt và từng đợt sóng khủng hoảng tiếp nối, đặc biệt càng mãnh liệt vào những lúc hành trì chung với mọi người - đều bộc phát với cường độ mạnh nhất. Theo thuật ngữ phương Tây thì tôi đang trải qua một giai đoạn *suy sụp thần kinh* (*nervous breakdown*).

Giờ đây nhớ lại, tôi có thể nói rằng những gì tôi đã thực sự trải qua lúc đó là một giai đoạn *đột phá thần kinh* (*nervous breakthrough*) thì đúng hơn. Tách biệt hoàn toàn với những rối rắm của đời sống hằng ngày, tôi rơi vào tình trạng buộc phải đối diện trực tiếp với tâm thức của chính mình - một đối tượng mà vào lúc đó thật không mấy dễ chịu để quán chiếu liên tục từ ngày này sang ngày khác. Cứ mỗi tuần lễ trôi qua, dường như toàn cảnh tinh thần và cảm xúc mà tôi đang quán chiếu đó lại càng trở nên khủng khiếp hơn. Cuối cùng, kết thúc năm nhập thất đầu tiên này, tôi buộc phải đưa ra quyết định chọn lựa giữa việc ẩn mình trong phòng kín suốt 2 năm sau đó, hay chấp nhận sự đúng thật hoàn toàn trong những bài học từ cha tôi và những vị thầy khác. Những bài học ấy dạy rằng: Bất kỳ những bất ổn nào mà tôi đang trải qua, đều là tập khí của tư tưởng và nhận thức đã ăn sâu trong chính tâm thức tôi.

Và tôi quyết định tin theo những gì đã học.

Tôi ngồi thiền suốt ba ngày trong phòng riêng, áp dụng nhiều phương pháp sẽ được mô tả trong sách này. Dần dần, tôi bắt đầu nhận ra rằng những tư tưởng và cảm xúc đã gây bất ổn cho tôi trong suốt nhiều năm thực ra là yếu ớt và giả tạm biết bao, và sự bám víu vào những vấn đề nhỏ nhặt đã biến chúng thành lớn lao như thế nào. Chỉ thông qua việc ngồi yên lặng quan sát những tư tưởng và cảm xúc của mình đã sinh khởi và mất đi nhanh chóng như thế nào, cũng như theo những phương cách phi lý như thế nào, mà tôi bắt đầu trực nhận được rằng, *những tư tưởng và cảm xúc đó không hề chắc thật như vẻ ngoài của chúng*. Và một khi tôi hoàn toàn không còn tin vào những "câu chuyện" mà chúng dường như đang dựng lên, tôi bắt đầu nhận ra "tác giả" đứng bên ngoài chúng - một "cái biết" mênh mông và rộng mở vô cùng tận, vốn chính là tự tánh của tâm thức.

Bất cứ nỗ lực nào nhằm mô tả kinh nghiệm trực tiếp về tự tánh tâm thức bằng ngôn từ đều là không thể được. Mô tả gần đúng nhất chỉ có thể đưa ra là, kinh nghiệm đó thật bình an vô tận, và một khi được củng cố qua sự lặp lại nhiều lần, hầu như sẽ không còn gì có thể lay chuyển được. Đó là một kinh nghiệm hoàn toàn sảng khoái, lan tỏa sang tất cả các trạng thái thể chất, cảm xúc và tinh thần - ngay cả những trạng thái mà thông thường vẫn được xem như là khó chịu. Cảm giác sảng khoái này, bất chấp mọi dao động của kinh nghiệm nội tâm và ngoại cảnh, là một trong những cách rõ ràng nhất để hiểu về điều mà người Phật tử gọi là "an vui hạnh phúc", và trong thời gian ba ngày buông bỏ mọi sự tiếp xúc, tôi thật may mắn đã đạt được cảm giác này trong thoáng chốc.

Sau ba ngày đó, tôi rời phòng riêng và tham gia tu tập với đại chúng. Tôi phải mất thêm hai tuần lễ tập trung nỗ lực hành trì nữa mới chiến thắng được nỗi sợ hãi đã bám theo tôi suốt thời thơ ấu và trực nhận được sự đúng thật trong những gì đã học. Từ đó, tôi không còn phải trải qua dù chỉ một cơn sợ hãi duy nhất. Cảm giác an ổn, tự tin và sảng khoái có được từ kinh nghiệm đó không bao giờ còn bị dao động nữa, ngay cả trong những điều kiện được đánh giá khách quan là rất căng thẳng.

Tôi không cho rằng sự chuyển hóa kinh nghiệm này có được là do tự thân mình, bởi vì điều đó chỉ xảy ra nhờ vào nỗ lực vận dụng trực tiếp chân lý được trao truyền từ những người đi trước.

Khi hoàn tất khóa tu nhập thất ba năm, tôi vừa được mười sáu tuổi và rất ngạc nhiên khi Tai Situ Rinpoche chỉ định tôi làm thầy dạy trong khóa tu nhập thất kế tiếp, được bắt đầu gần như ngay sau đó. Vì thế, chỉ vài tháng sau, tôi đã trở lại khu nhập thất để giảng dạy những pháp tu căn bản và chuyên sâu của dòng truyền Kagyu, giúp các hành giả mới tham dự khóa tu tiếp cận được với sự truyền thừa trực tiếp mà tôi đã nhận lãnh. Cho dù lúc này tôi là thầy dạy của khóa tu, tôi vẫn thấy đây là một cơ hội tuyệt vời để được nhập thất tu tập miên mật trong gần bảy năm liên tục. Và lần nhập thất này, tôi không một giây phút nào phải ẩn mình trong căn phòng nhỏ của tôi với nỗi sợ hãi.

Sau khi hoàn tất khóa tu nhập thất thứ hai, tôi ghi danh theo học một năm tại trường Phật học Dzongsar, rất gần Sherab Ling. Đây là đề nghị của cha tôi và Tai Situ Rinpoche đã đồng ý ngay. Dưới sự hướng dẫn trực tiếp của ngài Hiệu trưởng Khenchen Kunga Wangchuk, một vị đại học giả vừa từ Tây Tạng đến Ấn Độ chưa bao lâu, tôi có được dịp may rất lớn để học hỏi nhiều hơn về các bộ môn triết lý và khoa học của Phật giáo.

Phương pháp học ở một trường Phật học truyền thống hoàn toàn khác biệt với hầu hết các trường đại học phương Tây. Bạn không cần phải chọn các lớp học hoặc đến ngồi trong các phòng học xinh xắn hay các giảng đường, lắng nghe các vị giáo sư đưa ra ý kiến hay giảng giải về một chủ đề nhất định nào đó, và cũng không phải viết luận văn hay tham dự những kỳ thi viết. Ở trường Phật học, bạn phải học một số lượng rất lớn các bản văn Phật giáo, và hầu như mỗi ngày đều có những lần kiểm tra bất ngờ, bằng cách chọn ra ngẫu nhiên tên của học tăng [được viết trên giấy cho vào] trong một cái lọ, và người có tên phải lập tức đưa ra luận giải về ý nghĩa của một phần văn bản cụ thể nào đó. Những "kỳ thi" của chúng tôi đôi khi là viết luận giải về những bản văn đã học, và đôi khi là những cuộc tranh biện công khai, trong đó các vị thầy sẽ bất ngờ chỉ định một số học tăng và buộc họ phải đưa ra những câu trả lời chính xác cho những câu hỏi bất kỳ về những điểm tinh tế trong triết học Phật giáo.

Vào cuối năm học đầu tiên của tôi tại trường Phật học Dzongsar, ngài Tai Situ Rinpoche bắt đầu một loạt các chuyến đi hoằng pháp khắp nơi trên thế giới và giao cho tôi nhiệm vụ giám sát các hoạt động thường nhật ở Sherab Ling, theo sự chỉ dẫn của ngài, đồng thời đảm nhiệm việc mở lại trường Phật học (*shedra*) trên nền tu viện, rồi vừa học tập vừa giữ vai trò trợ giảng ở đó. Ngài cũng giao cho tôi trách nhiệm hướng dẫn nhiều khóa tu nhập thất ba năm ở Sherab Ling tiếp theo sau đó. Vì đã nhận quá nhiều ân tuệ từ ngài nên tôi không ngần ngại nhận lãnh những trách nhiệm được giao. Nếu ngài đã tin tưởng tôi trong việc thực hiện những nhiệm vụ này thì tôi là ai mà dám bất tuân quyết định của ngài? Dĩ nhiên, vì may mắn được sống trong thời hiện đại này, nên tôi có thể nhờ vào những cuộc điện thoại để nhận các chỉ thị và sự hướng dẫn trực tiếp của ngài.

Tôi đã trải qua 4 năm như thế, vừa phụ trách giám

sát công việc ở Sherab Ling, vừa hoàn tất chương trình học của chính mình và giảng dạy tại trường Phật học mới, cũng như thực hiện việc trực tiếp truyền thừa cho các học tăng tham dự khóa tu nhập thất. Sau đó, tôi đến Bhutan để nhận truyền thừa trực tiếp các giáo lý khẩu truyền, được gọi là *Trekcho* và *Togal*, từ ngài Nyoshul Khen Rinpoche, một bậc thầy về giáo lý Đại viên mãn (*dzogchen*) với tuệ giác, kinh nghiệm và năng lực phi phàm. Tên gọi của các giáo lý này mang nghĩa tương tự như là *"thanh tịnh ban sơ"* và *"hiện khởi ứng cơ"*. Các giáo lý này chỉ được truyền thừa mỗi lần cho một đệ tử duy nhất, và không hề quá đáng khi nói là tôi đã choáng ngợp trong niềm vui khi được chọn để nhận sự truyền thừa trực tiếp này. Vì thế, cùng với ngài Tai Situ Rinpoche, ngài Saljay Rinpoche và cha tôi, tôi phải xem ngài Nyoshul Khen Rinpoche là một trong những bậc thầy có ảnh hưởng nhiều nhất đến cả cuộc đời tôi.

Cơ hội được nhận các truyền thừa này cũng đã gián tiếp cho tôi một bài học cực kỳ quý giá, rằng khi một người dấn thân làm lợi lạc cho chúng sinh ở bất kỳ mức độ nào, người ấy sẽ được nhận lại gấp ngàn lần hơn thế, bằng những cơ hội để học hỏi và thăng tiến. Mỗi một lời từ ái, mỗi một nụ cười mà bạn dành cho ai đó đang trải qua một ngày tồi tệ, đều sẽ được đền đáp trở lại theo cách mà bạn không bao giờ ngờ được. Tại sao điều này xảy ra và nó xảy ra như thế nào, đó là một chủ đề mà chúng ta sẽ khảo sát về sau, vì sự giải thích điều này sẽ liên quan rất nhiều đến các nguyên lý sinh học và vật lý mà tôi sẽ học được khi bắt đầu đi qua nhiều nơi trên thế giới, và làm việc trực tiếp hơn với những bậc thầy của nền khoa học hiện đại.

ÁNH SÁNG TỪ PHƯƠNG TÂY

"Chỉ một ngọn đuốc có thể xua tan sự đen tối tích tụ ngàn đời."

TILOPA

Hằng hà Đại thủ ấn (Mahamudra of the Ganges)

Maria Montenegro dịch sang Anh ngữ

Trong những năm tiếp sau khóa nhập thất đầu tiên, vì lịch làm việc khá bận rộn nên tôi không có nhiều thời gian để theo dõi những tiến bộ đang diễn ra trong ngành thần kinh học và các lãnh vực liên quan trong nghiên cứu nhận thức học, hay để tìm hiểu kỹ những phát minh trong ngành vật lý đã được công bố. Tuy nhiên, vào năm 1998 thì cuộc đời tôi bất ngờ chuyển hướng, khi anh tôi là Tsoknyi Rinpoche không thể lên đường đến Bắc Mỹ để thuyết giảng theo như chương trình đã định, và tôi được phân công thay thế. Đó là chuyến đi dài đầu tiên của tôi đến phương Tây. Năm ấy, tôi vừa được 23 tuổi. Dù khi bước chân lên máy bay đi New York tôi đã không hề biết trước, nhưng rồi những người mà tôi được gặp gỡ trong chuyến đi này đã định hướng cho những tư tưởng của tôi nhiều năm sau đó.

Họ đã giới thiệu cho tôi những ý tưởng của ngành vật lý học hiện đại và những phát triển mới nhất trong nghiên cứu thần kinh học, nhận thức học và hành vi học, bằng cách hào phóng dành rất nhiều thời gian cho tôi và cung cấp hàng núi sách, tạp chí, đĩa DVD và băng ghi hình...

Tôi rất hứng khởi, vì sự nghiên cứu khoa học nhằm tìm hiểu về hiệu quả của sự hành trì trong Phật giáo đã trở nên hết sức phong phú và chi tiết - và quan trọng nhất là những kết quả đó có thể nhận hiểu được với những người như tôi, chưa từng được đào tạo như các nhà khoa học. Và vì vốn Anh ngữ của tôi lúc ấy chưa phát triển được bao nhiêu, nên tôi càng biết ơn nhiều hơn đối với những người đã dành rất nhiều thời gian để giải thích thông tin cho tôi bằng những từ ngữ mà tôi có thể hiểu được. Chẳng hạn, trong tiếng Tây Tạng không có những từ ngữ tương đương với các thuật ngữ trong tiếng Anh như *cell* (tế bào), *neuron* (tế bào thần kinh) hay *DNA* (nhiễm sắc thể) - và sự thay đổi nháo nhào đủ mọi từ ngữ mà mọi người phải cố vận dụng để giúp tôi hiểu được những điều như thế thật quá phức tạp, đến nỗi hầu như lúc nào chúng tôi cũng kết thúc với những trận cười lăn cười bò.

Vào lúc tôi đang bận rộn với việc học, cả trong và ngoài thời gian nhập thất, thì ông bạn Francisco Varela của tôi đã cùng làm việc với đức Đạt-lai Lạt-ma [XIV] để tổ chức những cuộc đối thoại giữa các nhà khoa học hiện đại và các tăng sĩ cũng như học giả Phật giáo. Những cuộc đối thoại này đã dẫn đến các Hội thảo của Viện Tâm thức và Đời sống (*Mind and Life Institute*), trong đó các chuyên gia thuộc nhiều lãnh vực của khoa học hiện đại cũng như nghiên cứu Phật học đã cùng ngồi lại để trao đổi về bản chất và sự hoạt động của tâm thức. Tôi may mắn được tham dự Hội thảo tại Dharamsala, Ấn Độ vào tháng 3 năm 2000 và Hội thảo tại MIT[1] ở Cambridge, bang Massachusetts (Hoa Kỳ) vào năm 2003.

---

[1] MIT - tên gọi viết tắt của Massachusetts Institute of Technology (Viện Công nghệ Massachusetts)

Tôi học hỏi được rất nhiều về những cơ chế sinh học của não bộ trong suốt kỳ Hội thảo tại Dharamsala. Nhưng chính Hội thảo ở MIT - với trọng tâm là các mối tương quan giữa những pháp môn nội quán của Phật giáo nhằm khám phá kinh nghiệm [tự thân] và những phương pháp quan sát khách quan của khoa học hiện đại - mới làm cho tôi phải suy nghĩ về việc làm thế nào có thể mang những hiểu biết của tôi qua những năm tu tập đến cho những người không nhất thiết phải quen thuộc với sự hành trì trong Phật giáo hay sự phức tạp của khoa học hiện đại.

Trong thực tế, khi Hội thảo tại MIT diễn ra, một nghi vấn đã bắt đầu nảy sinh: Điều gì sẽ xảy ra nếu các phương pháp của Phật giáo và phương Tây được kết hợp? Chúng ta có thể học được những gì nếu kết hợp thông tin do những người thực hành tu tập đưa ra, mô tả một cách chi tiết và khách quan về kinh nghiệm tự thân của họ, với những dữ liệu khách quan được cung cấp bởi các thiết bị máy móc, có khả năng đo lường những thay đổi rất nhỏ trong hoạt động của não bộ? Những phương pháp hành trì nội quán trong Phật giáo có thể đưa ra những dữ kiện nào mà những phương pháp nghiên cứu kỹ thuật của phương Tây không thể có được? Những quan sát khách quan trong nghiên cứu thực tiễn [của khoa học phương Tây] có thể cung cấp cho các hành giả Phật giáo những phát kiến nào?

Kết thúc Hội thảo, các thành viên tham dự thuộc cả hai bên, các hành giả Phật giáo và các nhà khoa học phương Tây, đều thừa nhận rằng, không những cả hai bên đều gặt hái được rất nhiều qua việc tìm kiếm những phương thức hợp tác, mà chính sự hợp tác này tự nó đã là một cơ hội lớn để cải thiện phẩm chất cuộc sống con người.

Trong bài phát biểu kết thúc Hội thảo, Tiến sĩ Eric S. Lander, Giáo sư bộ môn sinh học phân tử tại MIT và là Giám đốc Viện Whitehead / Trung tâm nghiên cứu về di truyền của MIT, đã chỉ ra rằng, trong khi các pháp môn tu tập trong Phật giáo nhấn mạnh vào việc đạt đến các mức độ gia tăng sự tỉnh giác, thì khoa học hiện đại chỉ dừng lại ở các phương pháp thanh lọc nhằm giúp các bệnh nhân tâm thần trở lại được trạng thái bình thường.

Ông đã đặt câu hỏi với cử tọa: "Tại sao chỉ dừng lại ở đó? Tại sao chúng ta hài lòng chỉ với việc mình không mắc bệnh tâm thần? Tại sao không chú tâm đến việc vươn lên ngày càng hoàn thiện hơn nữa?"

Những câu hỏi của Giáo sư Lander khiến tôi phải suy nghĩ đến việc tìm ra một phương pháp nào đó, có thể giúp mọi người có cơ hội vận dụng những lời dạy trong Phật giáo và [tri thức] khoa học hiện đại vào những tình huống bất ổn mà họ phải đối mặt trong đời sống hằng ngày. Theo như những gì tôi đã khó khăn lắm mới học được trong năm đầu tiên của khóa tu nhập thất, thì chỉ riêng những hiểu biết về lý thuyết là hoàn toàn không đủ để ta chế ngự những thói quen về mặt thể chất và sinh lý, vốn đã tạo ra quá nhiều khổ sở đớn đau cho ta trong đời sống hằng ngày. Để có được sự chuyển hóa thực sự, thì lý thuyết phải được vận dụng thông qua sự thực hành.

Tôi vô cùng biết ơn những bậc thầy trong Phật giáo, ngay từ những năm đầu tu tập đã cung cấp cho tôi sự hiểu biết hết sức sâu xa về triết lý cùng với những phương pháp thực hành để vận dụng sự hiểu biết đó. Nhưng tôi cũng tri ân không kém đối với các nhà khoa học đã hết sức hào phóng khi dành cho tôi rất nhiều thời gian và công sức của họ, không chỉ qua việc xem xét và diễn đạt lại tất cả những gì tôi đã học được bằng những từ ngữ có thể là dễ hiểu hơn đối với người phương Tây, mà còn qua việc thẩm định các kết quả của sự tu tập trong Phật giáo bằng những nghiên cứu chuyên sâu trong phòng thí nghiệm.

Chúng ta may mắn biết bao khi được sống trong thời điểm độc đáo này của lịch sử nhân loại, khi sự kết hợp giữa các nhà khoa học phương Tây và các bậc thầy Phật giáo được cân đối hài hòa nhằm cống hiến cho toàn thể nhân loại khả năng có thể đạt đến một mức độ an vui hạnh phúc vượt ngoài sức tưởng tượng! Hy vọng của tôi khi viết quyển sách này là bất kỳ ai khi đọc qua đều sẽ nhận ra được những lợi ích thực tiễn của việc áp dụng những bài học từ sự kết hợp đặc biệt kỳ diệu như trên, và rằng người đọc sẽ tự mình nhận ra được triển vọng của chính họ về tiềm năng trọn vẹn của con người.

2. KHÚC GIAO HƯỞNG NỘI TÂM

> ***"Nhiều bộ phận hợp lại tạo nên khái niệm về chiếc xe."***
>
> *Tương ưng bộ kinh (Samyuttanikāya)*
>
> *Maria Montenegro dịch* sang Anh ngữ

Một trong những bài học vỡ lòng của người Phật tử mà tôi đã học là mỗi một chúng sinh, có nghĩa là mỗi một sinh vật sẵn có sự nhận biết, dầu chỉ là cơ bản nhất, đều có thể được xác lập bởi ba khía cạnh, hay ba tính cách, là: *thân*, *khẩu* và *ý*.

Khái niệm *"thân"* tất nhiên là được dùng để chỉ cho phần thân thể vật lý đang hiện hữu của ta, vốn không ngừng thay đổi. Nó sinh ra, lớn lên, mang bệnh, già nua và cuối cùng là chết đi.

Khái niệm *"khẩu"* không chỉ riêng cho khả năng diễn đạt bằng lời nói, mà còn là tất cả những dấu hiệu khác nhau mà chúng ta dùng để giao tiếp, trao đổi, qua các hình thức âm thanh, ngôn từ, cử chỉ và nét mặt, thậm chí kể cả sự sản sinh các hoạt chất tương tác (pheromone), là những hợp chất hóa học được tiết ra bởi các loài động vật có vú và tạo ảnh hưởng một cách tinh tế đến cung cách ứng xử cũng như sự phát triển của các động vật khác trong cùng loài.[1]

Cũng giống như *thân*, *khẩu* là một khía cạnh vô thường mà chúng ta trải nghiệm. Tất cả các thông điệp ta trao đổi với nhau qua ngôn từ hoặc các kiểu tín hiệu khác nữa đều

---

[1] Pheromone là những dạng hợp chất hóa học khác nhau được cơ thể nhiều động vật tiết ra, thường gặp nhất là ở các loài côn trùng. Có người gọi đây là các "nội tiết tố cộng đồng" (social hormone), nhưng thật ra chúng hoàn toàn khác với các nội tiết tố. Thay vì tạo ảnh hưởng trực tiếp đến cơ thể sinh vật đã tạo thành chúng như các nội tiết tố (hormone), các pheromone (hoạt chất tương tác) lại tạo ra ảnh hưởng với các sinh vật khác trong cùng loài hoặc có cấu trúc tương tự, và những ảnh hưởng loại này được sinh vật dùng như một phương tiện tương tác để giao tiếp với nhau. Chẳng hạn, loài kiến dùng chất này để đánh dấu đường đi tha mồi; loài ong dùng chất này để phân biệt giữa ong chúa và ong thợ... Ở một số loài động vật có vú, các pheromone của con vật giống cái trong giai đoạn rụng trứng sẽ tạo thành mùi đặc trưng có tác dụng hấp dẫn những con giống đực. Điều này giúp chúng tăng thêm khả năng duy trì giống nòi. Một số nghiên cứu cho thấy điều này cũng xảy ra cả ở loài người. Ở đây, Ngài Yongey Mingyur dường như chỉ muốn nhấn mạnh khả năng giao tiếp loại này ở các loài động vật có vú (mammal), nghĩa là tương tự như con người.

đến và đi theo thời gian. Và khi thân này chết đi, khả năng của *khẩu* cũng mất theo.

Ý - hay *thức*, hoặc *tâm thức* - là khía cạnh khó mô tả hơn. Đó không phải là một "sự vật" mà ta có thể chỉ ra một cách dễ dàng như việc xác định *thân* hoặc *khẩu*. Dầu có nghiên cứu khía cạnh này của một con người sâu xa đến đâu đi chăng nữa, ta vẫn không thể thực sự xác định được vị trí của bất kỳ một vật thể nhất định nào để có thể gọi đó là tâm thức. Hàng trăm, nếu không nói là hàng ngàn, cuốn sách và bài viết đã được viết ra trong nỗ lực nhằm mô tả khía cạnh khó nắm bắt này của con người. Thế nhưng, bất chấp bao thời gian và công sức đã bỏ ra nhằm xác định tâm thức là gì và nằm ở đâu, vẫn không một người Phật tử nào, cũng như không một nhà khoa học phương Tây nào, đã có thể nói một cách dứt khoát rằng: "A ha! Tôi đã tìm được tâm thức! Nó nằm ở chỗ này trong cơ thể, nó có hình dáng như thế này và vận hành như thế này..."

Nói cho cùng thì sau nhiều thế kỷ khảo sát, người ta cũng chỉ có thể xác định rằng tâm không nằm ở một vị trí cụ thể nào, không có hình dáng, thể dạng, màu sắc hay bất kỳ tính chất cụ thể nào để ta có thể liên kết với những khía cạnh cơ bản khác [của cơ thể], chẳng hạn như vị trí của tim hay phổi, những nguyên lý tuần hoàn, và các vùng [trong não bộ] điều khiển những chức năng thiết yếu như sự trao đổi chất [trong cơ thể]. Sẽ dễ dàng hơn biết bao nếu ta cho rằng một vật mơ hồ đến phát nản như tâm không hề tồn tại! Sẽ dễ dàng hơn biết bao nếu ta xếp tâm thức vào cùng một phạm trù với những thứ được tưởng tượng ra như là ma quỷ, yêu tinh hay thần tiên!

Nhưng về mặt thực tiễn, bất kỳ ai cũng không thể chối bỏ sự tồn tại của tâm thức. Chúng ta suy nghĩ. Chúng ta cảm nhận. Ta nhận biết được mỗi khi lưng ta đau mỏi hay bàn chân tê cứng. Ta rõ biết là ta đang mệt mỏi hay tỉnh táo, vui sướng hay buồn khổ. Việc không thể xác định vị trí hay đưa ra định nghĩa chính xác về một hiện tượng không có nghĩa là hiện tượng ấy không tồn tại. Sự kiện đó chỉ thực sự nói lên mỗi một điều là, chúng ta vẫn chưa thu thập đủ thông tin để đưa ra được một mô thức hợp lý.

Để nêu lên một trường hợp tương đồng đơn giản, bạn có thể so sánh những kiến thức khoa học về tâm thức với sự thừa nhận của chính bạn đối với một sự việc thật đơn giản như là công năng của dòng điện. Việc bật công tắc đèn hay mở ti-vi lên không đòi hỏi phải có một kiến thức chi li về hệ thống mạch điện hay năng lượng điện từ. Nếu đèn không sáng, bạn thay bóng. Nếu ti-vi không hoạt động, bạn kiểm tra dây cáp hay kết nối [sóng] vệ tinh. Có thể bạn phải thay một bóng đèn bị cháy, hoặc siết chặt các mối nối dây dẫn giữa ti-vi và hộp cáp hay đĩa thu sóng vệ tinh, hoặc thay cầu chì bị đứt. Cùng lắm, bạn có thể phải gọi thợ đến sửa chữa. Nhưng đằng sau tất cả những việc làm ấy là một sự nhận hiểu, hay một niềm tin nền tảng, đó là [tin vào] công năng của dòng điện.

Đằng sau hoạt động của tâm thức cũng là một tình huống tương tự như thế. Khoa học hiện đại đã có thể xác định rất nhiều trong số các cấu trúc và tiến trình của tế bào góp phần tạo thành những hoạt động tri thức, tình cảm và cảm giác, vốn được chúng ta cho là phần chức năng tinh thần [của con người]. Nhưng khoa học vẫn chưa xác định được bất kỳ điều gì gần giống với những yếu tố cấu thành chính bản thân "tâm thức". Trong thực tế, khi các nhà khoa học khảo sát hoạt động tinh thần [của con người] càng chính xác hơn thì họ lại càng tiến đến gần hơn với sự nhận hiểu của đạo Phật về tâm thức, [vốn xem tâm thức như] là một hiện tượng không ngừng biến chuyển thay vì là một thực thể cá biệt.

Những bản dịch kinh văn Phật giáo [sang Anh ngữ] ban đầu đã cố xác định tâm như một kiểu "vật thể" cá biệt hay "một cái gì đó" tồn tại vượt ngoài giới hạn những hiểu biết của khoa học đương thời. Thế nhưng, những bản dịch sai lạc ấy đã dựa trên những giả định của phương Tây thời đó, vốn cho rằng mọi kinh nghiệm [của con người] suy cho cùng hẳn đều phải có liên hệ với một khía cạnh nào đó trong chức năng vật lý [của cơ thể]. Những bản luận giải kinh điển gần đây hơn đã đưa ra một sự nhận hiểu rất gần hơn với khái niệm của khoa học hiện đại về "tâm thức", [theo đó tâm được xem như] một kiểu hiện tượng biến chuyển không ngừng khởi sinh từ sự tương tác giữa các tập quán thần kinh với những yếu tố không thể dự đoán của kinh nghiệm tức thời.

Các Phật tử và những khoa học gia hiện đại cùng đồng ý với nhau rằng sự hiện hữu của tâm thức chính là điểm tạo ra sự khác biệt giữa tất cả chúng sinh hữu tình, hay hữu thức, với các sinh vật [vô tình] như cỏ cây, và tất nhiên là [càng khác biệt] với những thứ mà ta không nhất thiết phải xem là có sự sống, như sỏi đá, mảnh giấy bao kẹo hay những khối bê-tông...

Về bản chất, tâm thức là khía cạnh quan trọng nhất của tất cả các loài chúng sinh hữu tình. Thậm chí một con giun đất cũng có tâm thức. Cứ cho là nó có thể không phức tạp như tâm thức của con người; thế nhưng, trong sự đơn sơ ấy cũng có thể có cái hay của nó. Tôi chưa bao giờ nghe nói có con giun đất nào thức trắng đêm lo lắng về thị trường chứng khoán!

Có một vấn đề khác mà những người Phật tử và hầu hết các nhà khoa học hiện đại cũng đồng ý với nhau: tâm là khía cạnh quan trọng nhất trong bản chất của một chúng sinh hữu tình. Trong một ý nghĩa thì tâm thức, hay ý, là chủ nhân điều khiển con rối, trong khi *"thân"* và những dạng giao tiếp khác tạo thành *"khẩu"* hoàn toàn chỉ là những con rối của nó.

Bạn có thể tự mình kiểm chứng lại quan niệm như trên về vai trò của tâm thức. Khi bạn đưa tay gãi mũi, cái gì đã nhận biết cảm giác ngứa? Liệu thân thể bạn có thể tự nó nhận biết cảm giác ngứa? Có phải thân thể tự điều khiển chính nó đưa tay lên gãi mũi? Thậm chí là thân thể liệu có khả năng phân biệt giữa cảm giác ngứa, bàn tay và cái mũi hay không? Hoặc có thể lấy thí dụ về sự khát nước. Nếu bạn khát nước thì chính tâm thức trước hết nhận ra sự khát, rồi cũng tâm thức thúc đẩy bạn xin một ly nước, và điều khiển tay bạn cầm lấy ly nước, đưa lên miệng, rồi sai khiến bạn uống vào. Và rồi cũng chính tâm thức ghi nhận sự thích thú khi một nhu cầu vật chất được thỏa mãn.

Cho dù chúng ta không thể nhìn thấy tâm, nhưng nó luôn hiện hữu trong trạng thái hoạt động. Nó là cội nguồn khả năng nhận biết của mỗi chúng ta, để phân biệt giữa một ngôi nhà với một cái cây, giữa mưa và tuyết, giữa bầu trời quang đãng với bầu trời mây phủ. Nhưng vì trong kinh nghiệm của ta, việc sẵn có một tâm thức là điều kiện quá ư cơ bản nên hầu hết chúng ta xem đó như một điều tất nhiên. Chúng ta không hề bận tâm tự hỏi xem cái gì đang suy nghĩ [những điều như:] "tôi muốn ăn cơm, tôi muốn đi, tôi muốn ngồi..." Chúng ta không tự hỏi: "Tâm ở trong hay ở ngoài thân? Liệu nó có khởi đầu từ đâu đó, tồn tại ở đâu đó, và chấm dứt ở đâu đó hay không? Liệu nó có hình dạng, màu sắc hay không? Thậm chí là liệu nó có thật tồn tại chăng, hay chỉ là sự hoạt động ngẫu nhiên của những tế bào não đã tích tập sự thúc đẩy của thói quen qua thời gian?" Nhưng nếu chúng ta muốn dứt trừ mọi sự đau đớn, khổ não, những kinh nghiệm khó chịu trong cuộc sống hằng ngày, và nếu ta muốn hiểu thấu trọn vẹn tầm quan trọng của việc có được một tâm thức, thì chúng ta phải cố gắng quan sát tâm thức và phân biệt những đặc điểm chính yếu của nó.

Tiến trình này thật ra rất đơn giản. Nó chỉ có vẻ như khó khăn lúc ban đầu, vì ta đã quá quen với việc nhìn ra thế giới "bên ngoài", một thế giới dường như luôn đầy ắp những đối tượng và kinh nghiệm hấp dẫn. Khi quay nhìn lại tâm thức, ta thấy giống như đang cố nhìn ra sau gáy của mình mà không dùng đến gương soi.

Vậy bây giờ tôi xin đề nghị một bài kiểm tra đơn giản để chỉ ra sự bất ổn của việc cố nhìn tâm theo cách hiểu thông thường của chúng ta về sự vật. Đừng lo lắng. Các bạn chắc chắn sẽ vượt qua bài kiểm tra này, và cũng không [nghiêm túc đến độ bạn phải] dùng bút chì tiêu chuẩn số 2 để điền vào bất kỳ mẫu giấy thi nào.[1]

Đề kiểm tra là thế này: Lần tới đây khi bạn ngồi vào bàn ăn trưa hoặc ăn tối, hãy tự hỏi: *"Ai đang suy nghĩ rằng món ăn này ngon, hay không ngon lắm? Ai đang nhận biết là đang ăn?"* Dường như câu trả lời lập tức rất hiển nhiên

[1] Nguyên bản tiếng Anh dùng "Number 2 pencil", tức là loại bút chì tiêu chuẩn bắt buộc phải dùng trong các kỳ thi được chấm tự động bằng máy, vì độ cứng của bút chì số 2 cho kết quả chính xác nhất, còn bút chì số 1 thì quá mềm và các số 3, 4 thì quá cứng.

là: *"Bộ não tôi."* Nhưng khi chúng ta quan sát bộ não từ góc độ của khoa học hiện đại, ta thấy rằng câu trả lời không hoàn toàn đơn giản đến như thế.

NHỮNG GÌ ĐANG DIỄN RA TRONG NÃO BỘ?

"Tất cả mọi pháp đều do tâm phóng chiếu."

Đức Gyalwang Karmapa Đời thứ 3

Wishes of Mahamudra (Đại Thủ Ấn kỳ nguyện văn)

Maria Montenegro dịch sang Anh ngữ

Nếu tất cả những gì ta mong muốn chỉ là được sống hạnh phúc, tại sao ta cần phải hiểu biết, dù chỉ một chút gì đó, về não bộ? Tại sao ta không thể chỉ cần suy nghĩ những điều vui vẻ, tưởng tượng thân thể mình tràn ngập ánh sáng trắng, hoặc treo đầy tường nhà những bức tranh vô tư vui thú kiểu *"thỏ con với cầu vồng"* và không cần làm gì khác nữa? Vâng... cũng có thể.

Thật không may, một trong những chướng ngại lớn nhất mà chúng ta gặp phải khi cố gắng khảo sát tâm thức là một niềm tin đã ăn sâu và thường là một cách vô thức, rằng *"tôi sinh ra đã là thế này và không thể làm gì để thay đổi khác đi"*. Tôi đã trải qua chính cái cảm giác tiêu cực vô ích này suốt thời thơ ấu, và đã nhận ra nó rất thường xuyên khi tiếp xúc với mọi người trên khắp thế giới. Chúng ta thậm chí không hề suy nghĩ đến nó một cách có ý thức, nhưng cái ý tưởng rằng mình *"không thể nào thay đổi được đầu óc"* đã khóa chặt mọi toan tính nỗ lực của chúng ta.

Có nhiều người đã cố gắng tạo ra sự thay đổi bằng cách tự ám thị, cầu nguyện hay quán tưởng, nhưng rồi thú nhận với tôi là họ đã bỏ cuộc sau vài ba ngày hay vài ba tuần lễ, vì không thấy chút hiệu quả tức thì nào. Sau khi sự cầu nguyện và tự ám thị của họ không mang lại hiệu quả, họ bèn chối bỏ toàn bộ ý tưởng rèn luyện tâm, cho rằng đó chỉ là một mánh khóe quảng cáo để bán sách.

Một trong những điểm thú vị của việc thuyết giảng vòng quanh thế giới trong bộ áo nhà tu Phật giáo và với một danh xưng gây ấn tượng là những người thường không có thì giờ tiếp chuyện với một "phó thường dân" lại rất vui lòng nói chuyện với tôi, như thể tôi là một người quan trọng đáng được nể vì. Và trong những cuộc hội đàm với các khoa học gia trên thế giới, tôi đã kinh ngạc khi nhận thấy có một sự đồng thuận gần như phổ biến khắp trong giới khoa học, rằng cấu trúc của não bộ quả đúng là có cho phép thực hiện những thay đổi thực sự trong kinh nghiệm hằng ngày.

Trong khoảng 10 năm qua, tôi đã trực tiếp trò chuyện và từng được nghe qua rất nhiều ý tưởng thú vị từ các nhà thần kinh học, sinh vật học và tâm lý học. Trong số đó, có những điều bất đồng với những ý niệm tôi được dạy từ nhỏ, có những điều khác lại giúp khẳng định những gì tôi đã học, cho dù là từ một góc độ khác hơn. Bất kể là chúng tôi có đồng ý với nhau hay không, điều quý giá nhất mà tôi học được từ những cuộc trao đổi với các nhà khoa học này là, việc dành thời gian để nhận hiểu được dù chỉ một phần cấu trúc và chức năng của não bộ, cũng tạo ra một nền tảng vững chắc hơn cho việc nhận hiểu theo quan điểm khoa học về lý do tại sao và bằng cách nào mà những pháp môn tu tập người Phật tử như tôi được học lại thực sự mang đến kết quả.

Tôi đã tình cờ được nghe Tiến sĩ Y khoa Robert B. Livingston, người sáng lập và cũng là Khoa trưởng của Khoa Thần kinh học tại Đại học California ở San Diego, đưa ra một trong những hình tượng so sánh thú vị nhất về não bộ. Trong cuộc Hội thảo lần đầu tiên của Viện Tâm thức và Đời sống vào năm 1987, ông Livingston đã so sánh não bộ như *"một khúc giao hưởng, được hòa âm tuyệt vời và phối hợp trình tấu rất tốt"*.[1] Ông giải thích, giống như một dàn nhạc giao hưởng, não bộ được cấu tạo bởi những nhóm *"nhạc công"* cùng phối hợp với nhau để tạo ra những kết quả cụ thể, chẳng hạn như những cử động, tư tưởng, cảm giác, ký ức và những cảm thọ vật lý. Tuy những kết quả ấy có vẻ hoàn toàn đơn giản, như khi bạn nhìn một người ngáp, chớp mắt, hắt hơi hay đưa một cánh tay lên, nhưng chỉ riêng số lượng các "nhạc công" đã tham gia vào những hành vi đơn giản đến như thế, và phạm vi tương tác giữa các thành phần ấy, cũng đủ để đã tạo ra một toàn cảnh phức tạp đáng kinh ngạc.

Để hiểu rõ hơn những điều Tiến sĩ Livingston nói, tôi đã phải nhờ người giúp đỡ để hiểu được thông tin trong hàng núi sách và tạp chí, cùng các tài liệu khác mà tôi nhận được trong những chuyến đi đầu tiên đến phương Tây. Rất nhiều trong số các tài liệu ấy lại cực kỳ chuyên ngành, và khi tôi cố gắng để nhận hiểu hết, tôi cảm nhận tự thân mình khởi sinh một lòng thương cảm lớn lao đối với các nhà khoa học tương lai và những sinh viên y khoa [sẽ làm việc trong ngành này].

---

[1] Theo Jeremy W. Hayward và Francisco J. Varela, Gentle Bridges: Conversations with the Dalai Lama on the Science of Mind (Boston: Shambhala, 1992), trang 188.

May mắn thay, tôi đã có điều kiện trò chuyện rất lâu với những người thông thái hơn tôi trong các lãnh vực này. Họ đã chuyển dịch tất cả những thuật ngữ khoa học thành những từ ngữ thông thường mà tôi có thể hiểu được. Tôi hy vọng thời gian và công sức họ đã bỏ ra có thể đem lại lợi ích cho họ cũng giống như đã làm lợi ích cho tôi. Không những vốn từ tiếng Anh của tôi gia tăng cực kỳ nhanh chóng, mà tôi còn đạt được một sự hiểu biết về phương thức hoạt động của não bộ theo cách mà người bình dân cũng có thể nhận hiểu dễ dàng. Và khi sự nhận hiểu của tôi về những chi tiết cốt lõi [của vấn đề] đã được hoàn thiện, tôi nhận ra rõ rệt hơn rằng, đối với những ai không được lớn lên trong truyền thống Phật giáo, thì một nhận thức cơ bản về bản chất và vai trò của những "nhạc công" mà Tiến sĩ Livingston đã đề cập là điều kiện thiết yếu để có thể hiểu được lý do tại sao và bằng cách nào mà những pháp môn thiền định của Phật giáo lại thực sự mang lại hiệu quả xét riêng trên bình diện sinh lý.

Tôi cũng say mê học hỏi theo quan điểm khoa học để biết xem những gì đã xảy ra trong não bộ của chính tôi, khiến cho tôi từ một đứa bé mang chứng bệnh sợ sệt kinh niên đã trở thành một người có khả năng đi vòng quanh thế giới và ngồi trước hàng trăm người đến nghe mình thuyết giảng mà không có bất kỳ dấu hiệu sợ sệt nào. Tôi thực sự không thể giải thích được tại sao tôi lại quá tò mò muốn hiểu biết những nguyên nhân vật lý nằm sau những chuyển hóa [tâm thức] đã xảy ra sau nhiều năm thiền tập, trong khi có quá nhiều các bậc thầy hay huynh đệ đồng tu của tôi lại hài lòng với chỉ riêng sự chuyển hóa tâm thức thôi là đủ. Có lẽ kiếp trước tôi đã từng là thợ máy chăng?

Nhưng hãy trở lại với não bộ. Theo một cách nói căn

bản rất "bình dân" thì hầu hết hoạt động của não bộ dường như phát sinh từ một lớp tế bào rất đặc biệt được gọi là *nơ-ron*. Nơ-ron là những tế bào rất giỏi giao tế: chúng thích tán gẫu. Trên một vài khía cạnh, chúng giống như những đứa học trò nghịch ngợm, không ngừng trao đổi các mẩu tin nhắn và thì thầm trò chuyện với nhau - chỉ khác là những câu chuyện bí mật giữa các nơ-ron chủ yếu là về những cảm thọ, cử động, giải quyết vấn đề, tạo ký ức, và phát sinh tư tưởng, cảm xúc.

Những tế bào lắm chuyện này trông rất giống những cái cây, có một thân cây gọi là *a-xon* (sợi trục), có những nhánh cây đưa ra để truyền và nhận thông tin qua lại với những nhánh khác, hay những tế bào thần kinh khác chạy dọc theo các cơ bắp và các lớp mô biểu bì, các cơ quan sinh tồn và cơ quan thụ cảm. Chúng truyền tin cho nhau qua những khoảng cách nhỏ xíu giữa những nhánh gần nhau nhất, gọi là *xi-nap* (synapse). Thông tin thực sự truyền đi qua những khoảng cách nhỏ này được truyền tải dưới dạng những phân tử hóa học gọi là *chất dẫn truyền xung động thần kinh* (neurotransmitter). Những chất dẫn truyền xung động thần kinh này tạo ra các xung điện có thể đo được nhờ một máy đo điện não đồ (EEG). Một số trong các chất dẫn truyền xung động thần kinh này ngày nay đã được rất nhiều người biết đến: chẳng hạn như chất *serotonin* có ảnh hưởng trong bệnh trầm cảm; *dopamine* là một hóa chất đi kèm theo với cảm thọ khoái lạc; và *epinephrine*, thường được biết nhiều hơn với tên *adrénaline*, là một hóa chất thường được [cơ thể] tạo ra để phản ứng với tình trạng căng thẳng (stress), lo âu và sợ hãi, nhưng cũng là thiết yếu cho sự chú ý và cảnh giác. Thuật ngữ khoa học được dùng để gọi sự truyền tải một tín hiệu hóa-điện từ nơ-ron này sang nơ-ron khác là "xung điện thế hoạt động" (acion potential),[1] một thuật ngữ nghe chừng xa lạ đối với tôi, hẳn cũng giống như từ "tánh Không" nghe rất xa lạ với những ai chưa từng học Phật pháp.

Việc nhận biết hoạt động của các nơ-ron hẳn sẽ không đáng kể lắm đối với vấn đề khổ đau hay hạnh phúc, nếu như không có một vài chi tiết quan trọng [như sau đây]. Khi các nơ-ron kết nối với nhau, chúng hình thành một mối quan hệ gắn kết rất giống với tình bằng hữu thâm giao. Chúng rơi vào thói quen truyền qua lại cho nhau những tín hiệu cùng loại, cũng giống như những người bạn thân thiết có khuynh hướng luôn tán thành lẫn nhau trong sự phán đoán về người khác, về các sự kiện và kinh nghiệm. Mối quan hệ gắn kết này là nền tảng sinh lý học của rất nhiều trong số những điều mà chúng ta gọi là "thói quen tinh thần", tức là những phản ứng theo kiểu "phản xạ đầu gối"[2] của chúng ta đối với một số loại người, địa điểm hay sự vật.

[1] Trong quy trình hoạt động thông thường của một tế bào thần kinh, giữa màng tế bào trong và ngoài luôn có một điện thế duy trì gọi là "điện thế nghỉ" (resting potential). Khi nhận một kích thích từ bên ngoài, điện thế này sẽ tăng lên. Để tín hiệu được thực sự truyền đi, điện thế này phải vượt qua một giá trị gọi là "điện thế ngưỡng" (threshhold potential). Khi đó, màng tế bào tạo ra một xung điện đặc biệt gọi là "xung thần kinh". Điện thế của xung thần kinh này được gọi là "xung điện thế hoạt động" (action potential), bởi nó chính là biểu hiện hoạt động của tế bào thần kinh.

[2] Phản xạ đầu gối (knee-jerk reaction): loại phản xạ thông thường xuất hiện ở tất cả mọi người có sức khỏe bình thường. Vì thế, các bác sĩ thường vận dụng phản xạ này để kiểm tra khả năng phản xạ bình thường của bệnh nhân: khi dùng búa gỗ gõ nhẹ vào đầu gối, bệnh nhân sẽ lập tức xuất hiện phản xạ giật nảy phần chân và bàn chân bên dưới. Phản xạ đầu gối được dùng để so sánh với những kiểu phản ứng hoàn toàn theo thói quen hoặc bản năng, không có sự suy xét hay phân tích chọn lựa.

Hãy lấy một thí dụ thật đơn giản, nếu khi còn rất nhỏ tôi đã từng bị một con chó làm cho sợ hãi, thì trong não bộ tôi sẽ hình thành một nhóm các nơ-ron truyền tin cho nhau, một mặt tương ứng với cảm giác sợ hãi của cơ thể, và mặt khác tương ứng với khái niệm "chó rất đáng sợ". Sau đó, khi tôi nhìn thấy một con chó, cùng nhóm các nơ-ron đó sẽ khởi động việc "tán gẫu" với nhau giống như trước đó để nhắc nhở tôi là "chó rất đáng sợ". Và cứ mỗi lần sự truyền tin này diễn ra, chúng sẽ tăng cường độ mạnh mẽ hơn và thuyết phục hơn, cho đến khi điều này trở thành một thói quen ăn sâu đến mức chỉ cần nghĩ tới chó thôi là tim tôi bắt đầu đập thình thịch và toàn thân toát mồ hôi [vì sợ].

Nhưng, giả sử có ngày nọ tôi đến thăm một người bạn có nuôi chó. Ban đầu, tôi có thể rất sợ khi gõ cửa và nghe tiếng chó sủa rồi con vật ấy nhẩy xổ ra ngoài để đánh hơi tôi. Nhưng sau một thời gian, con chó bắt đầu quen thuộc với tôi và chạy đến nằm dưới chân hay nhảy vào lòng tôi, thậm chí có thể là nó bắt đầu liếm vào người tôi một cách sung sướng và trìu mến cho đến nỗi tôi buộc phải đẩy nó ra xa.

Chuyện xảy ra trong não bộ con chó là, có một nhóm các nơ-ron truyền tin cho nhau tương ứng với mùi cơ thể của tôi cùng với tất cả những cảm giác cho nó biết là chủ nó mến tôi, tạo thành một mô thức có ý nghĩa tương đương như: "À, người này thật đáng mến!" Trong khi đó, trong não tôi thì một nhóm nơ-ron mới tương ứng với những cảm thọ dễ chịu của cơ thể lại bắt đầu truyền tin cho nhau, và tôi sẽ bắt đầu nghĩ: "À, coi vậy mà chó cũng dễ thương đấy chứ!" Mỗi lần tôi đến thăm bạn, mô thức mới này sẽ được củng cố và mô thức cũ sẽ yếu dần đi - cho đến cuối cùng thì tôi không còn sợ chó nữa.

Thuật ngữ của khoa Thần kinh học gọi khả năng thay thế các nhóm liên kết nơ-ron cũ bằng các nhóm mới là tính chất *"có thể thay đổi"* của não bộ.[1] Người Tây Tạng gọi khả năng này là *le-su-rung-wa*, có thể dịch gần đúng sang Anh ngữ là *"pliability"*, nghĩa là *"nhu nhuyễn"*. Bạn có thể dùng chữ nào cũng được, chữ nào nghe cũng thông thái. Nhưng điều quan trọng nhất ở đây là, chỉ xét riêng trên bình diện tế bào, *những kinh nghiệm được lặp lại nhiều lần có thể làm thay đổi cách hoạt động của não bộ*. Đây chính là nguyên nhân ẩn tàng giải thích về phương thức mà những pháp môn đạo Phật đã sử dụng nhằm loại bỏ các thói quen tinh thần gây ra khổ đau.

NÃO BỘ: TUY BA MÀ MỘT

"Phật thân hiển lộ như Ba thân..."

GAMPOPA

Giải thoát trang nghiêm bảo man
(The Jewel Ornament of Liberation)

Khenpo Konchog Gyaltsen Rinpoche
dịch sang Anh ngữ

Đến đây, hẳn đã quá rõ ràng là não bộ không phải một vật thể đơn thuần, và câu trả lời cho vấn đề *"ai đang suy nghĩ rằng món ăn này ngon, hay không ngon*

[1]Nguyên bản tiếng Anh dùng "neuronal plasticity", nhưng thuật ngữ này cũng thường được viết là "neuroplasticity" hay "brain plasticity", hàm ý một tính chất chi phối toàn não bộ.

lắm" tuy có vẻ như đơn giản nhưng lại không phải vậy. Ngay cả những hoạt động tương đối cơ bản như ăn uống, cũng đều cần đến sự trao đổi hàng ngàn tín hiệu điện-hóa chớp nhoáng và phối hợp chặt chẽ giữa hàng triệu tế bào trong não bộ cũng như trong toàn cơ thể. Tuy nhiên, còn một tầng bậc phức tạp khác nữa mà ta nhất thiết phải xem xét đến trước khi hoàn tất cuộc du ngoạn vòng quanh não bộ.

Hàng tỷ nơ-ron trong bộ não con người được phân chia thành 3 lớp dựa theo chức năng của chúng, và mỗi lớp như vậy đều đã phát triển qua hàng trăm ngàn năm khi các loài sinh vật tiến hóa và đạt đến những cơ chế [hoạt động não bộ] ngày càng tinh vi hơn để sinh tồn.

Lớp đầu tiên và lâu đời nhất, được gọi là cuống não (*brain stem*), là một nhóm tế bào hợp lại có dạng như bóng đèn, bắt đầu ngay bên trên đầu cột sống. Lớp này cũng thường được gọi là phần não bò sát, vì nó tương tự với toàn bộ não của nhiều loài bò sát. Nhiệm vụ chính của phần não bò sát là điều hòa những chức năng cơ bản và không chủ ý, như hô hấp, trao đổi chất, nhịp đập của tim và sự tuần hoàn. Nó cũng điều khiển những phản ứng thường được gọi là kiểu phản ứng *"chạy hay chống"*, hoặc *"phản ứng giật mình"*: một phản ứng tự động thúc đẩy ta phải nhận hiểu bất kỳ sự đối đầu hay sự kiện bất ngờ nào - chẳng hạn như một tiếng động lớn, một mùi ngửi thấy lạ, một con vật gì bò trên cánh tay, hay cái gì đó cuộn tròn trong một góc tối - đều như là một mối đe dọa tiềm tàng. Khi đó, hoàn toàn không có sự chủ ý, chất *adrenaline* tự nhiên bắt đầu truyền đi khắp cơ thể, làm nhịp tim tăng nhanh và các cơ bắp căng thẳng. Nếu mối đe dọa được ghi nhận là vượt quá khả năng chống lại, ta sẽ *bỏ chạy*. Nếu nghĩ mình có thể chiến thắng mối đe dọa đó, ta sẽ *chống trả*. Chúng ta có thể dễ dàng thấy rằng kiểu phản ứng tự động như vậy, [chọn lựa giữa *chạy* hay *chống*,] có ảnh hưởng lớn lao đến sự sinh tồn như thế nào.

Phần lớn các loài bò sát thường có khuynh hướng đối đầu hơn là hợp tác, và chúng không có khả năng bẩm sinh nuôi dưỡng con cái. Sau khi đẻ trứng, thông thường nhất là con mẹ sẽ bỏ tổ mà đi. Khi trứng nở thành con, tuy được thừa hưởng những bản năng và đặc tính di truyền của nòi giống, nhưng cơ thể bò sát con hãy còn yếu đuối, vụng về. Tuy nhiên, chúng đã phải tự bảo vệ chính mình. Rất nhiều bò sát con không sống sót được sau chỉ vài ba giờ đầu tiên. Trong khi cố trườn đến nơi an toàn ở bất kỳ môi trường nào thích hợp nhất với chúng - chẳng hạn như loài rùa biển cố tìm ra biển - thì chúng đã bị giết và ăn thịt bởi các loài thú khác, và rất thường là chính đồng loại của chúng. Trong thực tế, bò sát con bị chính cha mẹ chúng giết chết cũng không phải là chuyện lạ, vì cha mẹ chúng không nhận biết con mồi chính là con đẻ của mình.

Với sự tiến hóa của những chủng loại mới trong các loài động vật có xương sống - như các loài chim và động vật có vú - một sự phát triển đáng kinh ngạc đã xảy ra trong cấu trúc của não bộ. Khác với anh em nhà họ bò sát, những con vật mới sinh của chủng loại này chưa phát triển đủ để tự lo cho mình và cần được cha mẹ chăm sóc. Để đáp ứng nhu cầu này - và để bảo đảm sự tồn tại của giống nòi - lớp thứ hai của não bộ dần dần phát triển. Lớp này có tên là “vùng hệ biên” hay viền não (*limbic region*), bao bọc quanh phần cuống não (*brain stem*) như một cái mũ chụp, bao gồm một loạt những loại kết nối nơ-ron theo chương trình được ấn định trước để kích thích, khơi dậy sự thôi thúc khuynh hướng nuôi dưỡng con, nghĩa là cung cấp thức ăn, bảo vệ và dạy cho chúng những kỹ năng sinh tồn thiết yếu thông qua sự chơi đùa và những luyện tập khác.

Những lộ trình thần kinh tinh vi hơn này cũng cung cấp cho các loài động vật mới khả năng nhận biết một loạt cảm xúc phong phú hơn là chỉ đơn thuần *"chạy hay chống"*. Thí dụ, động vật có vú không những có thể phân biệt tiếng kêu đặc trưng của con mình, mà còn có thể nghe ra những cảm xúc khác biệt trong đó, như nỗi đau đớn, vui thích, đói bụng v.v... Hơn thế nữa, vùng hệ biên còn cung cấp một khả năng rộng rãi hơn và tinh vi hơn để có thể "đọc hiểu" ý định của các động vật khác qua tư thế, cách thức di chuyển, vẻ mặt hay ánh mắt nhìn, và ngay cả qua những mùi hương tinh tế, hay các hoạt chất tương tác (*pheromone*). Và nhờ khả năng xử lý các loại tín hiệu đa dạng như thế nên các loài động vật có vú và chim chóc có thể thích ứng một cách linh hoạt hơn với sự thay đổi môi trường sống, chuẩn bị nền tảng cho sự học hỏi và ký ức.

Phần hệ biên (hay viền não) có những cấu trúc và khả năng rất nổi bật mà chúng ta sẽ khảo sát kỹ hơn ở phần sau, khi đề cập đến vai trò của cảm xúc. Tuy nhiên, có hai trong số những cấu trúc ấy cần được chú ý. Thứ nhất là vùng hồi hải mã (*hippocampus*), nằm trong thùy thái dương (*temporal lobe*), nghĩa là ngay đằng sau thái dương. (Thật ra, chúng ta có đến hai hồi hải mã, nằm ở hai bên của não.) Hồi hải mã là phần não thiết yếu trong việc tạo ký ức mới về những sự kiện đã trực tiếp trải nghiệm, cung cấp một bối cảnh có chiều không gian, tri thức và - ít nhất là trong trường hợp loài người - ngôn từ để đem lại ý nghĩa cho những phản ứng cảm xúc của chúng ta. Những ai bị chấn thương vật lý ở vùng não này sẽ gặp khó khăn trong việc tạo ký ức mới. Họ có thể nhớ được tất cả những gì xảy ra trước khi vùng hồi hải mã bị chấn thương, nhưng sau thời điểm chấn thương thì dù gặp gỡ bất cứ ai hay xảy ra bất kỳ sự việc gì họ cũng quên đi ngay trong chốc lát. Vùng hồi hải mã cũng là một trong những vùng của não bị tác động trước nhất bởi bệnh *Alzheimer*, cũng như các bệnh tâm thần khác, như bệnh tâm thần phân liệt, trầm cảm nghiêm trọng hay bệnh rối loạn lưỡng cực (*bipolar disorder*).

Phần thứ hai đáng chú ý trong vùng hệ biên (hay viền não) là hạch hạnh nhân hay *a-mi-đan* (*amygdala*), một cấu trúc tập hợp các nơ-ron, có dạng như quả hạnh nhân, nằm dưới đáy vùng hệ biên, ngay bên trên cuống não. Cũng giống như hồi hải mã, trong bộ não người có đến 2 hạch hạnh nhân: một ở bán cầu não phải và một ở bán cầu não trái. Hạch hạnh nhân có vai trò thiết yếu cả trong việc cảm nhận cảm xúc và tạo ký ức cảm xúc. Nghiên cứu cho thấy rằng, khi hạch hạnh nhân bị hủy hoại hay cắt bỏ sẽ dẫn đến mất đi hầu như tất cả những khả năng phản ứng cảm xúc, bao gồm cả những phản xạ cơ bản nhất như sợ hãi hay cảm thông, đồng thời khả năng thiết lập hay nhận biết các mối quan hệ xã hội cũng mất luôn.[1]

Chúng ta nên chú ý nhiều đến hoạt động của hạch hạnh nhân và hồi hải mã khi nỗ lực để xác định một khoa học thực hành về hạnh phúc. Vì hạch hạnh nhân kết nối với hệ thống thần kinh tự điều phối, một vùng trong cuống não (*brain stem*) có chức năng tự động điều phối các phản ứng của cơ bắp, nhịp tim và các tuyến hạch, và vùng dưới

[1] Theo Daniel Goleman, Emotional Intelligence (New York: Bantam Books, 1995), trang 15.

đồi (*hypothalamus*), một cấu trúc tập hợp các nơ-ron nằm dưới phần đáy vùng hệ biên (hay viền não) có chức năng tiết vào máu chất *adrenaline* và những nội tiết tố *(hormone)* khác, nên những ký ức cảm xúc mà hạch hạnh nhân tạo ra vô cùng mãnh liệt và có liên kết với những phản ứng sinh học và sinh-hóa học rất quan trọng.

Khi một sự kiện xảy ra kích thích một phản ứng sinh lý mạnh mẽ - chẳng hạn như làm tiết ra một lượng lớn *adrenaline* hay các nội tiết tố khác - vùng hồi hải mã sẽ gửi một tín hiệu xuống vùng cuống não (*brain stem*) và tín hiệu này sẽ được lưu trữ tại đây như một mô thức mẫu. Kết quả là nhiều người có khả năng nhớ lại chính xác họ đang ở đâu và chung quanh họ xảy ra những gì [vào lúc có một sự kiện quan trọng xảy ra], chẳng hạn như khi họ nghe nói đến hay chứng kiến những thảm nạn phi thuyền không gian, hay vụ ám sát Tổng thống Kennedy... Những mô thức cùng loại có thể được lưu trữ khi có những kinh nghiệm thiên về cá nhân hơn về một bản chất được xem là rất tốt hay rất xấu.

Vì những ký ức như thế và mô thức tương ứng với chúng là quá mạnh mẽ nên chúng có thể dễ dàng bị kích hoạt bởi những biến cố về sau nếu có sự tương đồng nào đó - đôi khi là rất ít - so với ký ức ban đầu. Loại phản ứng mãnh liệt từ ký ức này hiển nhiên mang lại lợi ích quan trọng cho sự sống còn trước những hoàn cảnh đe dọa tính mạng. Nó cho phép nhận biết và tránh dùng các thức ăn đã từng gây bệnh cho ta, hay tránh đối đầu với những con thú - hoặc ngay cả những con người - đặc biệt hung dữ; nhưng đồng thời nó cũng có thể che lấp hoặc làm lệch lạc đi nhận thức về những kinh nghiệm thông thường hơn. Thí dụ, những đứa trẻ thường xuyên bị cha mẹ hay những người lớn khác la mắng, quở trách, thì khi trưởng thành rồi có thể cảm thấy một nỗi sợ hãi, oán giận hay những cảm xúc khó chịu khác một cách mạnh mẽ thái quá khi tiếp xúc với những nhân vật có quyền thế. Những phản ứng lệch lạc này thường là kết quả của một phương thức liên kết không chính xác mà vùng hạch hạnh nhân đã dựa vào để kích hoạt một phản ứng từ ký ức. Một yếu tố nổi bật trong hoàn cảnh hiện tại tương tợ với một yếu tố trong kinh nghiệm quá khứ có thể khơi dậy toàn bộ những suy tưởng, cảm xúc cùng với những phản ứng cơ bắp hay sản sinh nội tiết tố, vốn đã được lưu trữ kèm theo với kinh nghiệm quá khứ đó.

Những hoạt động của vùng hệ biên - hay đôi khi cũng được gọi là *"vùng não cảm xúc"* - được quân bình một phần rất lớn nhờ vào lớp não thứ ba, là lớp não phát triển gần đây nhất: lớp vỏ não mới (*neocortex*). Lớp não này là đặc trưng ở động vật có vú, cung cấp khả năng lý luận, hình thành khái niệm, lập kế hoạch và điều chỉnh các phản ứng cảm xúc. Mặc dù lớp não này khá mỏng ở hầu hết các loài động vật có vú, nhưng nếu bạn có dịp chứng kiến một con mèo đang tìm cách mở cánh cửa tủ hay một con chó cố gắng làm xoay tay nắm cửa, đó là bạn đã bắt quả tang hoạt động của lớp vỏ não mới nơi một con vật.

Ở loài người và những động vật tiến hóa bậc cao, lớp vỏ não mới đã phát triển thành một cấu trúc lớn hơn và phức tạp hơn nhiều. Hầu hết chúng ta khi nghĩ tới bộ não thì thường chính là cấu trúc này, với nhiều đường lồi lõm và các nếp gấp, hiện ra trong tâm trí ta. Trong thực tế, nếu không có những đường lồi lõm và các nếp gấp này, chúng ta sẽ không thể hình dung ra não bộ, bởi chính lớp vỏ não mới (*neocortex*) to lớn này đã giúp ta có khả năng tưởng tượng cũng như sáng tạo, nhận hiểu và sử dụng các biểu tượng. Cũng chính lớp vỏ não này đã cho chúng ta khả năng sử dụng ngôn ngữ, chữ viết, toán học, âm nhạc và nghệ thuật. Lớp vỏ não mới của chúng ta chính là trung tâm của những hoạt động lý trí, bao gồm việc giải quyết vấn đề, phân tích, phán đoán, kiểm soát các phản xạ, cũng như khả năng tổ chức thông tin, học hỏi từ kinh nghiệm và sai lầm trong quá khứ, cho đến khả năng cảm thông với người khác.

Chỉ riêng việc nhận biết rằng bộ não người được cấu tạo bởi ba lớp khác nhau như trên, tự nó đã thật đáng kinh ngạc. Nhưng kỳ diệu hơn nữa là, bất kể chúng ta có tự thấy mình là tiến bộ hay có trình độ cao đến như thế nào đi chăng nữa, thì việc khởi sinh chỉ mỗi một ý tưởng duy nhất thôi cũng đã cần đến một loạt những tương tác phức tạp giữa cả ba lớp não ấy: phần cuống não (*brain stem*), phần hệ biên hay viền não (*limbic region*) và lớp vỏ não mới (*neocortex*). Hơn thế nữa, có vẻ như mỗi một ý tưởng, cảm thọ hay kinh nghiệm đều liên quan đến một loạt tương tác [đặc thù], thường liên quan đến những vùng não không bị kích hoạt bởi những loại ý tưởng khác.

NGƯỜI NHẠC TRƯỞNG VẮNG MẶT

"Tâm thức không nằm trong đầu ta."

Từng bước tiến tới Khoa học tương tức
(Steps to a Science of Inter-Being)

Francisco J. Varela

Trích từ sách "The Psychology of Awakening"
(Tâm lý học của sự tỉnh thức)

do S. Bachelor, G. Claxton
và G. Watson biên tập

Tuy nhiên, tôi vẫn chưa giải tỏa được một thắc mắc. Nếu não bộ là một khúc nhạc giao hưởng như Tiến sĩ Levingston đã nói, thì lẽ nào lại không có một người nhạc trưởng? Lẽ nào lại không có một tế bào hay cơ quan cụ thể nào đó mà ta có thể xác định được, đã chỉ huy tất cả mọi việc? Chắc chắn là chúng ta đều cảm thấy như có một cái gì như thế. Hay ít nhất thì ta cũng đã chỉ đến cái ấy khi nói những câu như "tâm tôi vẫn chưa quyết định", "tâm tôi hoàn toàn trống rỗng", hay "nhất định là tôi đã không lưu tâm"...

Khi nói chuyện với các nhà thần kinh học, sinh vật học và tâm lý học, tôi được biết rằng khoa học hiện đại từ lâu đã cố gắng truy tìm tông tích một "người nhạc trưởng" như thế. Họ đã đầu tư rất nhiều nỗ lực trong niềm hy vọng sẽ phát hiện ra một tế bào hay nhóm tế bào nào đó giữ chức năng điều khiển các cảm thọ, nhận thức, tư tưởng và các loại hoạt động tâm thần khác. Nhưng cho đến nay, dù đã dùng đến kỹ thuật tinh vi nhất hiện có, họ vẫn không tìm được bằng chứng nào về sự hiện diện của "người nhạc trưởng" đó. Không một vùng não riêng lẻ nào - không một "chủ thể" bé xíu nào - có thể được xem là có chức năng điều phối sự thông tin giao tiếp giữa các "nhạc công" nơ-ron.

Vì thế các nhà thần kinh học hiện đại đã từ bỏ việc đi tìm một "nhạc trưởng" để quay sang khám phá các nguyên lý và cơ chế đã giúp cho hàng tỷ nơ-ron trải đều trong khắp não bộ có thể phối hợp hoạt động với nhau một cách hài hòa, mà không cần đến một người chỉ huy trung tâm nào. Cung cách ứng xử "đồng bộ" hay "phân đều" như vậy có thể so sánh với sự phối hợp ứng biến của một ban nhạc Jazz. Khi các nhạc sĩ chơi nhạc Jazz "ứng tấu", mỗi người trong nhóm có thể chơi một dòng nhạc hơi khác, nhưng bằng cách nào đó, họ vẫn linh hoạt cùng chơi với nhau một cách hài hòa.

Ý niệm định vị một "cái tôi" trong não bộ phần lớn dựa trên những ảnh hưởng của khoa vật lý học cổ điển, vốn có truyền thống chú trọng vào việc nghiên cứu các định luật chi phối những đối tượng có vị trí xác định. Dựa trên quan điểm truyền thống này, nếu tâm thức có một tác động - chẳng hạn như đối với cảm xúc - thì nó hẳn phải được xác định vị trí ở đâu đó. Thế nhưng, toàn bộ quan niệm về các thực thể rắn chắc đã trở nên đáng ngờ trong khuôn khổ của vật lý hiện đại. Mỗi khi có ai đó xác định được một yếu tố vật chất nhỏ nhất có thể hình dung được, thì lại có người khác phát hiện ra rằng yếu tố đó thật ra được cấu thành từ những phần tử còn nhỏ hơn thế nữa. Với mỗi một tiến bộ mới, việc xác định chắc chắn bất kỳ yếu tố vật chất cơ bản nào đó lại càng trở nên khó khăn hơn.

Về mặt lý thuyết, ngay cả khi ta có thể phân chia não bộ thành những phần nhỏ hơn rồi nhỏ hơn nữa... cho tới mức độ của một hạ nguyên tử (*subatom*) nhỏ nhất, làm sao ta có thể xác định chắc chắn được chỉ một phần duy nhất trong những phần nhỏ nhất ấy là tâm thức? Vì mỗi một tế bào đều được cấu tạo từ nhiều phân tử nhỏ hơn, và mỗi một phân tử ấy lại được cấu tạo từ những phân tử thậm chí còn nhỏ hơn thế nữa, làm sao có thể nhận biết được phân tử nào trong số đó đã tạo thành tâm thức?

Chính ở điểm này mà có lẽ Phật giáo có khả năng cống hiến một cách nhìn mới mẻ, một cách nhìn rất có thể sẽ thiết lập nền tảng cho những khuynh hướng mới trong nghiên cứu khoa học.

Trong thuật ngữ Phật giáo Tây Tạng, từ "*sem*" được dùng để chỉ tâm thức, có thể dịch sang Anh ngữ là "*that which knows*" - nghĩa là "*cái nhận biết*" *(năng tri)*. Từ ngữ đơn giản này có thể giúp chúng ta hiểu rằng, cách nhìn của Phật giáo về tâm thức nghiêng về khả năng nhận biết và tư duy kinh nghiệm của chúng ta nhiều hơn là đối tượng cụ thể [của sự nhận biết] *(sở tri)*. Dầu đức Phật có dạy rằng bộ não là chỗ y cứ vật chất của tâm, Ngài cũng đã cẩn thận chỉ rõ rằng tâm thức tự nó không phải là một cái gì có thể nhìn thấy, sờ mó hay thậm chí là định nghĩa được bằng ngôn từ. Cũng giống như nhãn căn vật lý (con mắt) không phải là cái thấy, nhĩ căn vật lý (lỗ tai) không phải là cái nghe, não bộ cũng không phải là tâm thức.

Một trong những bài học đầu tiên mà cha tôi đã dạy là, Phật giáo không nhìn tâm thức như một thực thể riêng lẻ, mà là một kinh nghiệm tiến triển, hiển lộ không ngừng. Tôi vẫn còn nhớ là thoạt tiên tư tưởng này đối với tôi lạ lùng như thế nào, khi ngồi trong phòng học tại tu viện của cha tôi ở Nepal, xung quanh là đồ đệ của ngài đến từ khắp nơi trên thế giới. Chúng tôi quá đông, chen nhau trong căn phòng nhỏ xíu, chật đến nỗi gần như không có chỗ di chuyển. Nhưng qua khung cửa sổ, tôi có thể thấy một khung cảnh trải rộng mênh mông của những dãy núi và rừng rậm. Và cha tôi ngồi đó, rất an nhiên tự tại, không hề quan tâm đến cái nóng bức vì quá đông người, và nói rằng những gì mà chúng ta nghĩ đến như là tự thể cá biệt của riêng mình - "tâm của tôi", "thân thể của tôi", "cái ngã của tôi" - thật ra chỉ là một ảo tưởng được tạo thành bởi dòng chảy không ngừng của những tư tưởng, cảm xúc, cảm thọ và nhận thức.

Tôi không biết có phải hoàn toàn do năng lực của kinh nghiệm tự thân cha tôi khi ông thuyết giảng, hay do sự tương phản vật lý giữa cảm giác chen chúc trên một băng ghế với các đồ đệ khác và cảnh không gian bát ngát mở rộng bên ngoài cửa sổ, hay là nhờ vào cả hai, nhưng ngay trong thời khắc đó có một cái gì - như theo cách nói của người phương Tây - hoàn toàn "được kích hoạt". Tôi đã có một kinh nghiệm giải thoát khi phân biệt được giữa sự suy nghĩ theo những cách như tâm thức "của tôi" hay tự thể "của tôi" với khả năng chỉ đơn thuần trải nghiệm sự hiện hữu bao la khoáng khoát như khung cảnh trải rộng của những dãy núi và bầu trời bên ngoài cửa sổ.

Về sau, khi đến phương Tây, tôi được nghe một số nhà tâm lý học so sánh kinh nghiệm về "tâm thức" hay "tự thể" với việc xem phim ảnh. Họ giải thích rằng, khi chúng ta xem một cuốn phim, có vẻ như chúng ta kinh nghiệm được một chuỗi liên tục các âm thanh và chuyển động khi những khung hình riêng rẽ đi qua máy chiếu phim. Tuy nhiên, kinh nghiệm này sẽ khác đi rất đáng kể nếu chúng ta có cơ hội xem cuốn phim ấy qua từng khung hình một.

Đó chính là phương thức mà cha tôi bắt đầu dạy tôi quán chiếu tâm. Nếu tôi quan sát kỹ từng tư tưởng, cảm xúc và cảm thọ đang đi qua tâm thức, ảo giác về một cái tôi hạn hẹp sẽ tan rã, và thay vào đó là một tri giác tĩnh lặng, rộng mở và thanh thản hơn rất nhiều. Và điều tôi học được từ các nhà khoa học khác là, vì kinh nghiệm làm thay đổi cấu trúc nơ-ron của bộ não, nên khi quán chiếu tâm theo cách này, chúng ta có thể làm thay đổi câu chuyện gẫu của các tế bào đã duy trì kinh nghiệm của ta về "bản ngã".

CHÁNH NIỆM

"Liên tục quán chiếu sâu vào tâm thức,
vốn không thể quán chiếu,
ý nghĩa chân thật sẽ hiển lộ sinh động, đúng
thật như đang hiện hữu."

Ngài Gyalwang Karmapa Đời thứ ba

Karmapa Chứng đạo ca: Liễu nghĩa
Đại thủ ấn kỳ nguyện văn
(Song of Karmapa: The Aspiration of the
Mahamudra of True Meaning)

Erik Pema Kunsang dịch sang Anh ngữ

Điểm then chốt - hay phương thức tu tập của Phật giáo - nằm ở chỗ là học biết cách buông xả hoàn toàn trong sự nhận biết đơn thuần các tư tưởng, cảm giác và nhận thức khi chúng sinh khởi. Trong truyền thống

Phật giáo, sự nhận biết nhẹ nhàng như thế được gọi là "chánh niệm". Và, khi đã hiện hữu thì chánh niệm lại buông xả hoàn toàn trong bản thể trong sáng của tâm. Giống như trong thí dụ về con chó đã nói trước đây, giả sử như tôi chỉ nhận biết các tư tưởng, nhận thức và cảm thọ theo thói quen mà không bị lôi cuốn theo chúng, thì sức mạnh chi phối của chúng đối với tôi sẽ bắt đầu yếu ớt dần đi. Tôi sẽ trải nghiệm sự sinh khởi và mất đi của chúng chỉ như sự vận hành tự nhiên của tâm thức không hơn không kém, cũng giống như những đợt sóng nhấp nhô một cách tự nhiên trên mặt hồ hay đại dương. Và cuối cùng, tôi nhận ra được rằng, đây chính là những gì đã xảy ra khi tôi ngồi một mình trong phòng nhập thất, cố gắng vượt qua nỗi sợ hãi đã làm tôi khổ sở trong suốt thời thơ ấu. Chỉ riêng việc quán chiếu những gì đang diễn ra trong tâm thức đã thực sự làm thay đổi những diễn biến trong ấy.

Ngay lúc này bạn cũng có thể nếm trải sự giải thoát như thế trong bản thể trong sáng, thông qua một bài tập đơn giản. Chỉ cần ngồi thẳng lưng, hít thở bình thường, và để cho mình nhận biết hơi thở ra vào. Khi bạn thư giãn trong sự đơn thuần nhận biết từng hơi thở ra vào, rất có thể bạn sẽ bắt đầu để ý thấy hàng trăm tư tưởng đi qua trong tâm. Một số tư tưởng dễ dàng buông bỏ, nhưng một số khác có thể dẫn dắt bạn vào con đường mênh mông kéo dài của những tư tưởng liên quan khác. Khi bạn nhận ra mình đang chạy đuổi theo một tư tưởng, chỉ đơn giản là tự quay về chú tâm vào hơi thở. Làm như thế trong khoảng một phút.

Ban đầu, bạn có thể kinh ngạc trước số lượng và sự đa dạng của những tư tưởng đang ào ạt trôi qua dưới sự nhận biết của bạn, như một ngọn thác cuồn cuộn đổ xuống dốc đá thẳng đứng. Một kinh nghiệm như thế không phải là dấu hiệu của sự thất bại. Đó là dấu hiệu của sự thành công. Bạn đã bắt đầu nhận ra được những tư tưởng vẫn thường đi qua tâm thức bạn nhiều như thế nào mà thậm chí không hề có sự nhận biết của bạn.

Bạn cũng có thể tự thấy mình vướng mắc và đi theo một dòng tư tưởng, đến mức quên hết tất cả mọi thứ khác. Rồi đột nhiên bạn chợt nhớ rằng, chủ đích của bài tập là chỉ thuần túy theo dõi tư tưởng mà thôi. Thay vì tự trừng phạt hay chê trách chính mình, bạn chỉ cần quay về chú tâm vào hơi thở.

Nếu tiếp tục duy trì sự luyện tập như thế, bạn sẽ thấy rằng, cho dù những tư tưởng và cảm xúc [liên tục] sinh khởi và mất đi, nhưng bản thể trong sáng của tâm không bao giờ thay đổi hay gián đoạn. Hãy xét một thí dụ, trong một chuyến đi Novia Scotia, tôi đã viếng thăm một nơi nhập thất tọa lạc ngay bên bờ biển. Hôm tôi đến, thời tiết thật lý tưởng: Bầu trời không một áng mây và mặt biển xanh trong thăm thẳm, nhìn thật thích mắt. Thế nhưng, khi tôi thức dậy vào sáng hôm sau, mặt biển lại trông giống như một thứ nước canh đặc, đen kịt như bùn. Tôi tự hỏi: "Chuyện gì đã xảy ra với mặt biển? Mới hôm qua mặt nước thật xanh trong, hôm nay lại đột nhiên trở nên dơ bẩn?" Tôi đi dọc bờ biển và không thấy được bất kỳ nguyên nhân rõ rệt nào của sự thay đổi. Không hề có chút bùn đất nào trong nước hay dọc theo bãi biển. Thế rồi tôi ngước nhìn lên bầu trời và thấy những đám mây xám xịt phủ dày khắp nơi. Tôi hiểu ra rằng, chính màu mây trời đã làm thay đổi màu nước đại dương. Khi nhìn thật kỹ, tôi thấy mặt nước tự nó vẫn sạch và trong vắt.

Trên nhiều phương diện, tâm thức cũng giống như mặt biển ấy. "Màu sắc" thay đổi theo từng ngày, từng giờ, phản chiếu các tư tưởng, cảm xúc v.v... trôi ngang qua "bên trên" tâm thức, có thể nói như vậy. Nhưng tự thân tâm thức, cũng giống như đại dương, không bao giờ thay đổi: Tâm luôn luôn thanh tịnh và trong sáng, bất luận nó đang phản chiếu những gì.

Thực hành chánh niệm ban đầu có vẻ khó khăn, nhưng vấn đề không phải là bạn ngay tức thời thành công như thế nào. Những gì có vẻ như không thể làm được vào lúc này rồi sẽ trở nên dễ dàng hơn khi đã trải qua sự thực hành. Bất kỳ điều gì bạn cũng có thể dần dần trở nên quen thuộc cả. Hãy nghĩ xem, biết bao điều khó chịu mà bạn đã chấp nhận thật bình thường, như nhích đi từng chút một trong những lúc kẹt xe, hay đối phó với một người bà con hoặc đồng nghiệp khó chịu... Tu tập chánh niệm là một tiến trình dần dần thiết lập những liên kết nơ-ron mới và ngăn chặn những câu chuyện gẫu cũ. Tiến trình này đòi hỏi sự kiên trì tiến lên từng bước nhỏ, và tu tập trong từng khoảng thời gian rất ngắn.

Ngạn ngữ Tây Tạng có câu rằng: *"Nếu hấp tấp đi, bạn sẽ không đến được Lhasa. Hãy đi thong thả, bạn sẽ tới đích."* Câu này bắt nguồn từ thời kỳ những người dân miền đông Tây Tạng thường đi hành hương về Lhasa, vùng trung tâm của cả nước. Những người hành hương muốn đến nơi mau chóng thường cố đi nhanh hết sức mình, nhưng chính vì cái tốc độ [quá sức] mà họ đã tự áp đặt cho mình, họ thường trở nên mệt mỏi hoặc ngã bệnh và buộc phải quay trở về. Tuy nhiên, những người chọn đi với tốc độ thật thoải mái, đóng trại nghỉ ban đêm, cùng vui với những người bạn đồng hành, rồi hôm sau lại tiếp tục đi, thật ra lại đến được Lhasa nhanh chóng hơn.

Sự quyết tâm hành trì sẽ mang đến kinh nghiệm. Bất kể khi ta đang ở đâu, làm gì, chúng ta chỉ cần nhận biết các ý tưởng, cảm xúc và nhận thức như những điều tự nhiên. Không chối bỏ cũng không chấp nhận, chúng ta chỉ đơn giản nhận biết kinh nghiệm ấy rồi buông bỏ. Nếu tiếp tục duy trì được như thế, cuối cùng ta sẽ nhận ra là mình có khả năng xoay sở được trong những tình huống mà trước kia ta đã từng thấy là đau đớn, đáng sợ hay buồn khổ. Chúng ta sẽ nhận ra nơi mình một cảm giác tự tin không hề bắt nguồn từ sự kiêu căng, ngạo mạn. Chúng ta sẽ nhận biết được rằng mình luôn được che chở, luôn luôn bình an, và luôn luôn thoải mái như đang ở nhà mình.

Hãy nhớ lại bài kiểm tra nhỏ mà tôi đã đề nghị các bạn thử làm, về việc tự hỏi mình khi ngồi vào bàn ăn: *"Ai đang suy nghĩ rằng món ăn này ngon, hay không ngon lắm? Ai đang nhận biết là đang ăn?"* Lúc trước dường như rất dễ trả lời. Nhưng bây giờ thì không còn dễ nữa, phải không?

Tuy thế, tôi vẫn muốn bạn hãy thử lại lần nữa trong bữa ăn sắp tới. Nếu những câu trả lời đến với bạn lúc này thật rối rắm và mâu thuẫn, thế cũng tốt! Tôi đã được học rằng, sự rối rắm là bước khởi đầu của sự hiểu biết, là giai đoạn đầu tiên của việc xóa bỏ những câu chuyện cũ giữa các nơ-ron đã từng trói chặt bạn vào chính những khái niệm cụ thể về việc *bạn là ai và bạn có khả năng làm được những gì*.

Nói một cách khác, sự rối rắm là bước đầu tiên trên con đường hướng đến hạnh phúc chân thật.

3. VƯỢT NGOÀI TÂM THỨC, VƯỢT NGOÀI NÃO BỘ

"Nhận biết được tâm, đó chính là Phật."

Tu du trí kinh
(The Wisdom of the Passing Moment Sutra),
Elizabeth M. Callahan dịch sang Anh ngữ

Bạn không phải một con người với những giới hạn và luôn nhiều lo âu như bạn tưởng. Bất kỳ vị thầy lão luyện nào trong Phật giáo cũng đều có thể thuyết phục bạn bằng kinh nghiệm tự thân của họ, rằng bạn thực sự chính là tâm điểm của từ bi, trí tuệ viên mãn, và hoàn toàn có đủ khả năng đạt đến sự toàn thiện cao cả nhất, không chỉ cho riêng mình, mà còn là cho hết thảy mọi người và hết thảy mọi sự việc mà bạn có thể hình dung ra được.

Vấn đề duy nhất ở đây là, bạn không nhận biết được những phẩm tính tốt đẹp này của chính mình. Theo cách diễn đạt thuần túy của khoa học mà tôi đã nhận hiểu được qua những lần hội thoại với các chuyên gia ở châu Âu và Bắc Mỹ, thì hầu hết chúng ta đều hoàn toàn nhầm lẫn giữa *hình ảnh về bản thân ta*, vốn được dựng lên bởi các nơ-ron do thói quen lặp lại, với những gì *thực sự là chính bản thân ta*. Và hình ảnh [không thật] này hầu như luôn được biểu lộ trong mối quan hệ nhị nguyên đối đãi: ta và người khác, khổ và vui, được và mất, ưa và ghét... Theo như tôi được giải thích, thì đó là những điều kiện cơ bản nhất cho sự sống còn.

Thật không may, khi tâm thức bị che phủ bởi cách nhìn

nhị nguyên như thế, tất cả mọi kinh nghiệm của chúng ta - ngay cả trong những lúc vui sướng và hạnh phúc - đều bị trói buộc bởi một cảm giác nào đó về sự hạn chế. Luôn luôn có một chữ *"nhưng"* ẩn núp phía sau [ngấm ngầm so sánh]. Có kiểu chữ *"nhưng"* so sánh sự khác biệt. "Ồ, buổi tiệc sinh nhật của tôi thật tuyệt vời, *nhưng* giá mà có bánh sô-cô-la hẳn tôi đã thích hơn bánh cà-rốt". Rồi có kiểu chữ *"nhưng"* so sánh với cái tốt hơn: "Tôi thích ngôi nhà mới, *nhưng* nhà John, bạn tôi, rộng hơn và nhiều ánh sáng hơn." Và cuối cùng là kiểu chữ *"nhưng"* của sự e sợ: "Tôi không chịu nổi công việc này, *nhưng* trong thị trường hiện nay làm sao tôi kiếm ra được việc khác?"

Kinh nghiệm bản thân đã dạy tôi rằng: Ta có thể vượt qua bất cứ cảm giác nào về sự giới hạn của mình. Nếu không phải vậy, chắc hẳn đến nay tôi vẫn còn đang ngồi trong phòng nhập thất với cảm giác mình quá sợ hãi và không đủ phẩm chất để có thể cùng tham gia các thực hành theo nhóm. Khi đó, là một chú bé 13 tuổi, tôi chỉ biết cách làm sao để vượt qua nỗi sợ hãi và bất an của mình, [nhưng đến nay] nhờ sự kiên trì chỉ dạy của những chuyên gia trong các lãnh vực tâm lý học và thần kinh học như Francisco Valera, Richard Davidson, Dan Goleman và Tara Bennett-Goleman, tôi đã bắt đầu nhận hiểu được từ góc độ khách quan của khoa học, nguyên nhân vì sao sự tu tập của tôi [khi ấy đã] thực sự mang lại kết quả. Đó là, mọi cảm giác về sự giới hạn, lo âu, sợ hãi v.v... hoàn toàn chỉ là những câu chuyện qua lại giữa các nơ-ron theo kiểu tán gẫu. Bản chất của chúng là thói quen. Và đã là thói quen thì có thể buông bỏ được.

TÂM BẢN NHIÊN

"Gọi là 'chân tánh', vì tánh ấy không do ai tạo ra."

Ngài Nguyệt Xứng (Chandrakirti)

Nhập Trung luận
(Entering the Middle Way)
Ari Goldfield dịch sang Anh ngữ

Một trong những điều trước tiên tôi được học với tư cách Phật tử là: thể tánh căn bản của tâm rộng lớn vô ngần, đến độ siêu việt hoàn toàn mọi sự hiểu biết qua tri thức. Thể tánh ấy không thể mô tả bằng ngôn từ hay thu gọn trong những khái niệm. Đối với một người như tôi, vốn ưa thích ngôn từ và hết sức thoải mái với những giải thích bằng khái niệm, thì đây quả thật là một vấn đề khó khăn.

Trong tiếng Sanskrit (Phạn ngữ) - ngôn ngữ ban đầu được dùng để ghi lại giáo pháp của đức Phật - thể tánh căn bản của tâm được gọi là *tathāgatagarbha* (Như Lai Tạng), là một sự mô tả rất tinh tế và khó nhận hiểu. Theo nghĩa đen, chữ ấy có nghĩa là: *"thể tánh của những ai đã từng đi qua con đường đó". "Những ai đã từng đi qua con đường đó"* nghĩa là những ai đã đạt được giác ngộ viên mãn, hay nói cách khác là những ai mà tâm thức đã siêu việt hoàn toàn mọi giới hạn thông thường có thể diễn tả bằng ngôn từ.

Hẳn quý vị cũng đồng ý là những cách giải thích như thế không giúp ích được gì nhiều.

Theo những cách dịch ít sát nghĩa hơn thì *tathāgatagarbha* được dịch là "Phật tánh", "chân tánh", "giác thể", "tâm bình thường", thậm chí là "tâm bản nhiên" nữa. Không một cách dịch nào trong số đó làm sáng tỏ hơn ý nghĩa chân thật của từ ngữ *tathāgatagarbha*. Để thực sự hiểu được ý nghĩa của từ ngữ này, bạn phải trực tiếp chứng nghiệm nó, và đối với hầu hết chúng ta thì sự trực nghiệm ấy ban đầu thường được khởi sinh dưới hình thức những thoáng hiện bất ngờ và chớp nhoáng. Cuối cùng, khi tôi trực nghiệm được một thoáng hiện đầu tiên như thế, tôi nhận ra rằng tất cả những gì trong các bản văn Phật giáo nói về thể tánh căn bản của tâm đều là chân thật.

Đối với hầu hết chúng ta, *tâm bản nhiên* hay *tánh Phật* đã bị che khuất bởi cái hình ảnh giới hạn về chính mình, được tạo ra bởi những mô thức lặp lại thành thói quen của các nơ-ron. Nhưng chính những mô thức này tự chúng hoàn toàn chỉ là một sự phản ánh khả năng vô hạn của tâm thức trong việc tạo ra bất kỳ điều kiện nào nó muốn. Tâm bản nhiên có khả năng tạo thành bất cứ điều gì, ngay cả sự vô minh không biết đến bản thể của chính nó. Nói cách khác, việc không nhận ra tâm bản nhiên chỉ hoàn toàn là một điển hình cho khả năng vô hạn của tâm thức trong việc sáng tạo bất cứ điều gì nó muốn. Bất kỳ lúc nào cảm thấy lo sợ, buồn bã, ganh tị, ham muốn, hay bất cứ cảm xúc nào khác góp phần làm ta thấy dễ bị tổn thương hay yếu đuối, chúng ta nên tự tán thưởng mình: Chúng ta vừa trải nghiệm bản thể vô hạn của tâm.

Tuy bản thể chân thật của tâm không thể miêu tả trực tiếp, điều đó không có nghĩa là chúng ta không nên ít nhất cũng là cố gắng phát triển một sự nhận hiểu tâm về mặt lý thuyết. Ngay cả một sự hiểu biết giới hạn, ít nhất cũng đã là một biển chỉ đường, hướng ta về kinh nghiệm trực tiếp. Đức Phật biết rằng những kinh nghiệm không thể diễn đạt bằng ngôn từ lại có thể được giải thích tốt nhất qua những câu chuyện kể và ẩn dụ. Trong một bản kinh, Ngài đã ví *tathāgatagarbha* như một thỏi vàng bị bao phủ bởi bùn và bụi bẩn.

Hãy tưởng tượng bạn là một người đi tìm kho báu. Một hôm, bạn khám phá một khối kim loại bên dưới lòng đất. Bạn đào sâu xuống đất và lấy được khối kim loại đó lên, mang về nhà và bắt đầu làm sạch nó. Ban đầu, chỉ một góc của khối kim loại được phô bày, sáng chói, chiếu ngời. Dần dần, khi bạn gột sạch hết những bụi bẩn tích tụ quanh nó thì cả khối kim loại hiện ra là nguyên một khối vàng. Vậy xin cho tôi hỏi: Cái nào giá trị hơn? Khối vàng bao phủ trong bùn đất hay khối vàng bạn đã làm sạch? Thật ra, cả hai đều có giá trị như nhau. Nếu có khác biệt nào giữa khối vàng dơ và khối vàng sạch, thì đó chỉ là ở vẻ ngoài mà thôi.

Ta cũng có thể nói giống như vậy về tâm bản nhiên. Những câu chuyện lao xao giữa các nơ-ron đã ngăn không cho bạn thấy được toàn diện tâm mình nhưng không thực sự làm thay đổi được thể tánh căn bản của tâm. Những ý niệm như "tôi xấu xí", "tôi ngu si" hay "tôi chán quá", không gì khác hơn là một loại bùn sinh lý đang tạm thời bao phủ những phẩm tính sáng ngời của tánh Phật, hay tâm bản nhiên.

Đôi khi đức Phật so sánh tâm bản nhiên với hư không, không nhất thiết phải là kiểu hư không hiểu theo khoa học hiện đại, nhưng đúng hơn là trong ý nghĩa thi vị của một kinh nghiệm sâu sắc về sự khoảng khoát rộng mở mà ta cảm nhận khi nhìn lên một bầu trời không mây, hay khi bước vào một căn phòng rộng mênh mông. Cũng giống như hư không, tâm bản nhiên không phụ thuộc vào những nhân duyên hay điều kiện dẫn khởi. Nó chỉ đơn thuần hiện hữu, không thể đo lường và vượt ra ngoài sự miêu tả. Hư không là nền tảng thiết yếu để ta có thể di chuyển trong đó, và nhờ có mối tương quan [so sánh] với nó mà ta phân biệt được các vật thể đã nhận biết qua các giác quan.

AN NHIÊN TỰ TẠI

"Trong tâm bản nhiên, không có sự chối bỏ hay chấp nhận, không có được hay mất."

Ngài Gyalwang Karmapa Đời thứ ba

Karmapa Chứng đạo ca: Liễu nghĩa Đại thủ ấn kỳ nguyện văn (Song of Karmapa: The Aspiration of the Mahamudra of True Meaning)

Erik Pema Kunsang dịch sang Anh ngữ

Tôi muốn nói rõ rằng sự so sánh giữa tâm bản nhiên và hư không theo như miêu tả của khoa học hiện đại thật ra là một ẩn dụ hữu ích hơn là một sự mô tả chính xác. Đối với hầu hết chúng ta, khi nghĩ về hư không là nghĩ đến một khoảng không trống rỗng, trong đó tất cả sự vật đủ loại hiện ra và mất đi: như những ngôi sao, các hành tinh, sao chổi, sao băng, tiểu hành tinh v.v... hoặc ngay cả những sự vật còn chưa được khám phá. Thế nhưng, bất chấp tất cả các hoạt động ấy, ý niệm của chúng ta về bản chất chủ yếu của hư không vẫn không hề thay đổi. Theo chúng ta biết, ít nhất là hư không chưa từng than phiền về những gì xảy ra trong lòng nó. Chúng ta đã gửi đi hàng ngàn, hàng triệu thông điệp lên vũ trụ, và chưa một lần nào ta nhận được một câu phản hồi kiểu như là "Tôi tức quá, vì một tiểu hành tinh vừa mới đâm sầm vào hành tinh mà tôi thích nhất", hay là "Ôi, tôi hồi hộp quá! Một ngôi sao vừa mới ra đời!"...

Cũng giống như thế, bản chất của tâm không chịu ảnh hưởng bởi những ý tưởng hay điều kiện bất như ý thường được xem là đau đớn. Tâm an ổn một cách tự nhiên, như tâm em bé theo cha mẹ dạo chơi trong viện bảo tàng. Trong khi cha mẹ em hoàn toàn chú tâm vào việc nhận xét, đánh giá những tác phẩm nghệ thuật đa dạng được trưng bày thì em bé chỉ vô tư đưa mắt nhìn. Em không hề thắc mắc về một tác phẩm nào đó đáng giá bao nhiêu, bức tượng này có từ bao nhiêu thế kỷ, hay liệu tác phẩm của họa sĩ này có đẹp hơn của họa sĩ kia hay không... Cách nhìn của em là hoàn toàn ngây thơ, hồn nhiên, chấp nhận tất cả những gì em nhìn thấy. Cách nhìn sự vật một cách ngây thơ hồn nhiên như thế, Phật giáo gọi là "an nhiên tự tại", một trạng thái tương tự với cảm giác nhẹ nhõm, thư giãn hoàn toàn mà người ta trải nghiệm được, chẳng hạn như sau một buổi tập thể dục hay vừa hoàn tất một nhiệm vụ phức tạp.

Kinh nghiệm này được minh họa rất thú vị qua câu chuyện xưa về một ông vua ra lệnh xây một tòa lâu đài mới. Khi tòa lâu đài xây xong, ông phải giải quyết vấn đề vận chuyển một cách bí mật tất cả kho tàng của ông - vàng bạc châu báu, các pho tượng và nhiều thứ khác - từ lâu đài cũ sang lâu đài mới. Ông không thể tự mình thực hiện công việc này, vì phải dành trọn thì giờ để lo việc triều chính, và chẳng có mấy ai trong triều đình để ông có thể tin tưởng giao cho công việc mà không sợ họ lấy cắp đi một phần kho tàng. Tuy nhiên, ông biết có một vị tướng quân trung thành, là người ông có thể tin cậy giao cho thực hiện công việc một cách bí mật tuyệt đối và vô cùng hiệu quả.

Thế là nhà vua triệu vị tướng quân đến và cho ông ta biết rằng, vì ông là người duy nhất đáng tin cậy trong triều đình nên vua muốn ông tự mình đảm nhiệm công việc di chuyển toàn bộ kho tàng từ lâu đài cũ sang lâu đài mới. Điều quan trọng nhất là, ngoài việc phải giữ bí mật, toàn bộ công việc di chuyển phải được hoàn tất trong một ngày duy nhất. Nếu vị tướng quân có thể hoàn thành công việc, nhà vua hứa sẽ ban thưởng cho ông ruộng đất phì nhiêu, dinh thự cao sang, vàng bạc châu báu - tóm lại là đủ sang giàu để ông có thể về hưu và sống thoải mái cho đến hết phần đời còn lại.

Vị tướng quân vui mừng nhận lãnh công việc ấy, lóa mắt trước viễn tượng có thể trong chỉ một ngày làm việc mà tích lũy đủ tài sản để bảo đảm cho con cái, cháu chắt ông sẽ được sống những ngày sung túc và huy hoàng.

Sáng hôm sau, vị tướng quân thức dậy sớm và lao ngay vào việc dọn kho tàng của nhà vua từ cung điện cũ sang cung điện mới, chạy tới chạy lui trong những đường hầm bí mật với nào thùng, nào rương đầy vàng bạc châu báu, chỉ nghỉ một chút ăn cơm trưa để lấy sức. Cuối cùng rồi ông cũng hoàn thành việc chuyển dời những bảo vật cuối cùng của nhà vua đến nhà kho trong cung điện mới. Ngay vào lúc mặt trời lặn, ông đến yết kiến nhà vua, tâu rằng mọi việc đã xong. Nhà vua khen ngợi và trao cho ông những chứng thư của ruộng đất phì nhiêu cùng với vàng bạc châu báu như đã hứa.

Về tới nhà, vị tướng quân tắm nước nóng, thay áo quần thoải mái và thở ra một hơi dài, dựa lưng vào chồng gối mềm mại trong phòng riêng, mệt lả người nhưng hài lòng vì đã hoàn tất mỹ mãn một công việc khó khăn ngoài sức tưởng tượng do nhà vua giao cho. Trải nghiệm một cảm giác trọn vẹn của sự tự tin và thành đạt, ông chỉ còn có thể buông xả tất cả và tận hưởng cảm giác tự do được là chính mình trong khoảnh khắc đó.

Trạng thái thư giãn tuyệt đối, không một chút cố gắng ấy cho chúng ta một ý niệm về trạng thái "an nhiên tự tại".

Cũng như nhiều khía cạnh của tâm bản nhiên, kinh nghiệm của trạng thái an nhiên tự tại vượt quá xa những gì thường được gọi là sự thư giãn, nên ta rất khó miêu tả. Trong Kinh điển Phật giáo, trạng thái này được ví với việc cho người câm ăn kẹo. Người câm dĩ nhiên là trực nghiệm được vị ngọt của kẹo, nhưng không có khả năng diễn tả. Cũng vậy, khi ta nếm được vị của tâm an nhiên tự tại, kinh nghiệm này rất thật nhưng vượt ngoài khả năng diễn đạt của ngôn từ.

Vậy thì lần tới đây khi ngồi vào bàn ăn, nếu bạn có tự hỏi *"Ai đang suy nghĩ món ăn này ngon - hay không ngon lắm? Ai nhận biết là đang ăn?"*, đừng ngạc nhiên nếu bạn không thể trả lời được những câu hỏi này. Thay vì vậy, hãy tự chúc mừng. Khi bạn không còn có thể diễn tả bằng lời một kinh nghiệm mạnh mẽ, đó là dấu hiệu của sự tiến bộ. Điều đó có nghĩa rằng, ít nhất bạn cũng đã đặt chân vào cảnh giới bao la bất khả thuyết vốn là bản chất thực sự của chính mình, một bước tiến rất can đảm mà nhiều người do quá thoải mái trong sự quen thuộc với trạng thái bất như ý của mình nên đã không có đủ dũng khí để cất bước.

Tiếng Tây Tạng gọi thiền tập là "*gom*", nghĩa đen là *"trở nên quen thuộc với..."*. Và thực hành thiền tập Phật giáo là thực sự hướng đến việc trở nên quen thuộc, thuần thục với bản chất tâm thức của chính mình, có phần nào giống như việc nhận hiểu ngày càng sâu sắc hơn về một người bạn. Và cũng giống như việc tìm hiểu một người bạn, việc khám phá bản chất tâm thức chính mình là một tiến trình phát triển dần dần. Rất hiếm khi tiến trình này xảy ra trọn vẹn một lần. Sự khác biệt duy nhất giữa thiền tập và sự giao tiếp thông thường trong xã hội chính là, người bạn mà ta đang dần dần nhận biết ngày càng rõ hơn đó, chính là bản thân ta.

TÌM HIỂU TÂM BẢN NHIÊN CỦA BẠN

"Nếu có một kho tàng vô tận được chôn giấu dưới nền nhà của một người nghèo khó và người này không hề biết đến, kho tàng ấy sẽ không lên tiếng bảo ông ta: Tôi ở đây!"

Luận sư Di-lặc (Maitreya)
Đại thừa Vô thượng tục luận
(The Mahayana Uttaratantra Shastra)

Rosemarie Fuchs dịch sang Anh ngữ

Đức Phật thường ví tâm bản nhiên với nước, vì bản chất của nước luôn là sạch và trong. Bùn, cặn và những thứ cáu bẩn khác có thể tạm thời làm cho nước biến thành đục ngầu hay ô nhiễm, nhưng ta có thể lọc đi những chất cặn bẩn ấy và khôi phục sự trong sạch tự nhiên của nước. Nếu bản chất của nước không phải là trong sạch, thì dù chúng ta có lọc bao nhiêu lần đi nữa, nước cũng không trong được.

Bước đầu tiên hướng đến nhận biết những phẩm tính của tâm bản nhiên được đức Phật minh họa qua một câu chuyện xưa, nói về một người rất nghèo sống trong căn nhà cũ kỹ ọp ẹp. Ông không hề biết là có hàng trăm viên đá quý được cẩn trên tường và trên nền của căn nhà. Tuy ông sở hữu tất cả những viên đá quý đó, nhưng vì không biết giá trị của chúng nên ông phải sống như một người nghèo khổ - phải chịu đựng sự đói khát, chịu đựng cái giá buốt của mùa đông và cái nóng khủng khiếp của mùa hè.

Một hôm có một người bạn hỏi ông: "Tại sao cậu lại

sống túng quẫn như thế? Cậu đâu có nghèo, cậu giàu lắm mà?"

Ông đáp: "Cậu điên rồi hẳn? Làm sao cậu có thể nói như vậy được?"

Người bạn nói: "Nhìn quanh cậu mà xem. Nguyên căn nhà của cậu chứa đầy đá quý: kim cương, lục ngọc, bích ngọc, hồng ngọc."

Ban đầu, người nghèo kia không tin lời bạn. Nhưng sau một thời gian, ông cảm thấy tò mò, bèn cạy một viên đá nhỏ trên tường đem ra phố bán. Thật khó tin, người thương gia mà ông gạ bán đã trả cho ông một món tiền kếch sù. Cầm tiền trong tay, ông về phố mua một căn nhà mới, mang về đó tất cả những viên đá quý tìm được trong căn nhà cũ. Ông mua quần áo mới, chất đầy thức ăn trong bếp, thuê người giúp việc và bắt đầu một cuộc sống hết sức thoải mái.

Bây giờ, xin cho tôi đặt một câu hỏi: Ai giàu hơn ai? Người sống trong căn nhà cũ ọp ẹp giữa những đá quý mà ông không hề nhận biết, hay là người nhận biết giá trị của những gì mình có và sống cuộc sống hoàn toàn thoải mái?

Cũng như câu hỏi trước đây về khối vàng [phủ đầy bùn đất], câu trả lời ở đây là cả hai đều giàu cả. Sự khác biệt duy nhất là, trong nhiều năm người kia không hề nhận biết những gì ông đang sở hữu. Chỉ khi ông ta nhận biết được những gì mình sẵn có, ông mới thoát được cảnh bần cùng khổ sở.

Đối với tất cả chúng ta cũng thế. Khi chưa nhận ra được bản chất chân thật của chính mình, chúng ta sẽ còn khổ đau. Khi nhận biết được bản chất của mình, chúng ta sẽ thoát khổ đau. Tuy nhiên, dù ta có nhận biết được hay không thì những phẩm tính của tâm thức ta không hề thay đổi. Nhưng khi ta bắt đầu nhận biết bản chất tâm thức của chính mình, ta sẽ thay đổi, và phẩm chất đời sống của ta cũng sẽ thay đổi. Sẽ bắt đầu xảy ra những điều mà trước đó dầu nằm mơ ta cũng không tin là có thể xảy ra được.

TÂM, SINH LÝ, HAY CẢ HAI?

"Phật ngự trong thân ta..."

Chính tướng hợp tục
(The Samputa Tantra)

Elizabeth M. Callahan dịch sang Anh ngữ

Chỉ vì một sự vật chưa được xác định thì không có nghĩa là nó không hiện hữu. Chúng ta đã thấy điều này trong sự nỗ lực xác định vị trí cụ thể của tâm: Trong khi có quá nhiều bằng chứng về hoạt động của tâm thức, nhưng không một nhà khoa học nào có thể khẳng định được sự tồn tại của bản thân tâm thức. Tương tự, không một nhà khoa học nào có thể định nghĩa một cách chính xác bản chất và những đặc tính của hư không ở bình diện cơ bản nhất. Dù vậy, chúng ta đều biết là ta có một tâm thức và ta không thể phủ nhận sự tồn tại của hư không. Tâm và hư không là những khái niệm đã ăn sâu trong nền văn hóa của chúng ta. Chúng ta quen thuộc với những khái niệm này. Chúng có vẻ rất bình thường, và trong một chừng mực nào đó là quá tầm thường.

Tuy nhiên, những khái niệm như "tâm bản nhiên" hay "sự an nhiên tự tại" lại không được biết đến nhiều như thế. Vì vậy, nhiều người tiếp cận những khái niệm này với ít nhiều hoài nghi. Nhưng có thể nói một cách công bằng là, với cùng một quá trình suy luận và trực nghiệm, ta có thể đạt được ít nhất là phần nào sự quen thuộc với tâm bản nhiên.

Đức Phật dạy rằng, tính chất có thực của tâm bản nhiên có thể được chứng minh bằng một dấu hiệu chắc chắn và hiển nhiên đối với tất cả mọi người, được gợi ra qua dạng hỏi đáp. Câu hỏi đó là: *"Nói chung, lãnh vực nào được tất cả mọi người cùng quan tâm?"*

Khi tôi đặt cùng một câu hỏi này trong nhiều buổi giảng trước công chúng, người ta đưa ra một số câu trả lời khác nhau. Có người đáp rằng, mối quan tâm chính yếu là được sống, được hưởng hạnh phúc và tránh khỏi khổ đau, hoặc là được thương yêu. Những câu trả lời khác bao gồm việc [quan tâm đến] hòa bình, tiến bộ, ăn uống và hít thở; không có sự thay đổi biến hoại, và cải thiện hoàn cảnh sống. Còn có những câu trả lời khác bao gồm việc [quan tâm đến] nếp sống hài hòa với chính mình và với người khác, hay việc hiểu được ý nghĩa của đời sống, hoặc nỗi sợ hãi trước cái chết. Có một câu trả lời tôi thấy đặc biệt buồn cười là: *"Tôi quan tâm đến bản thân tôi!"*

Tất cả những câu trả lời trên đều hoàn toàn đúng. Chúng chỉ là sự biểu hiện những khía cạnh khác nhau của câu trả lời rốt ráo.

Mối quan tâm cơ bản của tất cả mọi loài sinh vật - con người, loài vật và ngay cả côn trùng - chính là mong muốn được hạnh phúc và né tránh khổ đau.

Tuy mỗi người chúng ta có thể dùng một phương cách khác biệt, nhưng cuối cùng thì tất cả chúng ta đều nỗ lực hướng đến cùng một mục đích. Ngay cả những con kiến cũng không bao giờ đứng yên dù chỉ một giây. Chúng chạy lòng vòng không ngừng nghỉ, tích lũy thức ăn, xây đắp hay nới rộng tổ của mình. Tại sao chúng lại nhọc công như thế? Để tìm một hạnh phúc nào đó và né tránh khổ đau.

Đức Phật nói rằng, mong muốn đạt hạnh phúc lâu dài và né tránh khổ đau là một dấu hiệu không thể nhầm lẫn cho thấy sự có mặt của tâm bản nhiên. Thật ra, còn có nhiều chỉ dấu khác nữa, nhưng nếu kể hết ra thì hẳn phải viết thêm một cuốn sách nữa mới đủ. Vậy tại sao đức Phật lại xem dấu hiệu đặc biệt này có tầm quan trọng đến thế?

Bởi vì thật tánh của tất cả mọi chúng sinh là sẵn có sự giải thoát hoàn toàn khỏi mọi khổ đau và sẵn có hạnh phúc toàn hảo: khi đi tìm hạnh phúc và trốn tránh khổ đau, bất kể là bằng cách nào, tất cả chúng ta chỉ đang biểu hiện cái bản chất thiết yếu cho thấy ta là ai.

Sự khao khát của hầu hết chúng ta đối với một hạnh phúc vĩnh hằng chính là "tiếng gọi thầm lặng" của tâm bản nhiên, nó nhắc nhở chúng ta những gì ta thực sự có khả năng thể nghiệm. Đức Phật đã minh họa sự khát khao đó qua ví dụ một con chim mẹ khi rời xa tổ. Bất kể là nơi nó bay đến có đẹp đẽ như thế nào, bất kể là có bao nhiêu điều mới mẻ và hấp dẫn mà nó được chứng kiến ở nơi ấy, vẫn có một điều gì đó luôn thôi thúc nó quay về tổ. Cũng như thế, bất kể là cuộc sống hằng ngày có cuốn hút đến đâu - bất kể cái cảm giác nhất thời tuyệt diệu đến đâu khi yêu đương, khi được khen thưởng, khi có được công việc "lý tưởng" -

thì niềm khao khát một trạng thái hạnh phúc trọn vẹn và không gián đoạn vẫn luôn thôi thúc trong ta.

Trong một ý nghĩa nào đó, chúng ta nhớ tâm bản nhiên như [người đi xa] nhớ quê hương vậy.

HÃY LÀ CHÍNH MÌNH

"Chúng ta cần nhận biết trạng thái căn bản của mình."

Tsoknyi Rinpoché

Tôn nghiêm vô ưu (Carefree Dignity)

Erik Pema Kunsang và Marcia Binder Schmidt dịch sang Anh ngữ

Đức Phật dạy rằng, bản chất của tâm có thể được trực nghiệm đơn giản chỉ bằng cách để cho tâm buông xả hoàn toàn trong trạng thái tự nhiên của nó. Làm sao làm được điều đó? Hãy trở lại câu chuyện vị tướng quân được giao cho việc dời kho tàng của nhà vua từ chỗ này sang chỗ khác chỉ trong một ngày. Hãy nhớ lại là sau khi hoàn thành công việc ông ta đã cảm thấy thư giãn và hài lòng như thế nào. Khi ngồi dựa gối sau khi tắm, tâm ý ông hoàn toàn buông thư. Các ý tưởng vẫn khởi lên trong tâm, nhưng ông vui lòng để mặc cho chúng khởi sinh và diệt mất, không theo đuổi mà cũng không nắm giữ bất kỳ ý tưởng nào.

Có lẽ bạn cũng đã từng trải nghiệm điều tương tự như thế sau khi hoàn tất một công việc khó khăn và lâu dài, cho dù đó là công việc lao động thể lực hay một kiểu nỗ lực tinh thần, như viết một bản tường trình hay hoàn tất một bảng phân tích tài chính nào đó... Khi xong việc, thân tâm bạn sẽ tự nhiên buông xả nghỉ ngơi trong một trạng thái mệt nhoài nhưng thanh thản.

Vậy thì, chúng ta hay thử làm một bài tập ngắn trong việc buông xả tâm thức. Đây không phải là một bài thiền tập. Thật ra, theo như cha tôi đã giảng giải thì đây là một bài tập "không thiền", một pháp tu tập rất cổ xưa của Phật giáo giúp loại bỏ sự căng thẳng vì nghĩ đến một mục đích phải đạt được hay một trạng thái đặc biệt nào đó phải trải nghiệm. Trong bài tập "không thiền", chúng ta chỉ quan sát bất kỳ điều gì xảy ra mà không can thiệp vào. Chúng ta chỉ thuần túy làm những người thích thú quan sát một kiểu thử nghiệm nội tâm nào đó mà không đầu tư chút công sức nào cho kết quả của thử nghiệm ấy cả.

Dĩ nhiên, lần đầu tiên được học pháp tu này thì tôi vẫn còn là một đứa trẻ rất thích theo đuổi mục đích. Mỗi khi tọa thiền, tôi muốn có một điều gì đó kỳ diệu xảy ra. Vì thế, tôi phải mất một thời gian mới hiểu rõ được là không có gì phải làm ngoài việc buông xả, quan sát và không quan tâm gì đến kết quả.

Trước hết, chọn một tư thế sao cho lưng được giữ thẳng và toàn thân buông thư. Khi thân thể đã thật thoải mái trong tư thế đó, hãy để tâm hoàn toàn buông xả trong khoảng 3 phút. Buông thả tâm ý, như thể bạn vừa hoàn tất một công việc lâu dài và khó khăn.

Bất kể điều gì xảy ra, cho dù là những tư tưởng hay

cảm xúc sinh khởi, cho dù bạn thấy một sự khó chịu nào đó trong thân thể, cho dù bạn nhận biết có những tiếng ồn hay mùi gì đó xung quanh, hoặc là tâm bạn hoàn toàn trống rỗng, cũng đừng lo lắng gì cả. Bất kỳ một điều gì đó xảy ra hay không xảy ra, cũng chỉ đơn thuần là một phần của kinh nghiệm để tâm buông xả.

Và bây giờ, hãy thư giãn trong sự nhận biết bất kỳ điều gì khởi lên trong tâm bạn...

Hãy thư giãn...

Hãy thư giãn...

Sau 3 phút, hãy tự hỏi xem kinh nghiệm ấy như thế nào. Đừng phán đoán, đừng tìm cách giải thích. Chỉ nhớ lại những gì đã xảy ra và bạn đã cảm thấy như thế nào. Có thể bạn đã nếm được một chút xíu cảm giác an bình hay rộng mở. Như vậy là tốt. Cũng có thể bạn đã nhận biết được hàng triệu tư tưởng, cảm giác và cảm thọ khác nhau. Như vậy cũng tốt. Vì sao? Vì trong cả 2 trường hợp, chỉ cần bạn duy trì ít nhất một sự nhận biết đơn thuần về những gì bạn đang suy nghĩ hay cảm nhận, đó là bạn đã có được một thoáng nhìn trực tiếp vào tâm thức của chính mình khi nó đang phô bày những công năng tự nhiên của nó.

Vậy thì, để tôi tiết lộ với các bạn một bí mật quan trọng. Bất kỳ điều gì bạn trải nghiệm được trong khi chỉ đơn thuần chú tâm vào những gì đang diễn ra trong tâm thức vào một thời điểm nhất định, đó chính là thiền tập. Buông thư hoàn toàn [tâm ý] theo cách này chính là kinh nghiệm về tâm bản nhiên.

Sự khác biệt duy nhất giữa thiền tập và tiến trình tư duy, cảm giác và cảm thọ thông thường hằng ngày chính là có vận dụng sự nhận biết giản dị, đơn thuần, vốn chỉ xuất hiện khi bạn để tâm buông thư hoàn toàn trong trạng thái tự nhiên của nó - không chạy đuổi theo các niệm tưởng, không bị tán loạn bởi các cảm giác và cảm thọ.

Phải mất một thời gian rất lâu tôi mới nhận ra được là việc tập thiền thực sự dễ dàng như thế nào, chủ yếu là vì nó dường như hoàn toàn quá đỗi bình thường, quá gần gũi với các thói quen nhận thức hằng ngày của tôi, đến nỗi hầu như chẳng bao giờ tôi ngừng lại để nhận biết nó. Cũng giống như rất nhiều người ngày nay tôi gặp gỡ trong những chuyến vân du hoằng pháp, tôi đã nghĩ rằng tâm bản nhiên hẳn phải là một cái gì khác, đặc thù hơn hay tốt đẹp hơn những gì mà tôi đã từng trải nghiệm.

Cũng giống như hầu hết mọi người, tôi đã đưa ra quá nhiều sự đánh giá về những kinh nghiệm của mình. Tôi đã tin rằng những tư tưởng giận dữ, lo lắng, sợ hãi v.v... - vốn liên tục khởi sinh và diệt mất suốt trong ngày - đều là xấu xa hoặc vô ích - hay ít nhất cũng là mâu thuẫn với sự an nhiên tự tại! Giáo pháp của đức Phật - và bài học có được từ bài tập "không thiền" này - chỉ ra rằng, nếu chúng ta tự cho phép mình thư giãn và dừng lắng một chút trong tâm, ta có thể bắt đầu nhận ra rằng tất cả những tư tưởng khác nhau này chỉ hoàn toàn sinh khởi và diệt mất trong phạm trù của một tâm thức vô hạn, vốn cũng giống như hư không, luôn thản nhiên không biến động, dù có bất cứ điều gì xảy ra bên trong nó.

Thật ra, việc trải nghiệm sự an nhiên tự tại còn dễ hơn cả uống nước. Để uống nước, bạn phải dùng đến công sức. Bạn phải đưa tay cầm lấy cái ly, đưa nó lên môi, nghiêng ly cho nước chảy vào miệng, nuốt nước vào và rồi đặt ly xuống. Để trải nghiệm sự an nhiên tự tại, ta không cần đến những nỗ lực như thế. Bạn không cần làm gì khác hơn là buông xả tâm thức trong sự mở rộng tự nhiên của nó. Không cần đến bất kỳ sự tập trung hay cố gắng đặc biệt nào.

Và nếu vì một lý do nào đó mà bạn không thể buông xả tâm thức, bạn có thể giản dị quan sát bất kỳ tư tưởng, cảm xúc hay cảm thọ nào khởi lên, tồn tại trong vài ba giây rồi diệt mất và ghi nhận rằng: "Ồ, đó là những gì đang diễn ra trong tâm ta ngay lúc này."

Dù bạn ở đâu, đang làm gì, điều cốt yếu là ghi nhận kinh nghiệm đang có như một điều bình thường, là sự biểu hiện tự nhiên của chân tâm. Nếu bạn không cố sức ngăn chặn những gì đang xảy ra trong tâm thức mà chỉ đơn thuần quan sát chúng, cuối cùng bạn sẽ bắt đầu cảm nhận được một cảm giác thư giãn cực kỳ, một cảm giác vô cùng khoáng đạt của sự rộng mở trong tâm thức - thật ra cũng chính là tâm bản nhiên của bạn, cái nền tảng bất biến tự nhiên mà trên đó những tư tưởng khác nhau sinh khởi và diệt mất. Đồng thời, bạn cũng sẽ kích hoạt những mô thức giao tiếp mới giữa các nơ-ron. Khi những mô thức mới này trở nên mạnh mẽ hơn và gắn kết chặt chẽ với nhau hơn, chúng sẽ giúp bạn tăng thêm khả năng chấp nhận dòng thác những ý niệm đổ tràn xuống tâm bạn vào bất kỳ thời điểm nào. [Khi đó,] bất kỳ tư tưởng phiền não nào khởi lên cũng sẽ có tác dụng như những chất xúc tác kích thích sự nhận biết của bạn về trạng thái an nhiên tự tại vốn bao quanh và tràn ngập trong các tư tưởng ấy, cũng giống như hư không bao quanh và tràn ngập trong mọi phân tử của thế giới hiện tượng.

Nhưng đã đến lúc chúng ta rời bỏ những giới thiệu tổng quát về tâm thức để bắt đầu khảo sát chi tiết hơn những đặc tính của nó. Bạn có thể tự hỏi, tại sao cần phải biết thêm bất kỳ điều gì về tâm bản nhiên? Một sự hiểu biết tổng quát như trên chưa đủ sao? Tại sao chúng ta không thể bỏ qua để đi ngay vào phần thực hành?

Hãy suy nghĩ như thế này: Nếu bạn lái xe trong đêm tối, bạn không thấy an tâm hơn khi có một tấm bản đồ địa hình nơi ấy thay vì chỉ là một ý niệm mơ hồ về nơi đến hay sao? Không có bản đồ, không có bất kỳ dấu hiệu chỉ đường nào, bạn có thể đi lạc. Bạn có thể đi vào tất cả những ngã rẽ và những con đường không đúng hướng, khiến cho chuyến đi kéo dài hơn và rắc rối hơn mức cần thiết. Bạn có thể đi đến kết cục là lái xe chạy lòng vòng mãi. Dĩ nhiên, cũng có thể là cuối cùng rồi bạn cũng sẽ đến nơi, nhưng chuyến đi hẳn đã dễ dàng hơn rất nhiều nếu bạn biết rõ về nơi muốn đến. Vậy hãy xem hai chương sách tiếp theo đây như một tấm bản đồ, một tập hợp những hướng dẫn và các cột mốc chỉ đường, có thể giúp bạn đến được nơi muốn đến một cách nhanh chóng hơn.

4. TÁNH KHÔNG:
THỰC TẠI VƯỢT NGOÀI THỰC TẠI

"Tánh Không được mô tả như là nền tảng để mọi sự việc đều là có thể."

Ngài Tai Situ Rinpoche Đời thứ 12

Đánh thức vị Phật đang ngủ (Awakening the Sleeping Buddha)

Cảm giác rộng mở có được khi buông xả hoàn toàn tâm thức được thuật ngữ Phật giáo gọi là "tánh Không", có lẽ là một trong những từ ngữ bị hiểu sai nhiều nhất trong triết lý nhà Phật. Đối với Phật tử, từ ngữ này khó hiểu đã đành, nhưng những độc giả phương Tây còn gặp khó khăn nhiều hơn nữa, bởi vì những dịch giả ban đầu khi dịch kinh sách Phật giáo từ Phạn ngữ và Tạng ngữ [sang Anh ngữ] đã diễn dịch tánh Không như là "sự trống rỗng" hay "hư không", nhầm lẫn so sánh tánh Không với ý niệm không có gì tồn tại cả. Không gì có thể sai lệch hơn khi so sánh [cách hiểu này] với chân lý mà đức Phật đã tìm cách mô tả.

Trong khi đức Phật quả thật có dạy rằng bản chất của tâm thức - thật ra cũng là bản chất của mọi hiện tượng - là tánh Không, thì Ngài lại không hề muốn nói rằng bản chất đó thực sự trống rỗng, như một khoảng không. Ngài nói đó là "tánh Không", và trong tiếng Tây Tạng [từ ngữ này] gồm hai chữ là *tongpa-nyi*. Chữ *tongpa* có nghĩa là "trống không", nhưng chỉ trong ý nghĩa là một cái gì vượt ngoài khả năng nhận biết bằng giác quan hay mô tả bằng khái niệm của chúng ta. Có lẽ chuyển dịch đúng hơn là *"không thể nhận biết"* hay *"không thể gọi tên"*. Trong khi đó, chữ *nyi* không có nghĩa gì đặc biệt trong ngôn ngữ giao tiếp hằng ngày, nhưng khi được dùng sau một chữ khác, nó lại mang ý nghĩa *"khả năng tính"* - có nghĩa là chuyện gì cũng có thể phát sinh, chuyện gì cũng có khả năng xảy ra. Vì vậy, khi nói về tánh Không, người Phật tử không muốn nói là *"không có gì hết"*, mà đúng hơn là [chỉ đến] một tiềm năng vô hạn khiến cho bất kỳ sự việc gì cũng có thể xuất hiện, biến chuyển hay diệt mất.

Có lẽ ở đây chúng ta có thể tìm được sự tương đồng với những hiện tượng lạ lùng và kỳ diệu mà các nhà vật lý học đã thấy được khi khảo sát sự vận hành nội tại của một nguyên tử. Theo các nhà vật lý học mà tôi đã được tiếp chuyện, tất cả các hiện tượng hạ nguyên tử xuất phát từ một nền tảng thường được gọi là "trạng thái chân không", trạng thái có năng lượng thấp nhất trong vũ trụ hạ nguyên tử. Trong "trạng thái chân không" đó, các hạt không ngừng xuất hiện và biến mất. Vì vậy, tuy có vẻ như trống không, nhưng thật ra trạng thái này lại rất năng động, tràn ngập tiềm năng sản sinh bất kỳ sự vật nào. Trong nghĩa này, "trạng thái chân không" ấy có chung một vài đặc tính với "tánh Không của tâm thức". Cũng như chân không được xem như trống không mà vẫn là cội nguồn cho đủ các dạng hạt sản sinh, tâm thức cũng có bản chất là "Không" ở chỗ nó thách thức mọi sự mô tả xác thực. Thế mà, từ cái nền tảng không thể định nghĩa và không thể nhận biết trọn vẹn này, tất cả các tư tưởng, cảm xúc và cảm thọ đều sinh khởi không ngừng.

Bởi vì bản chất của tâm bạn là Không, bạn có khả năng thể nghiệm một sự đa dạng tiềm tàng vô hạn những niệm tưởng, cảm xúc và cảm thọ. Ngay cả những nhận hiểu sai lầm về tánh Không cũng chỉ là những hiện tượng từ tánh Không mà sinh khởi!

Một thí dụ đơn giản có thể giúp bạn nhận hiểu phần nào về tánh Không trên bình diện kinh nghiệm.

Cách đây vài năm, một người học Phật đến xin tôi một bài pháp về tánh Không. Tôi giảng cho anh ta nghe những điểm cơ bản, và anh ta có vẻ rất vui, có thể nói là rất mừng rỡ.

"Quá hay!" Anh ta phát biểu khi cuộc trò chuyện kết thúc.

Theo kinh nghiệm, tôi biết rằng tánh Không không dễ hiểu thấu chỉ sau một bài học, vì thế tôi bảo anh ta hãy quán chiếu những điều mới học trong nhiều ngày sau đó.

Một vài ngày sau, người này đột ngột đến bên ngoài phòng tôi với vẻ mặt kinh hoàng. Mặt tái mét, lưng còng xuống, toàn thân run rẩy, anh ta cẩn thận bước ngang qua căn phòng, hệt như một người đang thăm dò mặt đất phía trước để tìm chỗ cát lún.

Cuối cùng, khi đã ngừng trước ghế tôi ngồi, anh ta nói:

- Rinpoche, thầy bảo con phải quán tánh Không. Nhưng đêm qua con chợt nghĩ rằng nếu tất cả là không, thì nguyên ngôi nhà này là không, sàn nhà là không, mặt đất ở dưới nữa cũng là không. Nếu đúng là như thế thì tại sao tất cả chúng ta lại không rơi xuyên qua sàn nhà rồi rơi xuống cả bên dưới mặt đất?

Tôi chờ anh nói xong rồi hỏi lại: "Ai là người sẽ rơi?"

Anh ta suy nghĩ câu hỏi một lúc rồi vẻ mặt thay đổi hoàn toàn. Anh kêu lên:

- Ồ, con hiểu rồi, nếu ngôi nhà là không và người cũng là không, thì không ai rơi xuống mà cũng không có gì để rơi xuyên qua.

Anh ta thở ra một hơi dài, cả người thư giãn và khuôn mặt tươi tắn trở lại. Tôi bảo anh ta hãy về quán chiếu tánh Không với kiến giải mới này.

Khoảng hai, ba ngày sau đó, anh ta lại đột ngột đến phòng tôi, mặt mày tái mét và toàn thân run rẩy như lần trước. Anh ta bước ngang phòng và rõ ràng là anh đang cố hết sức để nín thở, hãi hùng không dám thở ra.

Ngồi xuống trước mặt tôi, anh ta nói:

- Rinpoché, con quán chiếu về tánh Không như thầy đã dạy, và con hiểu rằng cũng như ngôi nhà và mặt đất bên dưới, con cũng là không! Nhưng khi con tiếp tục quán chiếu như thế, càng lúc con càng đi sâu hơn vào phép quán này, cho tới lúc con không còn có thể nhìn thấy hay cảm giác gì nữa. Con quá sợ là nếu con chẳng là gì khác hơn sự trống không, hẳn con sẽ chết mất. Vì thế sáng nay con vội chạy đến đây gặp thầy. Nếu con chỉ là sự trống không, vậy căn bản con không là gì cả, và sẽ không có gì để giữ cho con khỏi tan loãng mất đi vào hư vô.

Khi chắc chắn anh đã dứt lời, tôi hỏi: "Ai là người sẽ tan loãng?"

Tôi chờ một lúc để anh thấm thía câu hỏi rồi thúc tiếp:

- Anh đã nhầm lẫn giữa tánh Không với hư vô. Gần như ai cũng nhầm lẫn như vậy lúc ban đầu, luôn cố nhận hiểu tánh Không như một ý tưởng hay một khái niệm. Chính tôi cũng đã từng nhầm lẫn như vậy. Nhưng thực sự không có cách nào để nhận hiểu tánh Không bằng khái niệm. Anh chỉ có thể thực sự nhận ra được nó bằng kinh nghiệm trực tiếp. Tôi không đòi hỏi anh phải tin tôi. Tôi chỉ muốn nói rằng, những lần sau khi ngồi xuống tọa thiền, anh hãy tự hỏi: "Nếu bản chất của mọi sự là Không, thì ai hay cái gì có thể tan loãng? Ai hay cái gì được sinh ra và ai hay cái gì có thể chết đi?" Hãy thử làm như thế, và câu trả lời đạt được có thể sẽ làm anh ngạc nhiên.

Sau một tiếng thở dài, anh ta chấp nhận nỗ lực lần nữa.

Nhiều ngày sau đó, anh trở lại phòng tôi, mỉm cười một cách an tĩnh và báo tin:

- Con nghĩ là con đã bắt đầu hiểu được tánh Không.

Tôi mời anh giải thích.

- Con đã làm theo lời Thầy dạy, và sau một thời gian dài quán chiếu đề tài đó, con nhận ra rằng "tánh Không" không phải là hư vô, bởi vì nhất định phải có cái gì đó trước khi có thể là không có gì. Tánh Không là tất cả - tất cả các khả năng tồn tại và không tồn tại mà ta có thể tưởng tượng, đồng thời xảy ra. Vì vậy, nếu chân tánh của chúng ta là Không, thì không thể nói rằng bất kỳ ai đó là thực sự chết đi, và cũng không thể nói rằng bất kỳ ai đó là thực sự sinh ra, vì *khả năng hiện hữu theo cách như thế* này hay *không hiện hữu theo cách như thế kia* luôn thường xuyên tồn tại trong mỗi chúng ta.

Tôi bảo anh ta: *"Tốt lắm! Bây giờ hãy quên đi tất cả những gì anh vừa nói, vì nếu anh tìm cách nhớ lại một cách chính xác, anh sẽ biến tất cả những điều anh đã học được thành một khái niệm, và chúng ta sẽ phải làm lại từ đầu."*

HAI CHÂN LÝ: TUYỆT ĐỐI VÀ TƯƠNG ĐỐI

Không thể dạy về chân lý tuyệt đối mà không dựa trên chân lý tương đối...

Bồ Tát Long Thụ
Trung quán luận tụng
(Madhyamakarika)

Maria Montenegro dịch sang Anh ngữ

Hầu hết chúng ta đều cần thời gian quán chiếu để hiểu được tánh Không. Khi tôi dạy về đề tài này, một trong những câu đầu tiên mà người ta thường hỏi là:

- Được rồi, nếu nền tảng của thực tại là tánh Không, thì vạn pháp sinh khởi từ đâu?

Đó là một câu hỏi rất hay, rất sâu sắc nữa là khác. Nhưng sự tương quan giữa tánh Không và kinh nghiệm không đơn giản đến thế - hay đúng hơn là nó quá đơn giản đến nỗi dễ bị hiểu sai. Thật ra, chính từ tiềm năng vô hạn của tánh Không mà vạn pháp - một thuật ngữ "tổng quát" bao hàm cả tư tưởng, cảm xúc, cảm giác và thậm chí cả các đối tượng vật thể - có thể hiện khởi, chuyển động, thay đổi và cuối cùng là hoại diệt.

Thay vì đi vào thảo luận về cơ học lượng tử - chuyên

ngành hiện đại của vật lý học khảo sát vật chất ở các cấp độ nguyên tử và hạ nguyên tử, mà tôi xin thú thật là không thuộc chuyên môn của tôi, tôi thấy rằng cách thức hay nhất để miêu tả khía cạnh này của tánh Không là trở lại với sự so sánh nó với hư không như đã được hiểu vào thời đức Phật: sự rộng mở bao la vốn tự nó không phải một sự vật, mà đúng hơn là một phông nền vô hạn, không thuộc tính, để dựa vào đó và thông qua đó mà các thiên hà, tinh tú, tinh cầu, thú vật, loài người, sông ngòi, cây cỏ v.v... có thể hiện lên và chuyển động. Nếu không có hư không thì không có gì trong những vật thể kể trên có thể trình hiện cá biệt hay với thuộc tính riêng. Sẽ không có khoảng không để chúng hiện ra, không có phông nền để chúng được nhìn thấy trên đó. Các tinh tú, tinh cầu chỉ có thể hình thành, chuyển động và tan biến trên phông nền là hư không. Bản thân chúng ta có thể đứng, ngồi và đi lại vào ra một căn phòng là nhờ có khoảng không quanh ta. Thân thể ta cũng chứa đầy những khoảng không, những lỗ thông ra bên ngoài cho phép ta hít thở, nuốt vào, nói năng v.v... và cả những khoảng không bên trong các cơ quan nội tạng, như các lá phổi mở ra khép vào mỗi khi ta hít vào thở ra.

Có một mối quan hệ cũng tương tự như trên giữa tánh Không và vạn pháp. Không có tánh Không thì không gì có thể trình hiện; không có các hiện tượng thì ta không thể thể nghiệm nền tảng tánh Không mà từ trong đó vạn pháp hiện khởi. Vì thế, trong một ý nghĩa nào đó, ta phải nói là có một sự tương quan giữa tánh Không và các hiện tượng. Nhưng cũng có một khác biệt quan trọng. Tánh Không, hay khả năng tính vô hạn, là bản chất tuyệt đối của thực tại. Tất cả những gì hiển lộ từ tánh Không - tinh tú, thiên hà, con người [và các vật thể như] bàn ghế, bóng đèn, đồng hồ... và ngay cả nhận thức của chúng ta về thời gian và không gian - đều là sự hiển lộ tương đối của khả năng tính vô hạn, một sự trình hiện nhất thời trong bối cảnh vô hạn của không gian và thời gian.

Bây giờ, tôi muốn chỉ ra một khác biệt cực kỳ quan trọng nữa giữa thực tại tuyệt đối và tương đối. Theo cách hiểu của Phật giáo, và dường như cũng là của một số trường phái tư tưởng khoa học phương Tây hiện đại, chỉ có những gì không thay đổi, không thể chịu ảnh hưởng bởi thời gian và hoàn cảnh, hay không thể chia chẻ thành những phần nhỏ hơn được kết nối với nhau, mới có thể được gọi là thực thể tuyệt đối. Trên căn bản của định nghĩa này, tôi học được rằng tánh Không là thực thể tuyệt đối - vì nó là tiềm năng không thể đo lường và xác định, là bối cảnh của tất cả các hiện tượng, không do tạo tác mà thành và không bị tác động bởi sự thay đổi của các nhân duyên. Và vì tâm bản nhiên là không tịch, hoàn toàn rộng mở và không bị giới hạn bởi bất kỳ loại thuộc tính nào có thể gọi tên hay định nghĩa, nên không một tư tưởng hay lời nói nào của bất kỳ ai về các hiện tượng, ngay cả của chính tôi, có thể thực sự được xem như định nghĩa được chân tánh của tâm.

Nói cách khác, thực tại tuyệt đối không thể diễn bày được bằng ngôn từ, hình ảnh hay thậm chí là sự biểu trưng của các công thức toán học. Tôi từng nghe rằng một số tôn giáo khác cũng hiểu được bản tánh của tuyệt đối là không thể diễn bày bằng những phương pháp nói trên và phủ nhận việc mô tả tính tuyệt đối bằng tên gọi hay hình ảnh. Ít nhất thì về điểm này Phật giáo đồng ý: Tính tuyệt đối chỉ có thể được nhận biết qua sự thể nghiệm.

Trong khi đó thì việc phủ nhận rằng ta đang sống trong một thế giới có sự vật trình hiện, thay đổi và hoại diệt trong không gian và thời gian cũng là điều vô lý. [Mọi việc diễn ra quanh ta, như] con người đi lại, bàn ghế gãy vỡ, ai đó uống một ly nước và nước trong ly không còn nữa... Trong thuật ngữ Phật học, sự thể nghiệm ở cấp độ thay đổi không ngừng này được gọi là thực tại tương đối - *tương đối*, có nghĩa là so với trạng thái bất biến và không thể xác định của thực tại *tuyệt đối*.

Vì thế, trong khi việc làm ra vẻ không nhận biết những sự vật như bàn ghế, nước, tư tưởng, các tinh cầu... là điều điên rồ, nhưng đồng thời ta cũng không thể cho rằng bất kỳ sự vật nào trong số đó là tồn tại nhờ vào tự tính sẵn có theo một cách hoàn toàn không phụ thuộc và tự chúng hoàn mãn. Theo định nghĩa, bất kỳ sự vật nào tồn tại nhờ vào tự tính sẵn có thì nhất định là phải thường hằng và bất biến. Sự vật ấy không thể bị chia chẻ thành những phần nhỏ hơn hay bị tác động bởi những chuyển biến của nhân duyên.

Đó là một cách miêu tả đúng đắn về mặt tri thức mối quan hệ giữa thực tại tuyệt đối và tương đối. Nhưng nó không thực sự đem lại một sự trực nhận, hay theo cách chúng ta ngày nay thường nói là một sự nhận hiểu thấu tâm can, cần thiết để có thể thực sự nắm bắt mối quan hệ đó. Khi các vị đệ tử thỉnh cầu đức Phật giải thích về mối quan hệ giữa thực tại tuyệt đối và thực tại tương đối, ngài thường dùng thí dụ các giấc mơ và chỉ ra rằng những kinh nghiệm lúc thức tỉnh của ta cũng tương tự như những kinh nghiệm trong giấc mơ. Tất nhiên là những thí dụ trong giấc mơ mà ngài dùng liên quan đến những sự vật gần gũi với các vị đệ tử của ngài vào thời ấy, như trâu bò, lúa thóc, những mái nhà tranh, vách đất...

Tôi không nghĩ là những thí dụ ấy lại có cùng tác dụng đối với những người sống ở thế kỷ 21 này. Vì vậy, khi thuyết giảng tôi thường dùng những thí dụ gần gũi với những người đang nghe. Giả sử, bạn là người rất thích xe hơi. Chắc hẳn bạn rất vui mừng khi nằm mộng thấy có người tặng bạn một chiếc xe mới tinh mà bạn không phải tốn một đồng xu nào. "Con người trong mộng" của bạn sẽ rất hạnh phúc khi nhận được "chiếc xe trong mộng", hạnh phúc lái chiếc xe ấy và hạnh phúc mang khoe với tất cả những người quen biết.

Nhưng giả sử trong giấc mơ ấy, bạn đang lái xe và thình lình có một chiếc xe khác đâm vào bạn. Đầu xe của bạn hoàn toàn bị hư nát và bạn bị gãy một chân. Trong mộng, hẳn là bạn lập tức chuyển từ hạnh phúc sang tuyệt vọng. Xe bạn hư hỏng, bạn không có "bảo hiểm trong mộng", và cái chân gãy đang làm cho bạn đau đớn khủng khiếp. Thậm chí bạn có thể bật khóc trong mơ, và khi tỉnh dậy thì gối bạn ướt đẫm nước mắt.

Bây giờ, tôi sẽ đặt một câu hỏi, nhưng không khó lắm đâu. *Chiếc xe trong mộng có thật hay không?*

Dĩ nhiên câu trả lời là không. Không có kỹ sư nào thiết kế chiếc xe ấy, không có hãng xưởng nào lắp ráp nó. Nó không được cấu tạo bởi những thành phần làm nên một chiếc xe thật, hoặc bởi các phân tử, nguyên tử đã hợp thành mỗi phần khác nhau của chiếc xe. Dù vậy, trong khi đang nằm mộng bạn đã trải nghiệm một chiếc xe rất thật. Thật ra, bạn cảm nhận tất cả những gì trong mộng đều là thật, và bạn phản ứng với những trải nghiệm [trong mộng] bằng những tư tưởng và cảm xúc cũng rất thật. Thế nhưng, cho dù những kinh nghiệm trong giấc mơ có vẻ như thật đến đâu đi chăng nữa, cũng không thể nói rằng chúng được hiện hữu theo một tự tính sẵn có, phải không? Khi thức dậy, giấc mơ chấm dứt và tất cả những gì bạn thấy trong mơ đều tan biến vào tánh Không: khả năng tính vô hạn để cho bất kỳ việc gì cũng có thể xảy ra.

Đức Phật dạy rằng, cũng giống như thế, mọi dạng thức của kinh nghiệm đều là sự biểu hiện sinh khởi từ tiềm năng vô hạn của tánh Không. Như đã nói trong Tâm kinh [Bát-nhã], một trong những giáo pháp nổi tiếng nhất của Đức Phật:

Sắc chính là không,
Không chính là sắc.
Sắc chẳng khác không,
Không chẳng khác sắc.

(Sắc tức thị không,
Không tức thị sắc.
Sắc bất dị không,
Không bất dị sắc.)

Theo cách diễn đạt thời hiện đại, bạn có thể nói: *"Chiếc xe trong mộng chính là chiếc xe không hiện hữu theo tự tánh sẵn có. Chiếc xe không hiện hữu theo tự tánh sẵn có chính là chiếc xe trong mộng. Chiếc xe trong mộng không khác với chiếc xe không hiện hữu theo tự tánh sẵn có. Chiếc xe không hiện hữu theo tự tánh sẵn có không khác với chiếc xe trong mộng."*

Dĩ nhiên, có thể phản biện rằng, theo lý mà xét thì những gì bạn trải nghiệm trong đời sống thật không thể so sánh với những sự kiện bạn cảm nhận trong lúc nằm mơ. Rốt cuộc thì khi tỉnh dậy bạn không thực sự bị gãy chân và không có chiếc xe hỏng nào trên lối vào trước cửa nhà. Thế nhưng, nếu bạn gặp tai nạn trong đời sống thật, có lẽ bạn đã phải nằm bệnh viện và đối mặt với chiếc xe hư hỏng thiệt hại đến hàng ngàn đô-la.

Dù vậy, nền tảng kinh nghiệm của bạn vẫn là như nhau trong những giấc mơ cũng như trong đời sống thật: những tư tưởng, cảm giác, cảm thọ vốn luôn thay đổi tùy theo hoàn cảnh. Nếu bạn luôn nhớ đến sự so sánh này thì bất kể điều gì xảy đến cho bạn trong đời sống thật cũng sẽ không còn ảnh hưởng mạnh mẽ đến bạn nữa. Tư tưởng chỉ là tư tưởng. Cảm giác chỉ là cảm giác. Cảm thọ chỉ là cảm thọ. Chúng đến và đi trong đời sống thật cũng nhanh chóng và dễ dàng như trong những giấc mơ.

Tất cả những gì bạn trải nghiệm đều thay đổi tùy theo sự thay đổi của các điều kiện liên quan. Dầu chỉ có một điều kiện duy nhất thay đổi, dạng thức kinh nghiệm của bạn cũng sẽ thay đổi. Không có người nằm mơ sẽ không có giấc mơ. Không có tâm thức của người nằm mơ cũng không có giấc mơ. Nếu người nằm mơ [trước đó] không đi ngủ, cũng không có giấc mơ. Tất cả những điều kiện ấy phải hội đủ mới có giấc mơ.

MỘT BÀI TẬP VỀ TÁNH KHÔNG

Bản chất của tâm thức là Không. Tuy là Không, nhưng mọi thứ không ngừng hiện khởi trong ấy.

Ngài Gyalwang Karmapa Đời thứ 3

Karmapa Chứng đạo ca: Liễu nghĩa Đại thủ ấn kỳ nguyện văn (Song of Karmapa: The Aspiration of the Mahamudra of True Meaning)

Erik Pema Kunsang dịch sang Anh ngữ

Hiểu được tánh Không qua tri thức là một việc, nhưng trực nghiệm tánh Không lại là một việc khác. Vậy chúng ta hãy thử một bài tập nữa, hơi khác với bài tập miêu tả trong những chương trước. Lần này bạn sẽ chú ý thật kỹ vào những tư tưởng, cảm xúc và cảm thọ của mình, lúc chúng từ tánh Không hiện khởi, tạm thời biểu hiện như là tánh Không và tan biến trở về trong tánh Không. Nếu không có tư tưởng, cảm giác và cảm thọ nào sinh khởi trong bạn thì hãy khơi dậy chúng, bằng tất cả khả năng của bạn, thật nhanh chóng, cái này nối tiếp cái khác. Điểm chính yếu của bài tập là cố hết sức để quan sát thật nhiều các thể dạng kinh nghiệm. Nếu bạn không quan sát chúng, chúng sẽ trôi vào quên lãng. Đừng bỏ sót không quan sát bất kỳ tư tưởng, cảm xúc và cảm giác nào.

Hãy bắt đầu bằng cách ngồi thẳng lưng, trong một tư thế thư giãn và hít thở bình thường. Sau khi đã ngồi yên ổn, hãy bắt đầu quan sát thật rõ ràng các tư tưởng, cảm xúc và cảm giác của mình. Xin nhớ, nếu không có gì hiện khởi, hãy bắt đầu suy nghĩ vẩn vơ trong tâm trí. Hãy quan sát thật rõ ràng bất kỳ điều gì bạn cảm nhận được như sự đau đớn, sức ép, tiếng động v.v... Ngay cả những ý nghĩ như "tư tưởng này tốt", "tư tưởng này xấu", "tôi thích bài tập này" hay "tôi ghét bài tập này", đều là những tư tưởng mà bạn có thể quan sát. Thậm chí bạn cũng có thể quan sát một điều đơn giản như cảm giác ngứa ngáy. Để có hiệu quả tốt nhất, bạn cần tiếp tục tiến trình này trong ít nhất là một phút.

Bạn đã sẵn sàng chưa? Nào, hãy bắt đầu!

Hãy quan sát những động chuyển của tâm...

Hãy quan sát những động chuyển của tâm...

Hãy quan sát những động chuyển của tâm...

Nào, bây giờ hãy dừng lại!

Điểm chính của bài tập này là chỉ đơn giản quan sát tất cả những gì đi qua sự nhận biết của bạn, khi chúng hiện khởi từ tánh Không, tạm thời trình hiện và rồi tan biến trở về tánh Không, một tiến trình giống như những con sóng nổi lên rồi chìm xuống trong một đại dương mênh mông. Bạn đừng ngăn chặn các tư tưởng, cảm xúc v.v... và cũng đừng chạy theo chúng. Nếu bạn theo đuổi chúng, để cho chúng dẫn dắt, chúng sẽ bắt đầu chi phối bạn và bạn mất đi khả năng đáp ứng một cách cởi mở và tức thời trong thời khắc hiện tại. Ngược lại, nếu bạn cố ngăn chặn các tư tưởng, tâm thức bạn sẽ trở nên căng thẳng và hạn hẹp.

Điều này rất quan trọng, vì có nhiều người nhầm lẫn cho rằng thiền là phải dụng công ngăn chặn sự chuyển động tự nhiên của tư tưởng và cảm xúc. Sự chuyển động này có thể bị ngăn lại trong một khoảng thời gian ngắn, và thậm chí có thể mang lại một thoáng an ổn, nhưng đó là sự an ổn không có sự sống. Một trạng thái hoàn toàn không có tư tưởng, không có cảm xúc là một trạng thái không có sự nhận thức hay sự trong sáng.

Tuy nhiên, nếu bạn thực tập để yên cho tâm thức ở trong trạng thái tự nhiên vốn có của nó, thì cuối cùng tự nó sẽ tĩnh lặng dần. Bạn sẽ phát triển một cảm giác rộng mở thênh thang, đồng thời gia tăng khả năng thể nghiệm mọi sự một cách sáng suốt, không thiên lệch. Một khi bạn bắt đầu quan sát các tư tưởng, cảm xúc... đến và đi một cách tỉnh giác, bạn sẽ nhận ra tất cả chỉ là những hiện tượng tương đối. Chúng chỉ có thể được xác định trong mối tương quan với các kinh nghiệm khác. Một ý nghĩ vui được nhận biết nhờ sự khác biệt với một ý nghĩ không vui, giống như một người được xem là "cao" chỉ trong tương quan với một người nào đó thấp hơn. Tự thân người ấy chẳng phải cao, chẳng phải thấp. Tương tự, một tư tưởng hoặc một cảm giác tự nó không thể được mô tả như là thiện hay ác, xấu hay tốt, trừ phi được so sánh với những tư tưởng khác. Không có sự so sánh như thế, một tư tưởng, một cảm giác hay một nhận thức chỉ là chính nó. Chúng không tự có những phẩm chất hay đặc điểm nào, và tự bản thân chúng không thể được xác lập trừ phi có sự so sánh.

VẬT LÝ THỰC NGHIỆM

Các vật thể không nằm trong không gian, mà chúng được nới rộng từ khoảng không. Theo đó, khái niệm "không gian trống không" không còn ý nghĩa.

Albert Einstein

Tương đối luận - bản in lần thứ 15 (Relativity)

Khi nói chuyện với các nhà khoa học hiện đại, tôi đã kinh ngạc trước một số điểm tương đồng giữa những nguyên tắc của cơ học lượng tử và kiến giải của Phật giáo về sự tương quan giữa tánh Không và hiện thể. Vì sự khác biệt ngôn ngữ, tôi phải mất một thời gian mới nhận ra rằng chúng tôi đang nói những điều giống nhau: mọi hiện tượng hiển lộ qua từng thời khắc tiếp nối, chịu sự chi phối của các tác nhân và điều kiện được tạo ra bởi gần như là vô số sự kiện khác nhau.

Để hiểu rõ giá trị của những sự tương đồng ấy, tôi thấy cần thiết phải có một số kiến thức về các nguyên lý của vật lý học cổ điển, vì đó là nền tảng cho sự phát triển của cơ học lượng tử. "Vật lý học cổ điển" là một thuật ngữ chung để miêu tả một loạt các lý thuyết về sự vận hành của thế giới tự nhiên dựa trên những phát kiến của Issac Newton, một thiên tài của thế kỷ 17, cùng với các nhà khoa học đã đóng góp vào những khám phá của ông và đi theo định hướng của ông. Theo cách nhìn của vật lý học cổ điển thì vũ trụ được quan niệm như là một cỗ máy khổng lồ và có trật tự. Dựa theo "mô thức cỗ máy" ấy, nếu biết được vị trí và dự chuyển - tức là tốc độ và phương hướng di chuyển - của tất cả các hạt vật chất trong vũ trụ và lực tác động lẫn nhau giữa các hạt vào một thời điểm nhất định nào đó, thì ta có thể dự đoán được vị trí và dự chuyển của tất cả các hạt trong vũ trụ vào bất kỳ thời điểm nào trong tương lai. Tương tự, ta có thể biết được toàn bộ lịch sử quá khứ của vũ trụ qua một sự mô tả trọn vẹn về thực trạng hiện nay của nó. Lịch sử của vũ trụ có thể được hiểu như là một mạng lưới khổng lồ hình thành bởi những quá trình lịch sử của từng hạt vật chất riêng lẻ, được nối kết với nhau bởi những định luật nhân quả tuyệt đối và có thể nhận hiểu được.

Tuy nhiên, các định luật và lý thuyết của vật lý học cổ điển phần lớn đều dựa trên sự quan sát những hiện tượng vĩ mô, như sự di chuyển của các ngôi sao và tinh cầu, và sự tương tác giữa các vật thể trên quả đất. Nhưng những tiến bộ kỹ thuật của thế kỷ 19 và 20 đã cho phép các nhà khoa học nghiên cứu ứng xử của các hiện tượng ở những mức độ ngày càng nhỏ hơn, và những thí nghiệm của họ - vốn là nền tảng của cơ học lượng tử (cấu trúc cơ bản của vật lý học hiện đại) - đã bắt đầu cho thấy rằng ở mức độ cực kỳ vi tế, các hiện tượng vật lý không còn ứng xử theo một cung cách ngoan ngoãn, có trật tự và có thể dự đoán như sự miêu tả của vật lý học cổ điển.

Một trong những điểm gây hoang mang nhiều nhất của những thí nghiệm ấy là sự phát hiện rằng những gì mà chúng ta thường xem như *"vật chất"* đó có thể là không cứng chắc và có thể xác định như chúng ta vẫn tưởng. Khi được quan sát ở cấp độ hạ nguyên tử, "vật chất" đã ứng xử một cách khá lạ lùng, có khi thì bộc lộ những đặc tính chung của các hạt vật chất, và có khi lại hiện ra như những *"sóng"* năng lượng phi vật chất. Theo sự hiểu biết của tôi, những hạt hay sóng ấy không thể đồng thời được xác định về mặt vị trí và dự chuyển. Vì thế quan điểm cổ điển về việc miêu tả trạng thái vũ trụ theo vị trí và dự chuyển của các hạt vật chất đã sụp đổ.

Giống như cơ học lượng tử đã phát triển qua thời gian từ các định luật của vật lý học cổ điển, cũng thế, đức Phật đã miêu tả bản chất của kinh nghiệm theo một tiến trình phát triển dần dần, tùy theo khả năng lãnh hội của người nghe, với mỗi một tri kiến đều được hình thành từ tri kiến trước đó. Về mặt lịch sử, những Giáo pháp này được phân chia thành ba thời, gọi là "Tam chuyển pháp luân". Chữ *dharma* trong tiếng Sanskrit, được dịch là pháp, ở đây có nghĩa là "chân lý", hay nói đơn giản hơn là "cách thức tồn tại của sự vật".

Đức Phật thuyết giảng bài pháp đầu tiên ở vườn Lộc Uyển, một khu đất rộng gần Varanasi, ngày nay là vùng Benares thuộc Ấn Độ. Những bài pháp đầu tiên miêu tả bản chất tương đối của thực tại dựa trên những kinh nghiệm vật lý có thể quan sát được. Giáo pháp của lần chuyển pháp luân thứ nhất thường được tóm tắt trong một loạt phát biểu được gọi là *"Tứ Diệu Đế"*, nhưng có thể được miêu tả một cách chính xác hơn là *"Bốn tuệ giác thanh tịnh về cách thức tồn tại của sự vật"*. Bốn tuệ giác thanh tịnh này có thể được tóm lược như sau:

1. Đời sống thế tục chịu ảnh hưởng bởi khổ đau.
2. Khổ đau có nguyên nhân của nó.
3. Nguyên nhân của khổ đau có thể dứt trừ.
4. Có một con đường đơn giản đưa đến sự dứt trừ các nguyên nhân của khổ đau.

Trong thời chuyển pháp luân thứ hai và thứ ba, đức Phật bắt đầu miêu tả những đặc tính của thực tại tuyệt đối. Thời chuyển pháp luân thứ hai, - giảng ở núi Linh Thứu, một ngọn núi thuộc tiểu bang Bihar vùng đông bắc Ấn Độ - đặt trọng tâm vào bản chất của tánh Không, tâm từ, tâm bi và tâm Bồ-đề (Tâm Bồ-đề hay *Boddhicitta* là một từ ngữ Sanskrit, thường được dịch là "giác tâm" hay "giác trí"). Lần chuyển pháp luân thứ ba, đức Phật dạy về những tính chất nền tảng của tánh Phật, được thuyết giảng ở nhiều địa điểm khác nhau khắp nước Ấn Độ.

Tự thân ba thời chuyển pháp luân này là rất lôi cuốn, xét theo những gì ta học được về bản chất của tâm thức, vũ trụ và cách thức mà tâm thức nhận biết kinh nghiệm. Nhưng đồng thời cách phân chia ba thời này cũng giúp làm sáng tỏ những quan điểm đã khởi sinh trong các vị đệ tử đầu tiên của đức Phật.

Sau khi đức Phật nhập diệt, các vị đệ tử không phải bao giờ cũng đồng ý với nhau về cách nhận hiểu chính xác những gì Ngài đã dạy; một số trong các vị có thể đã không được nghe đủ cả ba thời chuyển pháp luân. Sự bất đồng ý kiến giữa các vị cũng chỉ là điều tự nhiên, vì như đức Phật đã nhiều lần nhấn mạnh, điểm tinh yếu trong giáo pháp của Ngài không thể nắm hiểu đơn thuần bằng tri thức, mà chỉ có thể thực chứng qua kinh nghiệm trực tiếp.

Những người chỉ được học giáo pháp qua lần chuyển pháp luân thứ nhất đã phát triển thành hai trường phái tư tưởng, đó là phái Hữu Bộ (Vaibhasika) và phái Kinh Bộ (Sautantrika), vốn quan niệm rằng các cực vi trần - tạng ngữ gọi là *dul-tren* hoặc *dul-tren-cha-may*, tạm dịch là những "hạt vật chất nhỏ nhất" hay "hạt vật chất không thể chia chẻ" - là tuyệt đối "có thật", trong ý nghĩa là tự chúng đã trọn vẹn, không thể phân chia thành những phần nhỏ hơn. Những cực vi trần căn bản này được xem là phần thiết yếu hình thành tất cả các hiện tượng. Những cực vi trần này không bao giờ có thể tan rã hay mất đi, mà chỉ chuyển hóa thành các dạng thức khác. Thí dụ, những *dul-tren-cha-may* của gỗ không hề bị mất đi khi một khúc củi bị đốt, mà chỉ đơn thuần là chuyển biến thành khói hay lửa - một quan niệm không khác với định luật "bảo toàn năng lượng", một nguyên lý căn bản của vật lý học cho rằng năng lượng không thể được tạo ra hay mất đi, mà chỉ có thể chuyển biến thành những dạng thức khác. Thí dụ, năng lượng hóa học trong xăng dầu có thể chuyển hóa thành năng lượng cơ học làm cho xe chạy.

Tới đây bạn có thể tự hỏi, sự phát triển của vật lý học hiện đại thì liên quan gì đến việc đạt được hạnh phúc cá nhân? Nhưng nếu bạn chịu khó nghe tôi thêm một lát nữa, sự liên quan đó sẽ trở nên rõ ràng.

Những giáo pháp thuyết giảng về sau của đức Phật đã chứng minh rằng chỉ riêng việc các cực vi trần có thể chuyển hóa - như Albert Einstein sẽ chứng minh trong nhiều thế kỷ sau này qua phương trình nổi tiếng $E = mc^2$, bằng một ngôn ngữ rất cơ bản đã miêu tả các hạt vật chất như là những gói năng lượng nhỏ - cũng cho thấy rằng một *dul-tren* hay *dul-tren-cha-may* thật ra chỉ là một hiện tượng nhất thời và vì vậy không thể được xem là một thực thể căn bản hay tuyệt đối.

Hãy lấy một thí dụ trong đời sống thường ngày là nước. Dưới điều kiện rất lạnh, nước đóng thành băng. Dưới nhiệt độ bình thường, nước là chất lỏng. Khi đun sôi, nước bốc thành hơi. Trong các thí nghiệm khoa học, các phân tử của nước có thể được tách ra thành những nguyên tử hydrogen và oxygen, và khi những nguyên tử này được khảo sát kỹ hơn, chúng bao gồm những hạt hạ nguyên tử càng lúc càng nhỏ hơn.

Có một điểm tương đồng thú vị giữa quan điểm của 2 phái Hữu bộ và Kinh bộ với vật lý học cổ điển. Theo vật lý học cổ điển - có thể là tôi đang đơn giản hóa tối đa vấn đề để khái niệm này dễ hiểu hơn - các yếu tố cơ bản của vật chất cũng như những thực thể lớn như các ngôi sao, tinh cầu và thân người, có thể được miêu tả xét về những đặc tính có thể đo lường được một cách chính xác, chẳng hạn như vị trí hay dự chuyển, và ngoan ngoãn di chuyển trong không gian, thời gian theo những phương thức có thể dự đoán trong sự phối hợp hoàn hảo với những lực nhất định, chẳng hạn như trọng lực và điện lực. Cách suy diễn cổ điển này vẫn còn rất hiệu nghiệm trong việc dự đoán sự vận hành của các hiện tượng vĩ mô, như sự di chuyển của các hành tinh.

Tuy nhiên, theo như tôi đã được giải thích, những tiến bộ kỹ thuật trong thế kỷ 19 đã bắt đầu mang lại cho các nhà vật lý học những phương tiện để quan sát các hiện tượng vật lý với chi tiết cực nhỏ. Đầu thế kỷ 20, nhà vật lý học người Anh J. J. Thomson đã theo đuổi một loạt thí nghiệm đưa đến sự phát hiện rằng nguyên tử không phải là một thực thể rắn chắc, mà thật ra là được cấu tạo bởi nhiều hạt nhỏ hơn - đáng kể nhất là các hạt tích điện được gọi là *electron*. Dựa trên những thí nghiệm của Thomson, nhà vật lý học Edward Rutheford đã sáng chế một mô hình nguyên tử - rất quen thuộc với hầu hết những người phương Tây đã học qua các lớp hóa học hay vật lý học thời trung học - như một kiểu thái dương hệ thu nhỏ bao gồm các electron xoay quanh một hạt nguyên tử trung tâm được gọi là *hạt nhân*.

Điều bất ổn của mô hình "thái dương hệ" nguyên tử Rutheford là nó không tính đến một sự thật đã quan sát được, đó là khi được làm nóng lên thì các nguyên tử luôn luôn phát ra những tia sáng năng lượng mang các đặc tính nào đó. Một loạt cấp độ năng lượng, vốn là khác nhau tùy theo mỗi loại nguyên tử, thường được gọi là "quang phổ nguyên tử". Vào năm 1914, Niels Bohr nhận thấy rằng nếu các electron trong một nguyên tử được xử lý như dạng sóng thì quang phổ năng lượng nguyên tử có thể được giải thích một cách chính xác. Đây là một trong những thành công vĩ đại ban đầu của cơ học lượng tử, đã bắt buộc giới khoa học phải bắt đầu xem xét nghiêm túc lý thuyết lạ lùng mới mẻ này.

Tuy nhiên, trong khoảng cùng thời gian ấy, Albert Einstein đã chứng minh rằng cũng có thể miêu tả các tia năng lượng không phải như dạng sóng, mà như các hạt được ông gọi là "quang tử" (photon). Khi các quang tử được hướng vào một đĩa kim loại, chúng sẽ tăng nhanh hoạt động của các electron và tạo ra dòng điện. Tiếp theo sau khám phá của Einstein, một số các nhà vật lý học bắt đầu những thí nghiệm cho thấy rằng tất cả các dạng năng lượng đều có thể được miêu tả như là các hạt, một quan điểm rất giống với kiến giải của trường phái Hữu Bộ.

Khi các nhà vật lý học hiện đại tiếp tục nghiên cứu thế giới của các hiện tượng hạ nguyên tử, họ vẫn phải đương đầu với vấn đề là các hiện tượng hạ nguyên tử này - cái mà chúng ta có thể gọi là yếu tố căn bản hình thành "thực tại" hay "kinh nghiệm" - đôi khi ứng xử như dạng hạt và đôi khi lại ứng xử như dạng sóng. Vì vậy họ chỉ có thể đưa ra một khả năng, rằng một hạ nguyên tử có thể bộc lộ một số đặc tính nào đó hay ứng xử theo một cách nào đó. Trong khi lý thuyết lượng tử có vẻ như chắc chắn là chính xác trong ứng dụng thực tiễn - như đã chứng minh trong việc phát triển tia laser, đèn bán dẫn, máy quét dùng trong siêu thị, hay các con chip trong máy tính... - nhưng sự giải thích của thuyết lượng tử về vũ trụ vẫn chỉ là một sự miêu tả hiện tượng theo kiểu toán học khá trừu tượng. Nhưng điều quan trọng là đừng quên rằng toán học là một ngôn ngữ biểu trưng - một kiểu thi ca sử dụng những con số và ký hiệu thay vì ngôn từ để truyền đạt một ý nghĩa của thực tại tiềm ẩn sau kinh nghiệm quy ước của chúng ta.

SỰ TỰ DO CỦA KHẢ TÍNH

***Chỉ cần tỉnh táo nhận biết
bất kỳ điều gì đang sinh khởi.***

Gyalwang Karmapa đời thứ 9

*Đại thủ ấn: Liễu nghĩa hải
(Mahamudra: The Ocean of Definitive Meaning)*

Elizabeth M. Callahan dịch sang Anh ngữ

Trong những giáo pháp được đưa ra ban đầu, đức Phật đã đề cập đến vấn đề khổ đau do bám chấp vào sự tồn tại trên cơ sở tự tính hoặc sự thật có tuyệt đối của kinh nghiệm (bao gồm cả niềm tin vào sự tồn tại trên cơ sở tự tính của một bản ngã cũng như các hiện tượng vật chất). Về sau, khi thính chúng trở nên thông tuệ hơn, ngài bắt đầu giảng về tánh Không và tánh Phật một cách trực tiếp hơn. Tương tự, những khái niệm của các nhà vật lý học cổ điển về bản chất và phản ứng của các vật thể đã dần dần được định nghĩa lại và cập nhật qua nỗ lực của các nhà khoa học cuối thế kỷ 19.

Như đã đề cập ở phần trước, khi quan sát vật chất ở cấp độ hạ nguyên tử, các nhà khoa học hiện đại đã nhận thấy rằng, khi được quan sát dưới một vài điều kiện thực nghiệm nhất định, các nguyên tố của thế giới hạ nguyên tử cũng ứng xử đàng hoàng như những hạt kiểu "vật chất", nhưng khi được quan sát dưới những điều kiện khác, chúng lại ứng xử giống với dạng sóng hơn. Những quan sát về "lưỡng tính sóng-hạt" ấy, trên nhiều phương diện, đã đánh dấu sự ra đời của một nền vật lý học mới: cơ học lượng tử.

Tôi hình dung rằng những ứng xử kỳ lạ ấy hẳn đã làm cho các nhà khoa học đầu tiên quan sát chúng không được thoải mái lắm. Lấy một thí dụ đơn giản, hãy tưởng tượng một người nào đó mà bạn nghĩ là mình biết rất rõ, nhưng có lúc cư xử với bạn như một người bạn thân, rồi nửa giờ sau lại nhìn bạn như thể một người không quen biết. Có thể bạn sẽ gọi kiểu ứng xử như vậy là "tráo trở".

Mặt khác, điều này hẳn cũng đã vô cùng hứng thú, vì sự quan sát trực tiếp cung cách ứng xử của vật chất đã mở ra cả một chân trời nghiên cứu mới - rất tương tự với cái thế giới được mở rộng trước chúng ta khi bắt đầu tích cực quan sát hoạt động của chính tâm thức mình. Có quá nhiều điều để quan sát, quá nhiều điều để học hỏi!

Với bản tính cần cù cố hữu, các nhà vật lý của đầu thế

kỷ thứ 20 đã chấp nhận xóa bỏ tất cả và quay lại từ đầu để có thể giải thích cung cách ứng xử của những hạt vật chất mang tính chất như dạng sóng. Dựa trên mô hình của Niels Bohr về tính chất dạng sóng của các electron bên trong nguyên tử, cuối cùng họ đã đạt đến một cách miêu tả mới về thế giới hạ nguyên tử. Với những thuật ngữ toán học rất tinh tế, họ đã giải thích được bằng cách nào mà mỗi một hạt trong vũ trụ đã được nhận biết này lại có thể được hiểu như là một tia sóng, và mỗi một tia sóng có thể hiểu như một hạt vật chất. Nói cách khác, những hạt vật chất đã cấu tạo nên vũ trụ vật chất lớn hơn nó, nhìn từ một góc độ thì có thể xem như là những "vật thể" và nhìn từ một góc độ khác lại như là những tiến trình diễn ra trong không gian và thời gian.

Vậy thì vật lý học và cuộc sống hạnh phúc có liên quan gì đến nhau? Chúng ta thích nghĩ về chính mình như là một cá thể chắc thật, cá biệt, với những mục đích và cá tính được xác định rõ rệt. Nhưng nếu thành thật nhìn vào những khám phá mới của khoa học hiện đại, ta phải thừa nhận rằng cách nhìn về chính mình như vậy dẫu sao cũng là chưa đầy đủ.

Giáo pháp của đức Phật thường được chia làm hai nhóm, một là các giáo pháp về trí tuệ, hay phần lý thuyết, và hai là các giáo pháp về phương tiện, hay phần thực hành. Chính đức Phật đã thường so sánh hai nhóm giáo pháp này như đôi cánh của con chim. Để bay được, chim cần đủ hai cánh. "Chiếc cánh" trí tuệ là cần thiết, vì nếu không có ít nhất là một ý niệm nào đó về chí hướng của mình thì "chiếc cánh" thực hành sẽ vung vẩy một cách hết sức vô ích. Lấy ví dụ như những người đến phòng tập thể dục, ít nhất phải có một ý niệm khái quát về những gì mình muốn đạt được khi đổ mồ hôi trên chiếc thảm chạy bộ hay cử tạ. Nguyên tắc này cũng đúng với nỗ lực trực nhận tiềm năng vốn có của chúng ta trong việc đạt đến hạnh phúc. Chúng ta cần biết mình sẽ đi đâu để có thể đến được nơi ấy.

Khoa học hiện đại - đặc biệt là vật lý học lượng tử và thần kinh học - đã cống hiến một phương thức tiếp cận với trí tuệ bằng những cách diễn đạt vừa có thể được chứng minh một cách cụ thể, vừa dễ được chấp nhận đối với những người của thế kỷ 21 hơn là tuệ giác của Phật giáo về bản chất thực tại được đạt đến bằng vào những phân tích chủ quan. Phương thức hiện đại này không những giúp ta giải thích được vì sao các pháp môn của đạo Phật mang lại kết quả, xét từ những phân tích khoa học rất khắt khe, mà còn soi sáng một cách tuyệt vời những kiến giải của Phật giáo về *dul-tren-cha-may*, tức là những hiện tượng nhất thời sinh khởi và hoại diệt trong khoảnh khắc tùy thuộc vào sự thay đổi của nhân và duyên. Tuy nhiên, chúng ta cần phải quan sát sâu hơn vào lãnh vực khoa học mới có thể khám phá được một số trong những điểm tương đồng này.

5. TÍNH TƯƠNG ĐỐI CỦA NHẬN THỨC

Sự thanh tịnh ban sơ của tâm bản nhiên là hoàn toàn siêu việt mọi ngôn từ, khái niệm và khuôn thước.

Jamgon Kongtrul

Đại thiên thế giới (Myriad Worlds)

International Committee of Kunkhyab Choling dịch sang Anh ngữ

Định nghĩa về tánh Không như *"khả tính vô hạn"* là sự mô tả cơ bản nhất của một thuật ngữ rất phức tạp. Một ý nghĩa tinh tế hơn nữa, có lẽ đã bị các nhà phiên dịch [sang Anh ngữ] thời kỳ đầu bỏ sót, là bất kỳ điều gì hiện khởi từ *"khả tính vô hạn"* ấy - cho dù là một tư tưởng, một lời nói, một hành tinh, hay một cái bàn - đều không thực sự tự nó tồn tại như một "vật thể", mà chỉ là kết quả của rất nhiều nhân và duyên khác nhau. Nếu có bất kỳ nhân duyên nào trong số đó bị thay đổi hay loại bỏ đi, một hiện tượng khác hơn sẽ sinh khởi. Cũng giống như những nguyên lý đã được [đức Phật] vạch ra trong thời chuyển pháp luân lần thứ hai, ngành cơ học lượng tử có khuynh hướng miêu tả kinh nghiệm theo cách không chỉ đơn thuần là một chuỗi sự kiện duy nhất có thể xảy ra và dẫn đến một hệ quả duy nhất, mà là những khả tính [khác nhau] của các sự kiện và tiến trình - điều này gần gũi một cách lạ lùng với kiến giải của Phật giáo về thực tại tuyệt đối, vốn cho rằng về mặt lý thuyết thì những hệ quả khác nhau đều có thể xảy ra.

DUYÊN KHỞI

Bất kỳ sự việc gì tùy thuộc vào nhân duyên đều được xem là Không...

Madropa Thỉnh vấn kinh
(Sutra Requested by Madropa)

Ari Goldfield dịch sang Anh ngữ

Lấy một thí dụ dễ hiểu, hãy hình dung hai chiếc ghế khác nhau: một chiếc có 4 chân vững chãi, chiếc kia chỉ có hai chân là vững, còn hai chân nứt gãy. Nếu ngồi lên chiếc ghế có 4 chân vững chắc, bạn sẽ rất thoải mái. Ngồi lên chiếc ghế kia thì kết cục bạn sẽ ngã xuống đất. Nhìn bề ngoài thì cả hai đều có thể gọi là "ghế". Nhưng kinh nghiệm của bạn về mỗi chiếc "ghế" đó hiển nhiên là khác nhau vì các nhân duyên tiềm ẩn không giống nhau.

Trong thuật ngữ Phật học, sự hòa hợp các nhân duyên khác nhau như vậy được gọi là *duyên khởi*. Chúng ta luôn có thể chứng kiến sự vận hành của nguyên lý duyên khởi trong thế giới quanh ta. Chẳng hạn, một hạt mầm mang trong nó tiềm năng tăng trưởng, nhưng tiềm năng đó chỉ có thể trở thành hiện thực - nghĩa là mọc lên thành thân cây, bụi rậm hay dây leo - với những điều kiện nhất định. Nó phải được gieo trồng, tưới nước và có đủ ánh sáng. Ngay cả với những điều kiện thích hợp thì việc mọc lên cây gì cũng là tùy thuộc vào loại hạt mầm được gieo trồng xuống. Một hạt táo không thể mọc thành cây cam, và hạt cam cũng không thể mọc lên một loại cây đột nhiên đâm ra chồi táo. Vậy thì ngay cả trong một hạt mầm, nguyên lý duyên khởi cũng đã vận hành.

Cũng vậy, những chọn lựa của chúng ta trong đời sống hằng ngày thực sự có một hệ quả tương đối, khơi dậy những nhân và duyên mà sẽ đưa đến những hệ quả tất yếu trong phạm trù thực tại tương đối. Những chọn lựa tương đối giống như những viên đá ném vào ao nước. Cho dù viên đá cũng chẳng đi đâu xa, nhưng bất kỳ nơi nào nó rơi xuống thì ở đấy sẽ có những vòng sóng gợn lan tròn ra. Không có cách nào để ngăn việc này (tất nhiên, trừ phi bạn ngắm rất tồi và viên đá không bay xuống ao mà lại xuyên qua cửa sổ nhà hàng xóm, và trong trường hợp này thì sẽ có một loạt hậu quả khác phát sinh).

Tương tự như thế, những ý niệm về bản thân như "tôi chưa hoàn thiện", "tôi mập quá", hay "hôm qua tôi đã phạm lỗi nghiêm trọng", đều dựa trên những nhân duyên trước đó. Có lẽ đêm trước bạn đã ngủ không ngon. Có lẽ trước đó trong ngày đã có ai đó nói điều gì mà bạn không thích. Hoặc có lẽ bạn chỉ đói bụng và cơ thể bạn đang đòi hỏi những vi-ta-min và khoáng chất thiết yếu để hoạt động đúng mực. Một điều thật đơn giản như việc uống không đủ nước cũng có thể làm bạn mệt lả, đau đầu hay mất khả năng tập trung. Một số sự kiện bất kỳ có thể quyết định bản chất của kinh nghiệm tương đối mà không hề làm thay đổi thực tại tuyệt đối của "bản lai diện mục".

Khi tôi được các nhà thần kinh học khảo sát tại phòng nghiên cứu ở Wisconsin, tôi đã đặt rất nhiều câu hỏi về việc các nhà khoa học hiện đại hiểu như thế nào về nhận thức [của con người]. Đạo Phật đã có giáo lý riêng, nhưng tôi hiếu kỳ muốn biết quan niệm của khoa học Âu Tây. Những gì tôi đã học được là, theo quan điểm thuần túy của khoa thần kinh học thì bất kỳ hoạt động nhận thức nào cũng phải hội đủ ba yếu tố: *một tác nhân kích thích* (chẳng hạn như hình sắc, âm thanh, mùi vị, hoặc một vật gì đó mà ta xúc chạm hay xúc chạm vào ta), *một giác quan* và một loạt các *chu kỳ phản ứng thần kinh* trong não bộ để điều phối và làm cho những tín hiệu nhận được từ giác quan trở nên có ý nghĩa.

Lấy thí dụ như sự nhận thức hình ảnh của một trái chuối. Các nhà khoa học đã tiếp chuyện với tôi giải thích rằng, trước hết thần kinh thị giác - những nơ-ron cảm nhận trong mắt - nhận ra một vật màu vàng, dài và cong, có thể có một chấm nâu ở một trong hai đầu. Bị kích thích bởi tác nhân này, các nơ-ron bắt đầu liên tục truyền tín hiệu đến *khâu não* (thalamus), một cấu trúc thần kinh nằm ngay trung tâm não. Vùng khâu não có phần giống với một trung tâm điều phối tín hiệu (như thường thấy trong các bộ phim cũ trước đây), là nơi các tín hiệu từ những giác quan được phân loại trước khi chuyển đến các vùng não khác.

Sau khi được phân loại ở vùng khâu não, các tín hiệu thần kinh thị giác được gửi đến hệ viền não, là vùng não chịu trách nhiệm chính trong việc xử lý những phản ứng cảm xúc và các cảm giác đau đớn hay khoái lạc. Đến thời điểm này, não bộ của ta sẽ đưa ra một phán đoán tức thì về kích thích thị giác đó - trong trường hợp này là một vật màu vàng, dài và cong, có những chấm nâu ở một trong hai đầu - là tốt hay xấu, hoặc không tốt không xấu. Giống như cảm giác mà đôi khi ta cảm nhận khi có mặt những người khác, ta có khuynh hướng xem kiểu phản ứng tức thời này như là "phản ứng từ tâm can", mặc dầu phản ứng này không hoàn toàn phát sinh từ tim hay gan - nhưng dùng định nghĩa ngắn gọn này dễ dàng hơn nhiều, còn hơn là đi vào chi tiết như *"một kích thích của nơ-ron trong vùng viền não"*.

Khi thông tin này được xử lý trong vùng viền não, nó cũng đồng thời được chuyển lên "cấp trên" là các vùng trong lớp vỏ não mới, vùng phân tích [dữ liệu] chính yếu của não bộ, nơi ấy thông tin được tổ chức thành các mô thức - hay nói cụ thể hơn là thành các khái niệm - để cung cấp sự chỉ dẫn hay phác đồ được ta dùng để định hướng trong thế giới hằng ngày. Lớp vỏ não mới *(neocortex)* phán đoán mô thức [được gửi đến] và đi đến kết luận rằng đối tượng đã kích thích các tế bào thần kinh thị giác đó thật ra là một quả chuối. Và nếu lớp vỏ não mới đã từng tạo ra một mô thức hay khái niệm về "quả chuối", nó sẽ cung cấp ngay đủ mọi loại chi tiết khác có liên quan, dựa trên những kinh nghiệm quá khứ - chẳng hạn như hương vị của một quả chuối như thế nào, chúng ta có thích hương vị ấy hay không, và đủ mọi loại chi tiết khác liên quan đến khái niệm của ta về quả chuối, và tất cả những điều đó sẽ giúp ta quyết định cách phản ứng chính xác hơn với đối tượng mà ta nhìn thấy như là một quả chuối.

Những gì tôi vừa mô tả chỉ là một phác thảo sơ sài của tiến trình nhận thức. Nhưng ngay cả một cái nhìn thoáng qua về tiến trình ấy cũng đủ cho ta một ý niệm vì sao ngay cả một vật thể thông thường cũng có thể trở thành nguyên nhân của hạnh phúc hay khổ đau. Khi đến giai đoạn nhận biết được quả chuối, chúng ta không còn thực sự nhìn thấy đối tượng ban đầu nữa. Thay vào đó, ta nhìn thấy một hình ảnh của nó được tạo thành bởi lớp vỏ não mới. Và hình ảnh này chịu sự quy định bởi một số lượng khổng lồ các yếu tố khác nhau, bao gồm môi trường quanh ta, sự kỳ vọng và những kinh nghiệm trước đây của ta, cũng như chính cấu trúc hệ mạch nơ-ron của ta nữa. Ngay trong tự thân não bộ, quá trình cảm nhận và tất cả những yếu tố này có thể nói là tương thuộc [theo nguyên lý duyên khởi] trong ý nghĩa là chúng liên tục tác động lẫn nhau. Bởi vì cuối cùng thì lớp *vỏ não mới* cung cấp mô thức để thông qua đó ta có được khả năng nhận biết, gọi tên và tính toán các ứng xử, hay "quy tắc", tương ứng với đối tượng được nhận thức, nên trong một ý nghĩa rất thâm sâu, chính lớp *vỏ não mới* đã hình thành thế giới cho chúng ta. Nói cách khác, ta không nhìn thấy thực tại tuyệt đối của quả chuối, mà chỉ nhìn thấy sự trình hiện tương đối của nó, một hình ảnh được tạo thành trong tâm thức.

Để minh họa điểm này, trong cuộc hội thảo đầu tiên của viện Tâm thức và Đời sống vào năm 1987, Tiến sĩ Livingston đã trình bày một thí nghiệm đơn giản, qua đó một nhóm đối tượng của thí nghiệm này sẽ được nhìn một chữ **T** viết rất cẩn thận, sao cho hai gạch ngang và dọc chính xác bằng nhau.[1] Khi được hỏi liệu trong hai gạch đó có gạch nào dài hơn, hay hai gạch bằng nhau, có 3 nhóm câu trả lời khác nhau được đưa ra, mỗi câu đều dựa trên môi trường sống của đối tượng được hỏi. Thí dụ, hầu hết những người sống hay lớn lên trong môi trường có mặt đất bằng phẳng (như Netherlands) có khuynh hướng thấy gạch ngang (hay phẳng) dài hơn. Ngược lại, những người sống hay lớn lên trong vùng núi dễ có khuynh hướng tiếp nhận sự vật theo tương quan cao thấp, thì hầu như tất cả đều tin chắc chắn rằng gạch dọc dài hơn. Chỉ một nhóm ít người có khả năng nhận ra chiều dài của hai gạch là bằng nhau.

Và nếu nói một cách thuần túy theo sinh lý học thì bộ não là thành tố tích cực trong việc hình thành và quy định

[1] Jeremy W. Hayward và Francisco J. Varela, Gentle Bridges: Conversations with the Dalai Lama on the Science of Mind (Boston: Shambhala, 1992), trang 183 và 184.

nhận thức. Mặc dầu các nhà khoa học không phủ nhận rằng có một "thế giới thật" của các đối tượng bên ngoài giới hạn thân thể, nhưng nhìn chung thì họ đồng ý rằng cho dù các kinh nghiệm qua giác quan có vẻ như rất trực tiếp và tức thời, nhưng các tiến trình có liên quan đều tinh tế và phức tạp hơn rất nhiều so với vẻ ngoài đó. Như Francisco Varela đã phát biểu sau đó trong cùng hội thảo này: *"Như thể là chính bộ não mới thực sự làm cho thế giới hiển hiện qua nhận thức."*[1]

Vai trò tích cực của não bộ trong tiến trình nhận thức giữ phần trọng yếu trong việc quyết định tâm trạng bình thường của chúng ta. Và vai trò tích cực này đã mở ra khả năng cho những ai mong muốn tu tập những pháp môn luyện tâm nào đó để dần dần thay đổi những nhận thức cố hữu, vốn đã hình thành qua nhiều năm sống buông thả. Bằng vào sự tu tập rèn luyện, não bộ có thể phát triển những mối liên kết nơ-ron mới, nhờ thế chúng ta không những có thể chuyển hóa những nhận thức hiện có mà còn vượt ra khỏi những trạng thái tâm thức bình thường như sự lo âu, bất lực và đau khổ để hướng đến một kinh nghiệm hạnh phúc và an lạc lâu bền hơn.

Đây là một tin vui cho bất kỳ ai đang cảm thấy vướng mắc vào những ý niệm về cách vận hành của đời sống. Tất cả những kinh nghiệm của bạn - tư tưởng, cảm giác hay cảm thọ - không có gì là bất biến và không thay đổi được như vẻ ngoài của chúng. Nhận thức của bạn chỉ là những ước lượng rất sơ sài của bản chất chân thật của sự vật. Thật ra thì cả vũ trụ bạn đang sống và vũ trụ [được hình thành] trong tâm thức bạn mới hợp thành một tổng thể tương quan. Các nhà thần kinh học, vật lý học và tâm lý học đã giải thích với tôi

[1] Sách đã dẫn, trang 199.

rằng, trong một nỗ lực can đảm để miêu tả thực tại bằng những cách diễn đạt khách quan, hợp lý, các nhà khoa học hiện đại đã bắt đầu khôi phục trong chúng ta cảm giác mầu nhiệm và tuyệt vời của kinh nghiệm sống.

CHỦ THỂ VÀ KHÁCH THỂ: MỘT QUAN ĐIỂM CỦA KHOA HỌC THẦN KINH

Những tư tưởng nhị nguyên là năng lượng sinh động của tâm.

Jamgon Kontrul

Sáng tạo và viên mãn (Creation and Completion)

Sarah Harding dịch sang Anh ngữ

Sau khi đã trang bị thêm chút ít kiến thức về vật lý và sinh lý học, chúng ta có thể đặt những câu hỏi sâu xa hơn về thực tại tuyệt đối của tánh Không và thực tại tương đối của những trải nghiệm hằng ngày. Chẳng hạn, nếu những gì chúng ta nhận thức chỉ là một hình ảnh của đối tượng, và tự thân đối tượng, theo quan điểm của các nhà vật lý học, chỉ là một số lớn các phân tử bé tí đang quay tròn, vậy thì tại sao chúng ta lại cảm nghiệm về một sự vật, chẳng hạn như cái bàn trước mặt chúng ta, như là một vật thể cứng chắc? Làm sao ta có thể thấy và cảm nhận một ly nước trên bàn? Nếu ta uống ly nước đó, có vẻ như nó có đủ sự chắc thật và hoàn toàn cảm nhận được. Làm sao có thể như thế? [Sự thật là] nếu không uống nước, chúng ta sẽ khát. Tại sao?

Trước hết, về nhiều phương diện, tâm thức tham gia vào một tiến trình được gọi là *dzinpa*, một từ ngữ Tây Tạng có nghĩa là "nắm bắt". *Dzinpa* là khuynh hướng của tâm thức bám víu vào đối tượng như một thực thể tự nó có thật. Sự tu tập theo đạo Phật cho ta một cách tiếp cận khác, thay vì nhìn cuộc đời như một cuộc sinh tồn chủ yếu dựa trên sự sợ hãi, ta sẽ thể nghiệm đời sống như một chuỗi tiếp nối những sự kiện lạ lùng và mầu nhiệm.

Sự khác biệt có thể được chỉ rõ qua một thí dụ đơn giản. Hãy hình dung tôi đang nắm trong tay xâu chuỗi mala (xâu chuỗi gồm các hạt tròn nhỏ, dùng khi cầu nguyện, niệm Phật) và lòng bàn tay úp xuống. Trong thí dụ này, xâu chuỗi *mala* tượng trưng cho tất cả những tài sản mà người ta thường thấy là cần thiết: một chiếc xe hơi tốt, quần áo đẹp, món ăn ngon, việc làm có thu nhập cao, nhà cửa tiện nghi v.v... Nếu tôi nắm chặt vào xâu chuỗi, một phần xâu chuỗi dường như sẽ vuột ra và treo lủng lẳng ở ngoài bàn tay tôi. Nếu tôi cố nắm lấy phần bị vuột ra, một đoạn khác dài hơn sẽ vuột ra nữa; và nếu tôi cố nắm cho bằng được phần vuột ra thêm đó, một đoạn khác thậm chí còn dài hơn nữa sẽ vuột ra. Nếu tôi cứ tiếp tục như thế, cuối cùng thì nguyên cả xâu chuỗi mala sẽ vuột khỏi tay tôi. Tuy nhiên, nếu như tôi lật ngửa bàn tay lên và để cho xâu chuỗi nằm hoàn toàn trên lòng bàn tay mở rộng, sẽ không có gì rơi tuột cả. Chuỗi hạt nằm buông lỏng trong bàn tay tôi.

Lấy một thí dụ khác, hãy tưởng tượng bạn đang ngồi trong một căn phòng rất đông người đang cùng nhìn về một cái bàn ở phía trước căn phòng. Khuynh hướng tự nhiên của bạn là xem cái bàn ấy như tự nó đã là một vật thể hoàn toàn trọn vẹn, hàm chứa chính nó và không phụ thuộc vào sự quan sát chủ quan. Nhưng cái bàn gồm có mặt bàn, chân bàn, cạnh bàn, phía sau và phía trước. Nếu bạn nhớ rằng cái bàn được cấu tạo bởi những thành phần khác nhau như thế, liệu bạn có thể thực sự xác định nó như một vật thể đơn độc nữa không?

Trong quá trình truy tìm *"người nhạc trưởng vắng mặt"* của bộ não, các nhà khoa học thần kinh đã khám phá rằng não bộ của sinh vật hữu tình đã đặc biệt tiến hóa để nhận biết và phản ứng với các mô thức. Trong hàng triệu nơ-ron tạo thành não bộ con người, có một số đặc biệt thích ứng để nhận biết hình dạng, trong khi một số khác dành riêng cho việc nhận biết màu sắc, mùi hương, âm thanh, chuyển động v.v... Đồng thời, não bộ của chúng ta cũng có sẵn những cơ chế cho phép ta rút tỉa được những gì mà các nhà khoa học thần kinh gọi là những quan hệ "tổng hòa", hay theo kiểu mô thức.

Hãy xem xét điển hình quen thuộc của một nhóm biểu tượng hình ảnh, gọi là biểu tượng cảm xúc, thường được dùng trong các thư điện tử: :-). Nhóm [biểu tượng] này dễ dàng được nhận ra như một "khuôn mặt tươi cười" với hai con mắt " **:** " , một cái mũi " - " và cái miệng ") ". Tuy nhiên, nếu ba dấu này được sắp xếp lại như **:)-** thì não bộ sẽ không nhận ra là một mô thức và chỉ hoàn toàn nhận hiểu hình ảnh đó như là những dấu hai chấm, đường cong và dấu gạch được sắp xếp ngẫu nhiên.

Các nhà khoa học thần kinh mà tôi được tiếp chuyện đã giải thích rằng, những cơ chế nhận biết mô thức này vận hành hầu như đồng thời với sự nhận biết hình dạng, màu sắc v.v... của các nơ-ron, thông qua sự đồng bộ thần kinh (neuronal synchrony). Nói một cách rất giản dị, điều này có thể được mô tả như là một tiến trình qua đó các nơ-ron phân bố trên khắp những vùng cách biệt nhau của não bộ đều tự động và tức thời giao tiếp với nhau. Thí dụ, khi hình vẽ :-) được nhận biết theo cách sắp xếp chính xác này, thì các nơ-ron tương ứng sẽ tự động gửi tín hiệu cho nhau theo một phương cách tức thời nhưng phối hợp chính xác để biểu thị cho sự nhận biết được một mô thức đặc biệt. Khi không có mô thức nào được nhận biết, các nơ-ron tương ứng sẽ gửi cho nhau những tín hiệu ngẫu nhiên.

Theo những gì tôi biết cho đến hiện nay thì khuynh hướng nhận biết các mô thức hay vật thể là sự minh họa rõ ràng nhất của *dzinpa* (sự chấp trước) về mặt sinh lý. Tôi cho rằng khuynh hướng này đã phát triển như một kiểu bản năng sinh tồn, vì khả năng phân biệt được các vật thể hay sự kiện là nguy hại, hữu ích hay vô hại là hết sức tiện lợi! Như tôi sẽ giải thích sau này, các nghiên cứu lâm sàng cho thấy sự tu tập thiền quán đã phát triển cơ chế đồng bộ thần kinh đến một mức độ mà chủ thể nhận thức có thể bắt đầu chủ động nhận ra được rằng tâm thức của họ là đồng nhất và không khác biệt với các kinh nghiệm hay đối tượng được tâm thức nhận biết. Nói cách khác, sự tu tập thiền quán lâu ngày sẽ xóa đi ranh giới phân biệt giả tạo giữa chủ thể và khách thể, và nhờ thế mà chủ thể nhận thức có được sự tự do để quyết định về phẩm tính của kinh nghiệm tự thân, cũng như sự tự do để phân biệt giữa những gì là chân thật và những gì chỉ đơn thuần là một sự trình hiện.

Tuy nhiên, việc xóa đi ranh giới giữa chủ thể và khách thể không có nghĩa là sự nhận thức sẽ trở nên mông lung mơ hồ. Bạn vẫn sẽ tiếp tục nhận biết các kinh nghiệm dưới hình thức chủ thể và khách thể nhưng đồng thời cũng nhận biết rằng sự chia tách ấy chủ yếu chỉ là về mặt khái niệm. Nói cách khác, sự nhận thức một đối tượng không khác biệt với chính cái tâm thức đang nhận thức về đối tượng ấy.

Vì sự chuyển đổi này khó nắm hiểu được bằng tri thức, nên để có thể hiểu rõ hơn, một lần nữa ta lại phải dựa vào thí dụ so sánh với giấc mơ. Trong một giấc mơ, nếu bạn biết được rằng những gì bạn đang trải qua chỉ là một giấc mơ, thì khi ấy bạn cũng nhận biết rằng bất kỳ điều gì bạn trải qua trong mơ chỉ là đang diễn ra trong tâm thức bạn mà thôi. Và sự nhận biết như vậy sẽ giải thoát cho bạn khỏi những giới hạn của "những bất ổn trong mộng", "đau khổ trong mộng" hay "giới hạn trong mộng". Giấc mơ vẫn tiếp tục, nhưng sự nhận biết này đã giải thoát bạn ra khỏi bất kỳ những đau đớn hay buồn khổ nào mà những cảnh trong mộng đã gây ra. Sự sợ hãi, đau đớn hay khổ não đều được thay thế bằng một sự ngạc nhiên gần như trẻ thơ: *"Trời! Hãy xem những gì mà tâm thức tôi có thể tạo ra kia kìa!"* Cũng giống như thế, trong đời sống thật, sự vượt thoát ranh giới phân biệt giữa chủ thể và khách thể cũng tương đương với sự nhận biết rằng bất kỳ điều gì bạn trải nghiệm đều không hề tách rời với tâm thức đang trải nghiệm chúng. Đời sống thực tế không ngừng lại, nhưng sự kinh nghiệm hay nhận thức của bạn về cuộc sống sẽ chuyển từ sự giới hạn thành sự ngạc nhiên kỳ thú.

MÓN QUÀ CỦA SỰ BẤT ĐỊNH

Khi tâm không có chỗ trụ, đó là Đại thủ ấn.

Ngài Tilopa

Hằng hà Đại thủ ấn
(Ganges Mahamudra)

Elizabeth M. Callahan dịch sang Anh ngữ

Nếu trở lại với thí dụ quan sát một cái bàn, chúng ta có thể nói rằng, ngay trên bình diện có thể quan sát được theo cách thông thường, một cái bàn cũng luôn trong trạng thái không ngừng thay đổi. Từ hôm qua đến hôm nay, một chút gỗ có thể sứt ra hay một chút sơn đã tróc. Nếu nhìn cái bàn theo cách của một nhà vật lý, ở mức độ cực vi chúng ta sẽ thấy những thứ gỗ, sơn, đinh, keo dán... đã tạo nên cái bàn đều là do phân tử và nguyên tử hợp thành, mà cấu trúc của phân tử và nguyên tử lại là những hạt lượng tử chuyển động nhanh, không ngừng dao động trong không gian hạ nguyên tử mênh mông.

Ở cấp độ hạ nguyên tử này, các nhà vật lý gặp phải một rắc rối thú vị: khi họ tìm cách đo vị trí chính xác của một hạt trong không gian hạ nguyên tử thì họ không thể đo lường dự chuyển (tức là vận tốc và hướng chuyển động) của nó với độ chính xác 100%; và khi họ muốn đo lường dự chuyển của một hạt, thì họ không thể xác định chính xác vị trí của nó. Sự bất ổn khi đo lường đồng thời vị trí và dự chuyển của một hạt được gọi là nguyên lý bất định Heisenberg, gọi theo tên của ông Werner Heisenberg, một trong những sáng lập viên của cơ học lượng tử.

Tôi được nghe giải thích về một phần của bất ổn này là, để "thấy" được vị trí của một hạt hạ nguyên tử, các nhà vật lý cần chiếu một tia chớp sáng ngắn ngủi vào hạt này để cho nó một kích thích năng lượng phụ trội và làm thay đổi tốc độ di chuyển của nó. Mặt khác, khi các nhà vật lý học tìm cách đo lường dự chuyển của hạt, họ sẽ làm điều đó bằng cách đo sự thay đổi trong tần số sóng ánh sáng chiếu vào hạt khi hạt này di động - tương tợ như cách mà cảnh sát giao thông dùng tần số của sóng ra-đa để đo vận tốc một chiếc xe. Như thế, tùy theo loại thí nghiệm mà các nhà khoa học tiến hành, họ sẽ có được thông tin về một trong hai đặc tính của hạt. Nói một cách hết sức giản dị là, kết quả của một thí nghiệm tùy thuộc vào bản chất của chính nó - nghĩa là tùy theo nghi vấn của các nhà khoa học nào đã thiết đặt và quan sát cuộc thử nghiệm ấy.

Nếu bạn xem nghịch lý này như một cách để miêu tả kinh nghiệm con người, bạn có thể thấy rằng, việc các đặc tính được gán cho một hạt vật chất được quy định bởi cuộc thí nghiệm cụ thể mà các nhà khoa học đã thực hiện với nó, và theo một cung cách cũng giống như vậy, tất cả những gì chúng ta suy nghĩ, cảm giác và nhận thức đều tùy thuộc vào những tập quán tinh thần mà chúng ta đưa vào đó.

Vật lý học hiện đại đã chỉ rõ rằng, sự hiểu biết của chúng ta về các hiện tượng vật chất đã bị giới hạn trong một chừng mực nào đó bởi những nghi vấn của ta về hiện tượng. Đồng thời, sự bất định trong việc dự đoán chính xác cách thức và vị trí một hạt vật chất có thể xuất hiện trong vũ trụ hạ nguyên tử cũng cho thấy một mức độ tự do nào đó trong việc quyết định bản chất kinh nghiệm của chúng ta.

BỐI CẢNH: GÓC NHÌN CỦA NHẬN THỨC HỌC

Ý làm chủ, ý tạo...

Kinh Pháp Cú
(The Dhammapada)

Eknath Easwaran dịch sang Anh ngữ

Sự tu tập Phật pháp dẫn dắt chúng ta dần dần buông bỏ những định kiến cố hữu và trải nghiệm với những nghi vấn khác và những quan điểm khác. Một sự chuyển đổi cách nhìn như thế không khó như ta tưởng. Ở Nepal, trong một câu chuyện trao đổi với người đệ tử của tôi làm việc trong ngành Tâm lý học nhận thức, tôi được biết rằng khả năng thay đổi cách nhìn của chúng ta về sự vật là một trong những công năng cơ bản của tâm thức con người. Theo cách diễn đạt của Tâm lý học nhận thức thì ý nghĩa của bất kỳ thông tin nào chúng ta nhận được, phần lớn đều được quyết định bởi bối cảnh mà ta quan sát chúng. Những mức độ khác nhau của bối cảnh có vẻ giống một cách lạ kỳ với những cách quan sát thực tại khác nhau của cơ học lượng tử. Thí dụ, nếu chúng ta nhìn cụm từ dưới đây:

MINGYUR RINPOCHE

Rất có thể [mỗi người trong chúng ta sẽ] suy diễn ý nghĩa của nó theo rất nhiều cách khác nhau, bao gồm những cách hiểu sau đây:

- một sự sắp xếp những dấu gạch và khoảng trống
- một nhóm chữ viết
- chỉ là một cái tên

- chỉ đến một người cụ thể mà ta quen biết
- chỉ đến một người cụ thể mà ta không quen biết

Chắc hẳn là còn nhiều mức độ diễn dịch khác nữa, nhưng ta có thể sử dụng 5 mức độ này cho thí dụ đang dùng.

Điều thú vị là không có cách diễn dịch nào bác bỏ bất kỳ một cách diễn dịch khác. Chúng chỉ đơn giản là cho thấy những mức độ ý nghĩa khác nhau dựa trên bối cảnh, và bối cảnh này lại phần lớn là dựa trên kinh nghiệm.

Thí dụ, tình cờ bạn là người quen biết tôi, bạn có thể nhìn vào cụm từ "Mingyur Rinpoche" và nghĩ rằng: *"À phải rồi, đó là anh chàng Tây Tạng lùn lùn, mang mắt kiếng, mặc áo đỏ, đi khắp đó đây nói với mọi người là cái bàn không tồn tại một cách tuyệt đối."*

Nếu bạn không quen hay không biết tí gì về tôi, nhưng chỉ thấy cụm từ ấy trong một bài viết đăng trên tạp chí hay nhật báo về các bậc thầy Phật giáo Tây Tạng, "Mingyur Rinpoche" sẽ chỉ là tên của một trong những anh chàng Tây Tạng lùn lùn, mang mắt kiếng, mặc áo đỏ đi khắp đó đây nói với mọi người là cái bàn không tồn tại một cách tuyệt đối. Nếu bạn không quen thuộc với các mẫu tự Tây phương, bạn có thể nhận biết "Mingyur Rinpoche" như một nhóm chữ viết, nhưng bạn sẽ không biết ý nghĩa của chúng, hoặc không biết chúng là một cái tên hay là một địa danh. Còn nếu bạn hoàn toàn không biết chữ thì cụm từ ấy chỉ là một nhóm những vạch thẳng và đường cong kỳ cục, có thể thú vị đấy, nhưng có thể là có hoặc không có ý nghĩa gì cả.

Vậy thì, khi tôi nói về sự buông bỏ cách lập luận thường ngày để vận dụng một cách nhìn khác hơn về kinh nghiệm của chúng ta, ý tôi muốn nói là khi bạn bắt đầu quan sát sự việc kỹ hơn, bạn sẽ nhận ra rằng việc chỉ thẳng vào thực thể tuyệt đối của chúng là điều khó khăn đến mức nào! Bạn có thể bắt đầu hiểu ra rằng các tính chất thường hằng và tự tồn mà bạn đã gán cho sự vật đều là hệ quả của bối cảnh mà bạn quan sát chúng. Và nếu bạn tu tập quan sát chính mình và thế giới xung quanh bằng một cách nhìn khác, thì nhận thức của bạn về chính mình và về thế giới sẽ theo đó mà thay đổi.

Tất nhiên, việc thay đổi nhận thức và kỳ vọng về thế giới vật chất không chỉ đòi hỏi sự nỗ lực cố gắng mà còn cần phải có thời gian. Vì vậy, để có thể vượt qua chướng ngại này và thực sự thể nghiệm sự tự do của tánh Không, bạn phải học cách nhìn về chính bản thân thời gian dưới một ánh sáng khác hơn.

ÁCH CHUYÊN CHẾ CỦA THỜI GIAN

Quá khứ không nhận biết được,
tương lai không nhận biết được,
và hiện tại không nhận biết được...

Bát nhã kinh
(Sutras of the Mother)

Ari Goldfield dịch sang Anh ngữ

Nếu quan sát kinh nghiệm bản thân dưới góc độ thời gian, bạn có thể nói rằng những cái bàn, ly nước v.v... quả thật có tồn tại trong thời gian, nhưng chỉ trên bình diện tương đối. Hầu hết con người có khuynh hướng nghĩ về thời gian như là quá khứ, hiện tại và tương lai. "Tôi *đã* dự một buổi họp chán ngấy." "Tôi *đang* dự một buổi họp chán ngấy." "Tôi *sẽ* phải đi dự một buổi họp chán ngấy." "Tôi *đã* cho các con ăn sáng nay." "Tôi hiện *đang* cho các con ăn trưa." "Khổ chưa, tôi phải nấu cơm chiều cho các con và không có gì trong tủ lạnh, nên tôi *sẽ* phải đi chợ ngay sau buổi họp chán ngấy này!"

Thế nhưng, thật ra thì khi bạn nghĩ đến quá khứ, bạn chỉ liên tưởng đến một kinh nghiệm đã xảy ra rồi. Bạn đã rời khỏi buổi họp, đã cho các con ăn, đã đi chợ rồi... Quá khứ được ví như một hạt giống bị đốt cháy trong lửa. Một khi đã cháy thành tro, không còn hạt giống nào nữa. Đó chỉ là một ký ức, một tư tưởng đi qua tâm thức. Nói cách khác, quá khứ không phải gì khác hơn là một tư tưởng.

Cũng vậy, những gì người ta thường gọi là "tương lai" chỉ là một khía cạnh của thời gian vốn chưa xảy ra. Bạn sẽ không nói về một cái cây chưa từng được trồng xuống như thể đó là một vật chắc thật và sinh động, vì bạn không có bối cảnh nào để nói về nó. Cũng thế, bạn sẽ không nói đến những đứa con chưa được thụ thai theo cách mà bạn sẽ nói về những người mà bạn đang giao tiếp bây giờ và ở đây. Vì thế, tương lai cũng chỉ là một tư tưởng, một ý nghĩ đi qua tâm trí bạn.

Vậy bạn còn lại gì như một kinh nghiệm thực sự?

Còn có hiện tại.

Nhưng ngay cả việc định nghĩa thế nào là "hiện tại" cũng đã là không thể được! Một năm do 12 tháng hợp lại mà thành. Mỗi ngày của một tháng do 24 giờ hợp lại mà thành. Mỗi giờ đều do 60 phút hợp lại mà thành. Mỗi phút đều do 60 giây hợp lại mà thành. Và mỗi giây đều do những khoảnh khắc một phần triệu, một phần tỷ của giây hợp lại mà thành. Bạn có thể phân chia hiện tại thành những phân khúc ngắn hơn rồi ngắn hơn nữa, nhưng giữa khoảnh khắc bạn trải nghiệm hiện tại và khoảnh khắc bạn xác định thời điểm ấy là "bây giờ" thì khoảnh khắc ấy đã trôi qua rồi. Nó không còn là "*bây giờ*" nữa. Nó đã là "*khi ấy*".

Đức Phật đã trực nhận được những giới hạn của khái niệm thời gian thông thường của con người. Ngài nói trong một bài pháp rằng theo cách nhìn tương đối thì sự phân chia thời gian thành những phân khúc có độ dài khác nhau như một giờ, một ngày, một tuần v.v... có thể có một ý nghĩa nhất định nào đó. Nhưng theo cách nhìn tuyệt đối thì thực sự không có gì khác biệt giữa một khoảnh khắc thời gian và một đại kiếp. Một đại kiếp có thể dung chứa một khoảnh khắc, và một khoảnh khắc có thể dung chứa một đại kiếp. Mối quan hệ giữa hai giai đoạn [khác nhau] ấy sẽ không làm cho một khoảnh khắc trở nên dài hơn hay một đại kiếp ngắn đi chút nào cả.

Ngài đã minh họa điều này qua câu chuyện một thanh niên đi tìm một vị đại sư để học hỏi đạo lý uyên thâm. Vị đại sư chấp thuận nhưng trước hết, ngài mời anh ta dùng trà với mình. Ngài nói: "Sau đó ta sẽ ban cho anh giáo pháp thâm sâu mà anh cầu tìm."

Vị đại sư rót một tách trà, và khi người học trò đưa lên môi, tách trà bỗng tự nó biến thành một hồ nước mênh mông có núi non bao quanh. Khi anh ta đứng bên bờ hồ chiêm ngưỡng phong cảnh xinh đẹp, từ sau lưng anh bỗng một cô gái bước ra và tiến đến bờ hồ để múc nước vào thùng. Anh thanh niên lập tức đem lòng yêu thương cô gái và khi nhìn anh, cô gái cũng thấy rung động trước người thanh niên đứng bên bờ hồ. Người thanh niên theo cô về nhà, nơi cô sống chung với cha mẹ già. Dần dần, người thanh niên và cha mẹ cô gái cũng cảm mến lẫn nhau, và cuối cùng họ đồng ý là đôi trai gái trẻ nên cưới nhau.

Sau 3 năm, cặp vợ chồng này sinh đứa con trai đầu lòng. Vài năm sau, một bé gái ra đời. Hai đứa bé lớn lên khỏe mạnh và hạnh phúc. Cho đến năm 14 tuổi, một ngày nọ đứa con trai lâm bệnh mà không thuốc thang nào chữa khỏi. Trong vòng một năm, cậu qua đời.

Không bao lâu sau, đứa con gái của hai vợ chồng vào rừng nhặt củi, đang mải mê trong công việc, cô bé bị một con cọp vồ chết. Không vượt qua được nỗi đau khổ vì mất cả hai đứa con, người mẹ gieo mình xuống hồ nước gần đó tự vẫn. Tuyệt vọng trước cái chết của con gái và hai đứa cháu ngoại, cha mẹ người vợ bỏ ăn mà qua đời. Mất vợ, mất con và mất cha mẹ vợ, anh thanh niên cảm thấy mình cũng nên chết là hơn. Anh đi ra bờ hồ, quyết định trầm mình.

Nhưng ngay khoảnh khắc anh định nhảy xuống nước, đột nhiên anh thấy mình đang ngồi trong phòng vị đại sư, đưa chung trà lên môi. Mặc dù anh vừa sống qua suốt cả một cuộc đời, nhưng gần như thời gian không hề trôi; chung trà vẫn ấm trong tay và nước trà vẫn còn nóng.

Anh nhìn vị đại sư đang ngồi trước mặt bên kia bàn, ngài gật đầu bảo: “Bây giờ anh đã thấy. Tất cả các hiện tượng đều đến từ tâm thức, bản chất vốn là Không. Chúng không thực sự tồn tại ngoài tâm thức, nhưng chúng cũng không phải là không có gì. Đó là giáo pháp thâm sâu cho anh đó.”

Theo cách nhìn của Phật giáo, cốt lõi của thời gian, của không gian và những vật thể di chuyển trong không gian, chính là tánh Không. Bất kỳ nỗ lực khảo sát thời gian hay không gian như những phân khúc ngày càng nhỏ hơn, đến một điểm nhất định nào đó, cuối cùng đều sẽ sụp đổ. Trong thiền quán, bạn có thể thử nghiệm với nhận thức về thời gian của mình, cố gắng quan sát thời gian ở những phân đoạn ngày càng nhỏ hơn. Bạn có thể nỗ lực khảo sát thời gian theo cách này cho đến một lúc cuối cùng rồi bạn không còn có thể gọi tên hay xác định được bất kỳ điều gì nữa cả. Đạt đến điểm này, bạn thể nhập một kinh nghiệm vượt ngoài ngôn từ, vượt ngoài tư tưởng và vượt ngoài khái niệm.

"Vượt ngoài tư tưởng và khái niệm" không có nghĩa là tâm thức bạn sẽ trở nên trống rỗng như một cái vỏ trứng hay vô tri vô giác như một hòn đá. Thật ra, điều hoàn toàn ngược lại sẽ xảy ra. Tâm thức bạn sẽ mở rộng và trở nên bao la. Bạn vẫn còn có thể nhận thức chủ thể và khách thể nhưng sẽ thấy chúng như huyễn: chúng là những khái niệm, không phải là những thực thể tự tồn và chân thật một cách khách quan.

Tôi đã hỏi nhiều nhà khoa học xem liệu có thể tìm thấy trong các phát minh hay lý thuyết khoa học hiện đại tư tưởng nào tương đương với cách nhìn của Phật giáo về thời gian và không gian hay không? Tuy họ đưa ra rất nhiều ý kiến nhưng dường như không có ý nào là hoàn toàn phù hợp, cho đến khi tôi được biết đến lý thuyết trọng lực lượng tử, ngành học khảo sát tính chất căn bản của không gian và thời gian qua việc tìm hiểu về những nghi vấn cơ bản như: "Những gì tạo thành không gian và thời gian? Chúng có tồn tại một cách tuyệt đối hay nảy sinh từ một điều gì đó cơ bản hơn? Không gian và thời gian ở thang độ cực vi sẽ như thế nào? Liệu có một phân quãng hay đơn vị thời gian ngắn nhất không?"

Tôi được nghe giải thích rằng, trong hầu hết các phân ngành của vật lý học, không gian và thời gian được xem như là vô tận, đồng nhất và hoàn toàn phẳng lặng. Đó là một bối cảnh tĩnh tại để các vật thể chuyển động và các sự kiện sinh khởi trong đó. Đây là một giả thuyết khả dụng trong việc khảo sát bản chất và các đặc tính của những vật thể to lớn cho đến cả các hạt hạ nguyên tử. Nhưng khi khảo sát về chính tự thân không gian và thời gian thì vấn đề trở nên khác hẳn.

Ở mức độ nhận thức thông thường của con người, thế giới có vẻ phân minh, rõ rệt và cụ thể. Một tấm ván đặt trên 4 chân, ở mức độ nhận thức thông thường hiển nhiên là một cái bàn. Một vật hình trụ có đáy phẳng và miệng trống thì rõ ràng là cái ly. Nếu có thêm cái quai hẳn ta sẽ gọi đó là cái tách.

Bây giờ, hãy hình dung bạn đang quan sát một vật thể qua kính hiển vi. Có thể bạn sẽ dự tưởng một cách hợp lý là bằng cách tăng dần độ phóng đại của kính hiển vi, bạn sẽ thấy được một hình ảnh rõ rệt hơn, sắc nét hơn về cấu trúc tiềm ẩn của vật thể ấy. Nhưng thực sự thì điều ngược lại sẽ xảy ra. Khi chúng ta đạt đến mức độ phóng đại cho phép nhìn thấy từng nguyên tử một, [hình ảnh của] thế giới bắt đầu ngày càng trở nên "mơ hồ" hơn và chúng ta phải buông bỏ hầu hết những quy luật của vật lý cổ điển. Đây là phạm trù của cơ học lượng tử, như đã được miêu tả ở phần trước, các hạt hạ nguyên tử dao động khắp nơi theo đủ mọi cách có thể được và chợt hiện chợt biến với một tần số càng lúc càng lớn hơn.

Tiếp tục gia tăng độ phóng đại để có thể nhìn thấy những vật thể càng lúc càng nhỏ hơn, cuối cùng ta sẽ thấy chính không gian và thời gian bắt đầu dao động - tự thân không gian sẽ phát sinh những đường cong và vòng xoắn li ti, biến hiện cực kỳ mau chóng. Điều này xảy ra ở một cấp độ cực kỳ bé nhỏ, nhỏ hơn so với một hạt nguyên tử cũng bằng tỷ lệ như khi so một hạt nguyên tử với cả thái dương hệ. Trạng thái này được các nhà vật lý học gọi là "bọt thời không". Hãy tưởng tượng như khối bọt cạo râu, nhìn từ xa thì tưởng như trơn láng nhưng nhìn gần thì thấy được cấu tạo bởi hàng triệu hạt bọt li ti.

Có lẽ một ví dụ rõ hơn để diễn tả trạng thái này là nồi nước đang sôi sùng sục. Cho dù với những khoảng cách nhỏ hơn và thời gian ngắn hơn, nước vẫn tự nó bốc hơi và bay mất, nên không gian và thời gian không còn ý nghĩa. Lúc ấy, bản thân ngành vật lý cũng bắt đầu rối rắm, vì sự nghiên cứu về vật chất, năng lượng và sự chuyển động, cũng như tương quan giữa chúng thậm chí không thể trình bày nếu không ngầm nhắc đến thời gian. Ở điểm này, các nhà vật lý học thừa nhận là họ không biết miêu tả những gì còn lại như thế nào. Đây là một trạng thái có thể nói là bao hàm mọi khả năng có thể, vượt ngoài không gian và thời gian.

Theo cách nhìn của Phật giáo, sự miêu tả thực tại của cơ học lượng tử mang đến một mức độ tự do vốn xa lạ với hầu hết mọi người và thoạt tiên có vẻ như kỳ lạ, thậm chí hơi đáng sợ. Ngay cả đối với người phương Tây vốn xem trọng quyền tự do thì ý tưởng cho rằng hành vi quan sát một sự kiện có khả năng ảnh hưởng đến kết quả sự kiện ấy một cách ngẫu nhiên và không thể tiên liệu dường như cũng là một trách nhiệm quá đáng. Sẽ dễ dàng hơn nhiều khi nhận mình là nạn nhân [của một sự kiện] và quy trách nhiệm hay đổ lỗi cho ai đó hoặc một tác nhân bên ngoài nào khác về những gì mình phải trải qua. Tuy nhiên, nếu nghiêm túc nhìn nhận những khám phá của khoa học hiện đại thì chúng ta phải nhận lấy trách nhiệm về những gì ta đang trải qua trong từng giây phút.

Cho dù việc nhận lãnh trách nhiệm như thế sẽ mở ra những *khả năng có thể* mà có lẽ chúng ta chưa bao giờ tưởng tượng trước đây, nhưng thói quen lâu ngày luôn tự thấy mình là nạn nhân vẫn là điều khó từ bỏ. Mặt khác, nếu chúng ta bắt đầu nhận trách nhiệm về những gì mình đang trải qua, cuộc đời ta sẽ trở thành một loại sân chơi, cống hiến cho ta vô số những khả năng học hỏi và sáng tạo. Cảm giác về sự giới hạn và yếu đuối của bản thân sẽ dần dần được thay thế bằng một cảm giác rộng mở và đầy *khả năng có thể*. Chúng ta sẽ nhìn những người quanh ta dưới một ánh sáng hoàn toàn mới - không như là những mối de dọa cho sự an toàn và hạnh phúc cá nhân của ta, mà như là những người hoàn toàn mê muội không biết đến những khả năng vô hạn trong bản chất của chính họ. Vì bản chất của chúng ta không hề bị trói buộc bởi sự phân biệt độc đoán phải là "thế này" hay "thế kia", hoặc chỉ có những khả năng nào đó và không có những khả năng khác, và như thế hẳn ta phải có khả năng đáp ứng mọi yêu cầu của bất kỳ hoàn cảnh nào mà ta gặp phải.

VÔ THƯỜNG

Không có gì trường tồn...

PATRUL RINPOCHE

Lời vàng của Thầy tôi
(The Words of My Perfect Teacher)

Nhóm phiên dịch Padmakara
dịch sang Anh ngữ

Do sự chi phối của những xã hội đang sống, hầu hết mọi người đều gán những nhãn hiệu khái niệm lên dòng chảy không ngừng thay đổi của các hiện tượng tinh thần và vật chất. Chẳng hạn, sau khi đã nhìn thật kỹ vào một cái bàn, chúng ta vẫn theo bản năng gán nhãn cho nó như là một "cái bàn", cho dù ta đã thấy được rằng nó không phải là một thực thể đơn thuần mà thực sự được tạo thành bởi một số phần khác nhau: một mặt bàn, các chân bàn, mặt sau và mặt trước. Trong những phần này không có phần nào có thể được xác định như tự nó là "cái bàn". Trong thực tế, "cái bàn" chỉ là một tên gọi mà ta gán cho những hiện tượng sinh ra và diệt đi một cách nhanh chóng, và những hiện tượng này chỉ tạo ra một ảo giác về một vật thể chắc chắn và tuyệt đối có thật.

Cũng theo cách như thế, hầu hết chúng ta đã huân tập việc gán ghép danh xưng "tôi" cho một dòng chảy của những kinh nghiệm đã khẳng định cái cảm giác cá nhân về tự thể của ta, hay cái mà theo ước lệ thường được gọi là "bản ngã". Chúng ta tự cảm nhận về bản thân rằng ta là cái cá thể đơn thuần này, và sẽ tiếp tục bất biến với thời gian. Nói chung, ta có khuynh hướng cảm nhận rằng ta của hôm nay và hôm qua là cùng một con người. Chúng ta nhớ lại thời mình là một thiếu niên, cắp sách đến trường, nhưng lại có khuynh hướng cảm thấy "cái tôi" hôm nay là một với cái tôi đã từng đi học, lớn lên, tách ra khỏi gia đình, kiếm được việc làm v.v...

Nhưng nếu soi gương, chúng ta có thể thấy rằng cái tôi này đã thay đổi với thời gian. Có thể ta nhìn thấy những vết nhăn mà năm ngoái không có. Có thể ta phải đeo kính. Có thể màu tóc của ta đã thay đổi, hay không còn sợi tóc nào. Trên cấp độ cơ bản của phân tử, những tế bào trong thân thể chúng ta không ngừng thay đổi, vì những tế bào già cỗi chết đi và tế bào mới được sinh ra. Chúng ta cũng có thể khảo sát cái cảm giác về "bản ngã" theo cách giống như ta nhìn vào cái bàn và thấy rằng cái vật thể mà ta gọi là "tôi" đó thực sự được tạo thành bởi một số thành phần khác nhau. Cái tôi đó có chân, cánh tay, đầu, bàn tay, bàn chân và nội tạng. Liệu ta có thể nào xác định bất kỳ một thành phần riêng rẽ nào trong số đó chắc chắn là một cái "tôi"?

Chúng ta có thể nói: "Vâng, bàn tay tôi không phải là tôi, nhưng nó là của tôi." Nhưng bàn tay được cấu tạo bởi năm ngón, lưng bàn tay và lòng bàn tay... Mỗi phần trong đó còn có thể được chia nhỏ hơn nữa như móng tay, da, xương v.v... Phần nào trong số đó có thể được ta xác định riêng rẽ như là "bàn tay"? Chúng ta có thể tiếp tục lối phân tích này xuống cho tới tầng bậc của nguyên tử và hạ nguyên tử mà vẫn không giải quyết được vấn đề ban đầu là không có cách nào tìm ra bất kỳ điều gì có thể xác định dứt khoát là "cái tôi".

Vậy thì, dầu cho chúng ta phân tích các vật thể, thời gian, "tự ngã" hay tâm thức của mình, cuối cùng cũng sẽ đến lúc ta nhận ra rằng sự phân tích của ta không thể tiếp tục. Lúc ấy, sự truy cầu cái "bất khả phân" của chúng ta cuối cùng sẽ sụp đổ. Ngay lúc đó, khi ta từ bỏ không truy tìm cái tuyệt đối nữa, ta sẽ nếm trải mùi vị đầu tiên của tính Không, cái cốt lõi vô hạn và không thể xác định của thực tại, đúng thật như nó vốn có.

Khi suy ngẫm về số lượng khổng lồ những yếu tố cần thiết phải hòa hợp để tạo thành một cảm giác cụ thể về bản ngã, sự bám chấp vào "cái tôi" mà ta vẫn cho là bản thân mình bắt đầu giảm nhẹ. Chúng ta sẽ sẵn sàng hơn trong việc buông bỏ ý muốn kiểm soát hay ngăn chặn những tư tưởng, cảm xúc, cảm thọ... của mình và bắt đầu trải nghiệm chúng mà không thấy khổ đau hay mặc cảm tội lỗi. Chúng ta sẽ chấp nhận sự đi qua của chúng [trong tâm thức] chỉ như biểu hiện của một vũ trụ đầy những tiềm năng vô hạn. Trong khi làm như thế, ta sẽ tìm thấy lại cách nhìn sự vật hồn nhiên như hầu hết chúng ta đã từng có vào thời thơ ấu. Tâm hồn ta sẽ rộng mở với người khác, như những đóa hoa nở rộ. Chúng ta sẽ biết lắng nghe hơn, tỉnh giác trọn vẹn hơn với tất cả những gì xảy ra quanh ta, cũng như sẽ có khả năng ứng phó một cách tự nhiên và thích hợp hơn trước những tình huống trước đây thường làm cho ta bối rối hay bấn loạn. Dần dần, có lẽ ở một mức độ quá vi tế đến nỗi chúng ta không nhận biết khi nó xảy ra, chúng ta sẽ chợt thấy bừng lên một tâm thái tự do, trong sáng và yêu thương vượt hơn cả những ước mơ cuồng nhiệt nhất.

Nhưng cần phải có sự kiên nhẫn lớn lao để ta học biết cách nhìn thấy được những khả năng như thế.

Trong thực tế, ta luôn cần đến sự kiên nhẫn lớn lao để nhìn thấy.

6. MÓN QUÀ CỦA SỰ TRONG SÁNG

Mọi hiện tượng đều là sự biểu lộ của tâm.

Đức Karmapa Đời thứ 3

Karmapa Chứng đạo ca: Liễu nghĩa Đại thủ ấn kỳ nguyện văn (Song of Karmapa: The Aspiration of the Mahamudra of True Meaning)

Erik Pema Kunsang dịch sang Anh ngữ

Cho dù chúng ta so sánh tính Không với hư không như một phương cách để hiểu được bản chất vô hạn của tâm thức, nhưng so sánh này không hoàn hảo. Hư không, ít nhất là theo sự nhận biết của chúng ta, không hề có tri giác. Nhưng theo cách nhìn của Phật giáo thì tính Không và tính giác không thể phân hai. Bạn không thể tách lìa tính Không và tính giác, cũng như bạn không thể tách lìa tính ướt ra khỏi nước hay tính nóng ra khỏi lửa. Nói cách khác, bản chất chân thật của bạn không chỉ là vô hạn về tiềm năng mà còn là hoàn toàn tỉnh giác.

Phật giáo gọi cái biết tự nhiên ấy là sự trong sáng hay đôi khi còn gọi là tâm quang minh. Chính khía cạnh nhận biết của tâm thức đã giúp ta nhận rõ và phân biệt sự đa dạng vô cùng của những tư tưởng, cảm giác, cảm thọ và những trình hiện không ngừng hiện khởi từ tính Không. Sự trong sáng ấy cũng hoạt dụng ngay cả khi ta không chú tâm - thí dụ khi chúng ta chợt nghĩ “tôi muốn ăn”, “tôi phải đi”, “tôi phải ở lại”. Không có tâm quang minh này, chúng ta sẽ không có khả năng suy nghĩ, cảm giác, hay nhận thức điều gì cả. Chúng ta cũng sẽ không thể nhận biết chính thân thể của mình hay thế giới chung quanh, hay bất kỳ những gì xuất hiện trong thế giới ấy.

GIÁC TÍNH TỰ NHIÊN

Các hiện tượng và tâm thức tồn tại như lửa và sức nóng.

Ngài Orgyenpa

Đại thủ ấn: Liễu nghĩa hải (Mahamudra: The Ocean of Definitive Meaning)

Elizabeth M. Callahan dịch sang Anh ngữ

Các bậc thầy của tôi mô tả tâm quang minh như là tự nó chiếu sáng - như ánh lửa của ngọn nến, vừa là nguồn sáng vừa soi sáng chính nó. Sự trong sáng là một thành phần của tâm thức từ khởi thủy, một tánh giác tự nhiên. Bạn không thể làm cho nó phát triển theo cách như làm cho cơ bắp nở nang bằng cách tập thể dục. Điều duy nhất phải làm là thừa nhận nó, chỉ cần nhận ra sự kiện bạn đang nhận biết. Tất nhiên, thách thức ở đây là sự trong sáng, hay tánh giác tự nhiên, quá ư quen thuộc trong đời sống hằng ngày đến nỗi rất khó nhận biết. Như thể bạn cố nhìn thấy lông mi của mình mà không dùng gương soi.

Vậy thì làm cách nào để nhận biết nó?

Theo lời Phật dạy thì bạn phải thực hành thiền, tuy đây không hẳn là phương pháp thiền như hầu hết mọi người thường nghĩ.

Thiền ở đây là một loại *"thiền chẳng phải thiền"*. Không cần thiết phải quán tưởng hay chú tâm vào bất kỳ điều gì. Một số đệ tử của tôi gọi đó là *"thiền sạch, thiền không phụ gia"*.

Theo như trong các bài thực tập khác tôi đã học từ cha tôi, trước hết là phải ngồi thẳng lưng, thở bình thường và dần dần để cho tâm buông thư. Ông dạy chúng tôi, những đồ đệ ngồi trong căn phòng học chật chội của ông ở Népal: *"Với tâm thức đã thư giãn rồi, chỉ cần giữ sự tỉnh giác về tất cả những tư tưởng, cảm giác và cảm thọ đang đi qua nó. Và khi quan sát chúng đi qua, chỉ đơn giản là tự hỏi mình: Có khác biệt gì giữa tâm thức và những tư tưởng đang đi qua nó hay không? Có khác biệt gì giữa người đang suy nghĩ và những ý nghĩ mà người này đang nhận biết hay không? Hãy tiếp tục quan sát tư tưởng và giữ những câu hỏi này trong đầu chừng 3 phút, rồi ngừng lại."*

Thế là tất cả chúng tôi ngồi, có người động đậy, có người căng thẳng, nhưng ai cũng chú tâm vào quán chiếu tự tâm và tự hỏi liệu có khác biệt gì giữa các ý nghĩ và người đang suy nghĩ hay không.

Vì tôi chỉ là một đứa bé và hầu hết những đồ đệ khác đều là người lớn, tất nhiên là tôi nghĩ rằng họ phải thực hành giỏi hơn tôi. Nhưng khi tôi quán chiếu chính những tư tưởng về sự thua kém của mình như vậy, tôi nhớ lại những lời dạy và một điều vui thú đã xảy ra. Trong một khoảnh khắc rất ngắn, tôi thoáng thấy những ý nghĩ *"họ giỏi hơn tôi"* chỉ là những tư tưởng, và tư tưởng không phải là những thực thể cố định mà chỉ là những hoạt động của tâm thức đang nghĩ về chúng. Dĩ nhiên, ngay khi tôi thoáng nhận biết được như vậy thì sự nhận biết ấy đã trôi qua rồi và tôi lại trở về với việc so sánh mình và những đệ tử khác. Nhưng khoảnh khắc trong sáng ngắn ngủi ấy thật là sâu sắc.

Sau khi chúng tôi hoàn thành bài tập, cha tôi giảng giải rằng, điểm chính yếu của bài tập là nhận ra được rằng không có khác biệt gì giữa tâm thức đang suy nghĩ với những ý nghĩ đến rồi đi trong tâm thức ấy. Chính tâm thức ấy và những tư tưởng, cảm xúc và cảm thọ sinh ra, trụ lại và diệt đi trong tâm đều là những hiển lộ như nhau của tánh Không - có nghĩa là, cái tiềm năng rộng mở vô hạn để bất kỳ điều gì cũng có thể xảy ra. Nếu tâm thức không phải một "vật thể" mà là một sự kiện, vậy thì tất cả các tư tưởng, cảm giác và cảm thọ diễn ra trong cái mà ta nghĩ đến như là tâm thức ấy, cũng đều là những sự kiện. Khi chúng ta bắt đầu an trụ trong kinh nghiệm về tâm thức và tư tưởng không thể tách biệt, giống như hai mặt của một đồng tiền, chúng ta sẽ bắt đầu nắm bắt được ý nghĩa chân thật của sự trong sáng như một trạng thái tỉnh giác mở ra vô hạn.

Rất nhiều người nghĩ rằng thiền có nghĩa là đạt đến một trạng thái sinh động lạ thường, hoàn toàn khác với bất kỳ điều gì họ đã từng trải qua. Họ tự mình nén ép tâm trí, nghĩ rằng mình phải đạt đến một tầng bậc tâm thức cao hơn... phải nhìn thấy điều gì kỳ diệu, như ánh sáng cầu vồng ngũ sắc hay hình ảnh trong các cảnh giới tịnh độ... hay phát ra ánh sáng trong bóng tối.

Làm như thế là nỗ lực thái quá, và hãy tin tôi, tôi đã

từng làm như thế, cũng như rất nhiều người tôi quen biết trong những năm qua đã từng làm như thế.

Cách đây không lâu, tôi gặp một người cũng đang tự chuốc lấy những bất ổn với sự nỗ lực thái quá. Tôi đang ngồi ở phi trường Delhi chờ đáp chuyến máy bay đi châu Âu thì một người đàn ông tiến đến gần và hỏi tôi có phải là tu sĩ Phật giáo không? Tôi xác nhận điều đó và ông ta hỏi tôi có biết cách tập thiền không. Và khi tôi trả lời là biết thì ông ta hỏi tiếp:

- Thầy cảm thấy thế nào khi thiền?

- Tốt lắm.

- Thầy không thấy khó khăn sao?

Tôi đáp:

- Không, cũng không khó gì lắm.

Ông ta lắc đầu thở dài:

- Đối với tôi thì ngồi thiền quá khó khăn!

Và ông giải bày:

- Sau khoảng 15 hay 20 phút, tôi bắt đầu thấy chóng mặt quay cuồng, và nếu cố ngồi lâu hơn nữa, đôi khi tôi bị nôn ói.

Tôi nói, tôi nghĩ rằng ông quá căng thẳng, có lẽ ông nên buông thư một chút trong khi ngồi thiền, nhưng ông ta đáp:

- Không, khi tôi cố gắng thư giãn, tôi lại càng chóng mặt nhiều hơn.

Vấn đề của ông ta có vẻ lạ lùng và vì ông tỏ ra thật lòng muốn tìm giải pháp, nên tôi mời ông ngồi thiền trước mặt cho tôi nhìn. Ông ngồi lên chiếc ghế đối diện với tôi, tay, chân và ngực đột ngột gồng cứng một cách quái lạ, mắt ông lồi ra, mặt cau lại một cách khủng khiếp, lông mày nhướng lên thật cao, và ngay cả hai tai ông cũng muốn tách ra khỏi đầu. Cả người ông quá căng thẳng đến nỗi ông bắt đầu run lên.

Chỉ nhìn ông thôi, tôi nghĩ có lẽ chính tôi cũng sẽ chóng mặt, nên tôi nói: "Thôi được rồi, ông ngừng lại đi."

Ông thả lỏng cơ bắp, khuôn mặt hết nhăn nhó, mắt, tai và lông mày trở lại trạng thái bình thường. Ông nhìn tôi hăm hở chờ đợi lời khuyên. Tôi nói:

- Được rồi. Bây giờ tôi sẽ ngồi thiền. Ông hãy nhìn tôi như tôi đã nhìn ông.

Tôi chỉ ngồi trên ghế như bình thường, lưng thẳng, cơ bắp thư giãn, hay tay đặt nhẹ trong lòng, mắt nhìn thẳng về phía trước không chút căng thẳng đặc biệt nào và trụ tâm trong sự nhận biết đơn thuần về giây phút hiện tại. Tôi nhìn ông quan sát tôi từ đầu xuống chân, rồi từ chân lên đầu, rồi lại từ đầu xuống chân. Thế rồi tôi ngừng thiền và nói với ông đấy là cách tôi ngồi thiền.

Sau một lúc, ông chậm rãi gật đầu và nói: "Tôi nghĩ là tôi hiểu rồi."

Đúng lúc ấy, chúng tôi được gọi lên máy bay. Vì chỗ ngồi của chúng tôi cách xa nhau nên chúng tôi không cùng lên máy bay, và trong suốt chuyến bay tôi không hề nhìn thấy ông.

Sau khi xuống máy bay, tôi lại thấy ông giữa các hành khách khác. Ông vẫy tay và đến gần tôi, nói:

- Thầy biết không, tôi đã thực tập như thầy chỉ cho tôi, và trong suốt chuyến bay tôi đã có thể ngồi thiền mà không chóng mặt. Tôi nghĩ là tôi đã hiểu thế nào là thư giãn trong khi ngồi thiền rồi. Cám ơn thầy nhiều nhé!

Tất nhiên là khi nỗ lực thái quá thì rất có thể là bạn cũng sẽ đạt được những kinh nghiệm sống động, nhưng thường thì có 3 loại kết quả điển hình. Một là, nỗ lực nhận biết tất cả các tư tưởng, cảm giác và cảm thọ đang ào ạt đi qua tâm trí là quá mệt nhọc, và kết quả là bạn sẽ mỏi mệt hay mất tỉnh táo *(hôn trầm)*. Hai là nỗ lực quan sát các tư tưởng, cảm xúc hay cảm thọ sẽ tạo ra một cảm giác bồn chồn, bất an *(trạo cử)*. Ba là bạn có thể thấy tâm thức rơi vào trạng thái hoàn toàn rỗng không: mọi tư tưởng, cảm xúc, cảm giác hay nhận thức mà bạn quan sát đều lướt qua tâm bạn quá nhanh đến nỗi hoàn toàn thoát khỏi sự nhận biết của bạn. Với bất kỳ trường hợp nào trong số đó, bạn cũng có thể kết luận một cách hợp lý là việc tập thiền như thế không phải là một kinh nghiệm tuyệt vời như bạn đã tưởng tượng.

Thật ra, điểm chính yếu của việc thực tập thiền là phải buông bỏ tất cả mọi kỳ vọng về thiền. Tất cả các phẩm tính của tâm bản nhiên như: an bình, rộng mở, thư giãn và trong sáng đều hiện hữu trong tâm như vốn có mà không cần phải làm gì khác. Bạn không cần phải dịch chuyển hay thay đổi sự nhận biết của mình. Tất cả những gì bạn phải làm khi quan sát tâm thức là nhận biết được những phẩm tính mà nó sẵn có.

THẮP SÁNG BÓNG TỐI

Bạn không thể tách biệt một vùng sáng với một vùng tối. Chúng quá gần nhau.

Tulku Urgyen Rinpoche

Như thị - Quyển 1
(As It Is, Volume 1)

Erik Pema Kunsang dịch sang Anh ngữ

Học biết về sự trong sáng của tâm thức là một tiến trình tuần tự, cũng giống như việc phát triển sự nhận biết về tánh Không. Trước hết, bạn nắm lấy điểm trọng yếu, từ từ phát triển sự quen thuộc với nó, và tiếp tục tu tập trong sự nhận biết. Nhiều bản văn đã so sánh tiến trình nhận biết chậm chạp ấy như cách tiểu tiện của một con bò già - một sự miêu tả rất hay và thực tế giúp chúng ta không còn xem tiến trình này là cực kỳ khó khăn và trừu tượng. Tuy nhiên, trừ phi bạn là dân du mục Tây Tạng hay được lớn lên trong một nông trại, bằng không thì sự so sánh này có thể sẽ không được hiểu rõ ngay, cho nên tôi sẽ giải thích điều này. Một con bò già không tiểu tiện theo cách tuôn nhanh ra một mạch, mà là một dòng chảy chậm rãi, đều đặn. Dòng nước tiểu không bắt đầu quá nhiều nhưng cũng không chấm dứt mau chóng. Trong thực tế, con bò có thể đi qua một đoạn đường dài, vừa tiểu tiện vừa gặm cỏ. Nhưng khi tiểu tiện xong, thật là nhẹ cả mình!

Cũng giống như tánh Không, bản chất chân thật của sự trong sáng không thể nào được định nghĩa đầy đủ mà không bị biến thành một kiểu khái niệm [cứng nhắc] nào đó mà bạn có thể xếp vào một xó của tâm thức để rồi suy nghĩ: *"Được rồi, tôi đã hiểu, tâm thức tôi vốn là trong sáng, rồi sao nữa?"* Sự trong sáng với dạng thức thuần khiết của nó nhất thiết phải được trải nghiệm. Và khi bạn đã trải nghiệm nó rồi, sẽ không còn câu hỏi *"rồi sao nữa"*. Bạn đã nhận hiểu, thế thôi!

Nếu bạn nghĩ đến khó khăn để trình bày một vấn đề mà về cơ bản đã vượt ngoài sự miêu tả, rất có thể bạn sẽ hiểu được phần nào thách thức mà đức Phật đã gặp phải khi cố gắng giải thích về bản thể tâm thức cho các vị đệ tử của Ngài. Những vị này chắc hẳn cũng giống như bản thân chúng ta, luôn đi tìm những định nghĩa thật rõ ràng minh bạch để có thể xếp vào một hộc tủ của kiến thức, và cảm thấy hãnh diện vì mình khôn ngoan và nhạy bén hơn tất cả những người khác.

Để tránh sự vướng mắc này, như chúng ta đã thấy, đức Phật chọn phương pháp dùng những ẩn dụ, những chuyện ngụ ngôn để diễn tả những gì không thể diễn tả. Để giúp ta hiểu được sự trong sáng của tâm trong kinh nghiệm hằng ngày, Ngài đã dùng cách so sánh giống như đã dùng để miêu tả tính Không, tức là so sánh với giấc mơ.

Ngài dạy chúng ta hãy hình dung bóng tối hoàn toàn của giấc ngủ, khi mắt nhắm, màn kéo, và tâm rơi vào một trạng thái trống rỗng hoàn toàn. Thế nhưng, ngài giảng giải rằng, trong bóng tối ấy những hình dạng và kinh nghiệm bắt đầu xuất hiện. Trong số những người chúng ta gặp gỡ, có người quen, có người lạ. Chúng ta có thể thấy mình ở những nơi đã biết hoặc ở những nơi vừa mới được tưởng tượng ra. Những sự việc ta mơ thấy có thể phản ánh những gì ta trải qua trong đời sống thật, hoặc cũng có thể là hoàn toàn mới lạ, chưa bao giờ tưởng tượng trước kia. Trong những giấc mơ, bất kỳ và tất cả mọi kinh nghiệm đều có khả năng xuất hiện, và ánh sáng chiếu soi cùng phân biệt những con người, nơi chốn, sự kiện khác nhau trong bóng tối của giấc ngủ chính là một khía cạnh từ sự trong sáng thanh tịnh của tâm thức.

Khác biệt chính giữa thí dụ giấc mơ và sự trong sáng thực sự là ngay cả trong giấc mơ, hầu hết chúng ta vẫn phân biệt giữa bản thân ta với người khác, cũng như với những nơi chốn, những sự kiện mà ta trải qua. Khi chúng ta thực sự nhận biết sự trong sáng của tâm thức, chúng ta không còn sự phân biệt như thế. Tâm bản nhiên là không thể phân chia. Vấn đề không phải như thể là tôi đang sống trong sự trong sáng ở nơi đây và bạn đang sống trong sự trong sáng ở đàng kia. Giống như tánh Không, sự trong sáng cũng là vô tận: nó không có giới hạn, không có điểm bắt đầu và điểm kết thúc. Càng quan sát tâm thức một cách sâu xa hơn, ta càng khó tìm thấy sự khác biệt rõ ràng giữa điểm chấm dứt của tâm mình và điểm bắt đầu của tâm người khác.

Khi bắt đầu thể nghiệm được điều này, cảm giác khác biệt giữa *"ta"* và *"không phải ta"* nhường chỗ cho một cảm giác ôn hòa hơn, nhu nhuyễn hơn trong sự hợp nhất giữa mình với mọi sinh thể khác và với thế giới xung quanh. Và chính qua cảm giác *"hợp nhất"* ấy mà chúng ta bắt đầu nhận ra rằng, rốt cùng thì thế giới này có lẽ không phải một nơi đáng sợ như ta tưởng: kẻ thù không phải là kẻ thù, mà cũng là con người như chính chúng ta, luôn khát khao hạnh phúc và đi tìm hạnh phúc theo cách tốt nhất mà họ biết được, và ai cũng có sự hiểu biết sâu sắc, trí tuệ và khả năng nhìn thấu qua sự khác biệt bề ngoài, cũng như tìm được những giải pháp đem lại lợi ích không những cho chính bản thân mà còn cho mọi người xung quanh.

TRÌNH HIỆN VÀ HUYỄN CẢNH

Thấy được điều có ý nghĩa như là có ý nghĩa,
điều vô nghĩa như là vô nghĩa,
ta có được sự hiểu biết chân chính.

Kinh Pháp Cú
(The Dhammapada)

Eknath Easwaran dịch sang Anh ngữ

Tuy nhiên, tâm thức giống như một nhà ảo thuật trên sân khấu. Nó có thể làm cho ta nhìn thấy những điều không thực sự hiện diện. Hầu hết chúng ta thường bị mê hoặc bởi những huyễn cảnh do tâm tạo ra, và chính ta còn tự thúc đẩy mình tạo thêm ngày càng nhiều hơn những huyễn cảnh quái dị. Màn kịch thuần túy này dần trở nên gây nghiện, tạo ra điều mà một trong những học trò của tôi gọi là *"tăng cao adrenaline"* hay một kiểu *"ép phê"*, khiến cho chúng ta, hay những vấn đề bất ổn của ta, cảm thấy [màn kịch ấy] thật lôi cuốn, thích thú hơn - ngay cả khi hoàn cảnh tạo ra chúng thật là đáng sợ.

Cũng giống như chúng ta vỗ tay cho màn biểu diễn của nhà ảo thuật lôi một con thỏ ra từ cái nón, ta xem phim rùng rợn, đọc tiểu thuyết trinh thám, lao vào những quan hệ tình cảm rắc rối, và đấu đá với cấp trên hay đồng nghiệp. Lạ lùng thay - điều này có thể là liên quan đến phần não bò sát, vùng não xưa nhất của não bộ - chúng ta thực sự thích thú với sự căng thẳng mà những kinh nghiệm nói trên mang lại. Qua việc tăng cường cái cảm giác "ta" đối nghịch với "họ", chúng khẳng định tri giác về cá nhân của ta, mà như chúng ta đã thấy trong chương trước, vốn tự nó thực ra chỉ là một trình hiện, không có tự tính.

Một số nhà Tâm lý học nhận thức khi nói chuyện với tôi đã so sánh tâm thức con người với một máy chiếu phim. Cũng như máy chiếu phim chiếu những hình ảnh lên màn bạc, tâm thức cũng phóng chiếu các hiện tượng của giác quan lên một kiểu "màn nhận thức" - một bối cảnh mà ta cho là "thế giới bên ngoài" - đồng thời cũng phóng chiếu những tư tưởng, cảm giác và cảm thọ lên một kiểu màn bạc khác, hay bối cảnh mà ta gọi là thế giới nội tâm, hay "cái tôi".

Điều này rất gần với cách nhìn của Phật giáo về thực tại tương đối và tuyệt đối. Thực tại tuyệt đối là tánh Không, trong đó các nhận thức của chúng ta được trực nhận như một dòng tiếp nối bất tận của những kinh nghiệm ngắn ngủi có thể xảy ra. Khi bạn bắt đầu nhận ra rằng các nhận thức của mình không phải gì khác hơn là những sự kiện thoáng qua theo từng tình huống, chúng sẽ không còn tác động mạnh đến bạn và toàn bộ cấu trúc nhị nguyên "ta" và "không phải ta" sẽ bắt đầu suy yếu dần. Thực tại tương đối là tổng hợp tất cả những kinh nghiệm sinh khởi đến từ ý niệm sai lầm rằng bất kỳ điều gì bạn nhận biết đều tự nó vốn là thật có.

Tuy nhiên, việc từ bỏ thói quen suy nghĩ rằng sự việc tồn tại trong thế giới "ngoài kia" hay "trong nội tâm này" là rất khó. Điều đó có nghĩa là bạn phải buông bỏ tất cả những huyễn cảnh mà bạn yêu thích, và nhận ra rằng tất cả những gì bạn phóng tưởng, tất cả những gì bạn vẫn cho là "khác với ta", thật ra đều là những biểu hiện tự nhiên của chính tâm thức bạn. Điều đó cũng có nghĩa là bạn buông bỏ mọi ý niệm về thực tại và thay vào đó là thể nghiệm dòng chảy thực tại đúng thật như bản chất vốn có của nó. Nhưng đồng thời bạn cũng không cần phải từ bỏ mọi nhận thức của bạn. Bạn không cần phải tự cô lập mình trong một hang động hay lên núi cao bế quan nhập thất. Bạn có thể tận dụng những nhận thức của mình nhưng không hăm hở chạy theo chúng, chỉ nhìn chúng như cách bạn nhìn những đối tượng trong giấc mơ. Bạn có thể thực sự kinh ngạc trước sự đa dạng của những kinh nghiệm đang tự chúng trình hiện trước bạn.

Thông qua việc nhận biết được khác biệt giữa các trình hiện và huyễn cảnh, bạn có thể tự cho phép mình thừa nhận rằng một số nhận thức của bạn là sai lầm hay thiên lệch, rằng những ý niệm về việc mọi thứ phải như thế này hoặc thế khác đã trở nên kiên cố đến mức làm cho bạn không thể thấy được bất kỳ quan niệm nào khác hơn là quan niệm của chính mình.

Khi tôi bắt đầu nhận biết được tánh Không và sự trong sáng của tự tâm mình, cuộc sống của tôi đã trở nên phong phú hơn, sinh động hơn theo những cách thức mà trước đây tôi chưa từng nghĩ đến. Một khi đã buông bỏ những ý niệm về việc mọi thứ phải như thế này hoặc như thế khác, tôi bắt đầu được tự do để đáp ứng với kinh nghiệm của mình một cách hoàn toàn đúng thật như bản thể của nó và hoàn toàn đúng thật như bản thể của chính tôi, ngay vào lúc đó và nơi đó.

SỰ HỢP NHẤT CỦA TÂM TRONG SÁNG VÀ TÁNH KHÔNG

Bản thể chân thật của chúng ta là một kho tàng bất tận.

Luận sư Di-lặc

Đại thừa Vô thượng tục luận (The Mahayana Uttaratantra Shastra)

Rosemarie Fuchs dịch sang Anh ngữ

Chúng ta được nghe rằng đức Phật đã chỉ dạy 84.000 pháp môn để giúp chúng sinh với những căn cơ khác nhau đều nhận hiểu được năng lực của tâm thức. Tôi chưa học hết các pháp môn này nên không thể nói chắc được là con số đó có chính xác hay không. Cũng có thể Ngài đã dạy 83.999 hay 84.001 pháp môn. Tuy nhiên, tinh yếu trong giáo pháp của Ngài có thể quy về một điểm: *"Tâm là nguồn cội của tất cả mọi kinh nghiệm, và khi chuyển hóa tâm, ta có thể thay đổi phẩm chất của tất cả mọi kinh nghiệm."* Khi bạn chuyển hóa tâm, tất cả những gì bạn trải nghiệm cũng được chuyển hóa theo. Cũng giống như khi mang vào cặp mắt kính màu vàng, bạn đột nhiên thấy mọi thứ đều màu vàng. Nếu mang mắt kính xanh, bạn sẽ thấy mọi thứ đều màu xanh.

Theo ý nghĩa này, sự trong sáng có thể được hiểu như là khía cạnh sáng tạo của tâm thức. Tất cả những gì bạn nhận thức đều là thông qua năng lực của sự tỉnh giác. Khả năng sáng tạo của tâm thức thực sự không có giới hạn. Khía cạnh sáng tạo này thật ra là hệ quả tự nhiên của sự hợp nhất tánh Không và sự trong sáng. Tiếng Tây tạng gọi đó là *magakpa*, có nghĩa là "vô chướng ngại". Đôi lúc *magakpa* cũng được dịch là "năng lực" hay "khả năng", nhưng ý nghĩa của nó vẫn là một, đó là sự tự do của tâm thức để thể nghiệm tất cả và bất kỳ sự việc nào.

Tùy theo mức độ nhận hiểu được năng lực chân thật của tâm, bạn có thể sẽ bắt đầu kiểm soát được nhiều hơn những kinh nghiệm của mình. Đau đớn, sầu não, sợ hãi hay lo âu, và tất cả các dạng thức của khổ đau sẽ không còn khuấy động cuộc đời bạn một cách mạnh mẽ như trước đây. Những kinh nghiệm từng được xem như chướng ngại thì nay sẽ là những cơ hội giúp bạn đào sâu sự nhận hiểu về bản chất vô ngại của tâm.

Ai cũng trải qua những cảm giác khổ đau và hạnh phúc trong suốt cuộc đời mình. Hầu hết những cảm giác này dường như đều có một căn bản thể chất nào đó. Được xoa bóp thân thể, ăn một bữa ngon, hay tắm nước nóng... nói chung thường được xem là những kinh nghiệm vui thú về mặt thể chất. Bị bỏng một ngón tay, bị kim chích hay kẹt xe vào một ngày nóng bức và trong xe không có máy lạnh... thường được xem là những khổ sở về mặt thể chất. Thế nhưng, thật ra thì việc bạn trải nghiệm những điều như trên là khó chịu hay vui thú không tùy thuộc vào tự thân những cảm thọ của thân thể, mà tùy thuộc vào nhận thức của bạn về những sự việc ấy.

Chẳng hạn, có một số người không chịu được thời tiết nóng hay lạnh. Họ nói rằng nếu phải ra đường trong một ngày oi bức, họ sẽ chết mất. Dù chỉ chảy vài giọt mồ hôi cũng đủ làm cho họ thấy bực bội khó chịu. Mùa đông, một vài bông tuyết rơi trên đầu cũng là ngoài sức chịu đựng của họ. Nhưng nếu có một bác sĩ mà họ tin cậy bảo họ phải tắm hơi nóng mỗi ngày 10 phút để cải thiện sức khỏe, họ thường sẽ nghe theo lời khuyên đó. Họ sẽ đi tìm và thậm chí trả tiền cho một kinh nghiệm mà trước kia họ không chịu đựng được. Ngồi trong phòng tắm hơi, họ sẽ nghĩ: "Tốt quá, ta đang đổ mồ hôi! Thật là tuyệt!" Họ làm như thế là vì họ đã cho phép mình chuyển đổi nhận thức tinh thần về cảm giác nóng và đổ mồ hôi. Sự nóng bức và đổ mồ hôi chỉ là những hiện tượng mà họ đã gán cho những ý nghĩa khác nhau. Và nếu vị bác sĩ trên nói thêm rằng, tắm nước lạnh sau khi ra khỏi phòng tắm hơi sẽ cải thiện sự lưu thông máu huyết, họ cũng sẽ tập ưa thích tắm nước lạnh, thậm chí sẽ thấy tắm nước lạnh quả là mát mẻ dễ chịu.

Các nhà tâm lý học thường gọi loại chuyển hóa nhận thức này là "tái cấu trúc nhận thức". Khi cố ý chú tâm vào một kinh nghiệm, người ta có khả năng chuyển đổi ý nghĩa của kinh nghiệm đó từ trạng thái đau đớn hay khó chịu thành chấp nhận được hay dễ chịu. Với thời gian, sự tái cấu trúc nhận thức này sẽ thiết lập những lộ trình nơ-ron mới trong não bộ, đặc biệt là trong vùng hệ viền, nơi mà hầu hết các cảm thọ đau đớn hay vui thích được nhận biết và xử lý.

Nếu như những nhận thức của ta đều là những cấu trúc tinh thần tùy thuộc vào những kinh nghiệm quá khứ và kỳ vọng trong hiện tại, thì những gì được ta chú tâm và chú tâm như thế nào sẽ là những yếu tố quan trọng trong việc quyết định kinh nghiệm của ta. Ta càng tin tưởng sâu xa rằng một điều nào đó là thật có, thì điều ấy càng có nhiều khả năng trở thành sự thật trong kinh nghiệm của ta. Vì thế, nếu ta tin rằng mình yếu đuối, ngốc nghếch hay kém cỏi, thì bất luận những phẩm chất thực sự của ta có như thế nào, bất luận những người xung quanh hay bạn bè nhận xét về ta khác đi như thế nào, chúng ta cũng sẽ tự cảm nhận mình như là yếu đuối, ngốc nghếch và kém cỏi.

Điều gì sẽ xảy ra khi bạn bắt đầu nhận hiểu rằng những kinh nghiệm của mình đều do chính mình phóng chiếu? Điều gì sẽ xảy ra khi bạn bắt đầu không còn sợ sệt trước những con người quanh bạn và những tình huống từng làm cho bạn khiếp sợ? Nhìn từ một góc độ thì chẳng có gì xảy ra cả. Nhưng nhìn từ một góc độ khác thì khi đó mọi thứ đều có thể xảy ra.

7. TÂM BI MẪN: SINH TỒN CỦA SỰ CỰC THIỆN

Tâm đại bi sinh khởi một cách tự nhiên trước những chúng sinh khổ đau trong ngục tù ảo tưởng của họ.

Kalu Rinpoche

Tâm quang minh: Con đường của Đức Phật (Luminous Mind: The Way of the Buddha)

Maria Montenegro dịch sang Anh ngữ

Hãy tưởng tượng bạn sống suốt đời trong một gian phòng nhỏ với một cửa sổ duy nhất khóa chặt và bám đầy bụi bẩn đến nỗi không một chút ánh sáng nào có thể lọt vào. Rất có thể bạn sẽ nghĩ rằng thế giới thật là tối tăm, ảm đạm, và bên ngoài đầy những sinh linh hình thù kỳ quái, thường phóng lên khung cửa sổ những bóng đen ghê rợn khi chúng đi ngang qua căn phòng của bạn. Nhưng giả sử có một ngày, bạn hắt một chút nước lên cửa sổ, hay sau một cơn mưa bão, một ít nước mưa chảy xuống mặt kính, và bạn dùng một miếng giẻ lau hay một góc tay áo của bạn để chùi cho khô. Khi bạn làm như thế, một ít bụi bẩn trên mặt kính bị lau đi. Đột nhiên, một tia sáng nhỏ chiếu vào phòng qua chỗ tấm kính được lau. Tò mò, bạn chùi mạnh tay thêm chút nữa, và khi nhiều bụi bẩn bị chùi đi, càng có thêm nhiều ánh sáng tràn vào. Có lẽ khi ấy bạn sẽ nghĩ, thế giới này xét cho cùng cũng không quá tối tăm, ảm đạm. Có lẽ vấn đề nằm ở tấm kính cửa sổ.

Bạn đến bồn nước lấy thêm nước (và có lẽ vài miếng giẻ khác) rồi chà mãi cho đến khi nguyên tấm cửa kính không còn một chút bụi bẩn nào. Ánh sáng dễ dàng tràn vào, và có lẽ lần đầu tiên trong đời bạn nhận ra rằng tất cả những bóng dáng hình thù quái dị vẫn làm cho bạn sợ hãi mỗi khi chúng đi ngang qua đều là những con người - hoàn toàn giống như bạn! Và từ vùng sâu thẳm của sự nhận biết ấy khởi sinh một bản năng thôi thúc bạn hình thành quan hệ xã hội - thôi thúc bạn đi ra đường phố ngoài kia chỉ để tiếp xúc với mọi người.

Thật ra, bạn đã không làm thay đổi gì cả. Thế giới này cũng như ánh sáng và mọi con người vẫn luôn có đó. Bạn chỉ không thấy được tất cả vì tầm nhìn của bạn bị che chắn. Nhưng bây giờ bạn đã nhìn thấy được tất cả, và điều đó tạo ra một sự thay đổi lớn biết bao!

Theo truyền thống Phật giáo, chúng tôi gọi đó là sự khởi đầu của tâm từ bi, sự thức tỉnh của một năng lực bẩm sinh giúp ta đặt mình vào vị trí người khác và hiểu được những gì họ trải nghiệm.

LÒNG BI MẪN THEO QUAN ĐIỂM SINH VẬT HỌC

Người có tâm đại bi là người nắm được tất cả giáo pháp của đức Phật.

Kinh Tập luận
(The Sutra That Completely Encapsulates the Dharma)

Nhóm phiên dịch Padmakara dịch sang Anh ngữ

Trên một vài phương diện, người Phật tử hiểu về tâm bi mẫn hơi khác với ý nghĩa thông thường của từ ngữ này. Đối với người Phật tử, lòng bi mẫn không chỉ đơn giản là cảm thấy tội nghiệp người khác. Tiếng Tây Tạng là *nying-jay* hàm nghĩa một sự hoàn toàn rộng mở tâm hồn. Có lẽ trong Anh ngữ thì từ ngữ gần nghĩa nhất để dịch chữ *nying-jay* là *"love"*, hay thương yêu - nhưng phải là một tình thương yêu không có sự tham luyến hay mong đợi bất kỳ sự đền đáp nào. Người Tây Tạng hiểu tâm bi mẫn là một tình cảm tự nhiên của sự kết nối với tất cả mọi sinh thể. Những gì bạn cảm thấy, tôi cũng cảm thấy. Những gì tôi cảm thấy, bạn cũng cảm thấy. Không có gì khác biệt giữa chúng ta.

Về mặt sinh học, chúng ta được "lập trình" để ứng xử với môi trường một cách khá đơn giản, né tránh mọi đe dọa đến sự sinh tồn và nắm lấy mọi cơ hội để làm cho cuộc sống của riêng ta được hoàn thiện hơn. Lướt nhìn qua lịch sử, ta sẽ thấy ngay rằng con đường phát triển của loài người rất thường là những câu chuyện bạo tàn được viết bằng máu của những kẻ yếu kém hơn.

Nhưng dường như cũng chính kiểu lập trình sinh học đã thúc đẩy ta hướng về sự thô bạo và tàn nhẫn như thế, lại cũng mang đến cho ta những cảm xúc không những kềm chế được khuynh hướng gây hấn, mà còn thúc đẩy ta gạt sang một bên bản năng sinh tồn của mình để chăm sóc người khác.

Trong bài thuyết trình tại Hội thảo của Viện Tâm thức và Đời sống năm 2003, Giáo sư Jerome Kagan đã làm tôi bất ngờ khi ông đưa ra nhận xét lưu ý rằng, song song với khuynh hướng bạo động thì bản năng sinh tồn cũng mang lại cho chúng ta một *"thiên hướng sinh lý thậm chí còn mạnh mẽ hơn trong việc hướng đến tâm từ ái, bi mẫn, thương yêu và nuôi dưỡng"*.[1]

Tôi đã được nghe nhiều câu chuyện kể về những người đã liều cả mạng sống trong Thế chiến thứ hai để che giấu những người Do Thái châu Âu đang bị Đức quốc xã săn lùng, về những anh hùng vô danh ngày nay đang hy sinh sự an nhàn bản thân để giúp đỡ những nạn nhân của chiến tranh, của đói nghèo và của sự độc tài ở nhiều quốc gia trên khắp thế giới. Thêm vào đó, rất nhiều đệ tử người phương Tây của tôi là những bậc cha mẹ hy sinh rất nhiều thì giờ và công sức để cho con cái được chơi thể thao, học nhạc và tham gia nhiều hoạt động khác, đồng thời cũng nhẫn nại dành dụm tiền bạc cho việc học hành của con cái.

Những hy sinh ấy, trên bình diện cá nhân, dường như cho thấy một loạt nhân tố sinh lý vượt qua những sợ hãi và tham vọng cá nhân. Con người có khả năng kiến lập những xã hội và nền văn minh trong đó ít nhất cũng thừa nhận nhu cầu bảo vệ người nghèo, người yếu đuối và người cô

[1] Dẫn theo "Mind & Life XI, DVD-ROM 4" (Boulder: Mind and Life Institute, 2003).

thế. Chỉ một sự kiện đơn giản này cũng đã hỗ trợ cho kết luận của Giáo sư Kagan rằng *"ý thức về đạo đức là một đặc điểm sinh lý của loài người"*.[1]

Nhận xét của Giáo sư hầu như lặp lại hoàn toàn điểm tinh yếu trong lời Phật dạy. Càng thấy biết rõ ràng đúng thật về sự vật, chúng ta càng sẵn lòng và càng có khả năng rộng mở tâm hồn hướng đến mọi chúng sinh. Khi chúng ta nhận hiểu rằng người khác đau khổ và không hạnh phúc vì họ không nhận thức được bản chất chân thật của chính mình, ta sẽ tự nhiên cảm thấy thôi thúc bởi một ý nguyện sâu sắc muốn cho họ cũng nếm được sự an bình và trong sáng mà ta vừa bắt đầu biết đến.

ĐỒNG THUẬN VỚI SỰ BẤT ĐỒNG

Hạt cay sinh quả cay,
hạt ngọt sinh quả ngọt.

Kinh Surata thỉnh vấn
(The Questions of Surata Sutra)

Elizabeth M. Callahan dịch sang Anh ngữ

Theo như tôi đã được học, hầu hết những xung đột giữa người và người có nguyên nhân từ sự hiểu lầm động cơ của nhau. Chúng ta ai cũng có lý do của mình khi nói ra hay làm một điều gì. Vì vậy, càng để cho tâm bi mẫn dẫn dắt - nghĩa là ngừng lại một lúc và cố gắng nhìn xem người khác đến từ đâu - thì ta càng ít có nguy cơ rơi vào xung đột. Và dầu cho có nảy sinh xung đột, nếu chúng

[1] Nguồn đã dẫn trước.

ta thở một hơi thật sâu và lắng nghe với một tấm lòng rộng mở, ta sẽ thấy mình có khả năng giải quyết xung đột đó hiệu quả hơn - chẳng hạn như, có thể làm cho gió yên sóng lặng và giải quyết những bất đồng theo cách mà ai cũng hài lòng, để cuối cùng sẽ không có ai là "người thắng" hay "kẻ bại".

Lấy thí dụ, tôi có một người bạn Tây Tạng sống ở Ấn Độ, bên cạnh một người hàng xóm có nuôi con chó rất dữ. Nhà ở Ấn Độ có đặc điểm là sân trước có tường rất cao bao bọc, với cửa ra vào thay vì những cánh cổng. Cửa vào nhà bạn tôi rất gần cửa nhà hàng xóm, và mỗi khi bạn tôi bước ra khỏi nhà là con chó hàng xóm cứ nhảy xổ ra khỏi cửa nhà nó, vừa sủa vừa gầm gừ, xù lông, khiến cho bạn tôi rất sợ. Làm như thế dường như chưa đủ, con chó còn có thói quen đẩy cửa vào trong sân nhà bạn tôi, rồi lại sủa, lại gầm gừ, gây rắc rối kinh khủng.

Bạn tôi suy nghĩ thật lâu tìm cách trừng phạt con chó xấu tính này. Cuối cùng ông nghĩ ra một cách, mở hé cánh cửa và kê một vài món vật nặng phía trên cửa. Khi nào con chó đẩy cửa vào, các món vật nặng ấy hẳn sẽ rơi xuống và dạy cho nó một bài học đau đớn nhớ đời.

Một buổi sáng thứ bảy, sau khi dàn xong cái bẫy, bạn tôi ngồi bên cửa sổ phía trước quan sát và chờ đợi con chó vào. Đợi một lúc lâu nhưng con chó không hề vào sân nhà. Sau một hồi, bạn tôi mang kinh nhật tụng ra và bắt đầu tụng kinh, thỉnh thoảng lại rời mắt khỏi trang kinh để liếc nhìn ra sân qua khung cửa sổ. Vẫn không thấy con chó xuất hiện. Sau một lúc, bạn tôi tụng đến một đoạn văn phát nguyện rất cổ xưa, đó là đoạn về Tứ vô lượng tâm, bắt đầu bằng câu:

Nguyện cho tất cả chúng sinh đều được hạnh phúc và gieo nhân hạnh phúc,

Nguyện cho tất cả chúng sinh đều thoát khổ đau và không tạo nhân khổ đau.

Trong khi tụng câu này, ông chợt nhớ rằng con chó cũng là một chúng sinh, và khi cố ý đặt bẫy, ông sẽ làm cho nó đau đớn, khổ sở. Ông ta nghĩ: "Nếu tụng lời kinh này là ta đang dối trá. Có lẽ ta nên ngừng tụng kinh."

Nhưng ông cảm thấy bất ổn vì Tứ vô lượng tâm là đoạn kinh ông vốn tụng hằng ngày. Ông bắt đầu tụng trở lại, hết sức cố gắng phát khởi từ tâm với con chó, nhưng nửa chừng ông lại nghĩ:

"Không, con chó này dữ quá! Nó làm hại ta nhiều rồi. Ta không muốn cho nó thoát khổ và được hạnh phúc."

Suy nghĩ một lúc về vấn đề này, sau cùng ông cũng tìm được một giải pháp. Ông có thể đổi một vài chữ trong lời kinh, thế là ông tụng tiếp:

Nguyện cho ***một số*** *chúng sinh đều được hạnh phúc và gieo nhân hạnh phúc,*

Nguyện cho ***một số*** *chúng sinh đều được thoát khổ đau và không tạo nhân khổ đau.*

Ông rất hài lòng với giải pháp của mình. Sau thời kinh và dùng bữa trưa xong, ông quên hẳn chuyện con chó, và quyết định ra ngoài đi một vòng trước khi trời tối. Trong lúc vội vàng, ông quên bẵng việc đã cài bẫy con chó và ngay khi vừa kéo cửa sân, tất cả những món vật nặng trên cánh cửa đều rơi cả xuống đầu ông.

Có thể nói, đó là một sự đánh thức thô bạo!

Thế nhưng, sự đau đớn đã làm cho bạn tôi nhận ra

được một điều rất quan trọng. Khi loại trừ bất kỳ chúng sinh nào ra khỏi tiềm năng thoát khổ được vui là đồng thời ông cũng đã loại trừ chính mình. Nhận thức rằng mình đã là nạn nhân từ sự thiếu bi mẫn của chính mình, ông quyết định thay đổi chiến lược.

Hôm sau, trước khi ra ngoài đi dạo buổi sáng, bạn tôi mang theo một mẩu bánh *tsampa* nhỏ. Đó là một loại bánh làm bằng bột lúa mạch, muối, trà và bơ, mà người Tây Tạng thường dùng để điểm tâm. Khi ông vừa bước ra khỏi cửa, như thường lệ con chó nhảy xổ ra, vừa sủa vừa gầm gừ như mọi khi. Nhưng thay vì nguyền rủa con chó, bạn tôi chỉ vứt cho nó miếng bánh *tsampa* đã mang theo. Ngạc nhiên tột độ, đang sủa con chó vội ngừng để đớp lấy miếng bánh, và bắt đầu nhai, vừa tiếp tục xù lông và gầm gừ, nhưng không còn hăng hái tấn công vì đã được cho ăn.

Trò chơi nhỏ này lặp lại như thế trong nhiều ngày sau đó. Bạn tôi bước ra khỏi sân nhà, rồi con chó nhảy xổ ra, rồi ngừng sủa nửa chừng để đớp lấy miếng bánh mà bạn tôi ném cho. Sau một vài ngày, bạn tôi để ý rằng tuy vẫn gầm gừ trong lúc ăn miếng bánh *tsampa*, nhưng con chó đã bắt đầu vẫy đuôi. Sau một tuần lễ thì con chó không còn chồm lên sẵn sàng tấn công bạn tôi nữa, mà chạy ra mừng bạn tôi, sung sướng chờ được ăn bánh. Cuối cùng, người và vật đã thân thiết với nhau đến nỗi con chó thường lon ton lặng im chạy qua sân nhà bạn tôi và ngồi bên cạnh ông phơi nắng trong lúc ông tụng kinh hằng ngày. Bây giờ ông đã hài lòng vì có thể cầu nguyện cho hạnh phúc và sự giải thoát của **tất cả** chúng sinh.

Một khi ta nhận thức rằng tất cả chúng sinh - con người, thú vật, thậm chí cả côn trùng - cũng đều giống như ta, với động lực cơ bản là muốn được an ổn và tránh khỏi khổ đau, thì khi có ai làm hay nói điều gì trái ý, ta sẽ có một hiểu biết nền tảng để suy nghĩ rằng: "À, người này (hay con vật này...) đã làm như thế bởi vì họ cũng giống như ta, cũng muốn được hạnh phúc, không muốn khổ đau. Đó là mục đích chính của họ. Họ không chủ ý muốn làm hại ta, họ chỉ làm điều mà họ nghĩ là cần thiết phải làm [để được hạnh phúc]."

Lòng bi mẫn là trí tuệ tự nhiên của trái tim. Lòng bi mẫn luôn sẵn có trong ta, đã từng như thế và cũng sẽ mãi mãi như thế. Khi lòng bi mẫn bừng dậy trong ta, ta sẽ hoàn toàn nhận hiểu được mình thực sự mạnh mẽ và an ổn biết bao!

8. TẠI SAO CHÚNG TA KHÔNG HẠNH PHÚC?

Tất cả chúng sinh luôn
có khuynh hướng hành động
theo cách bất lợi cho họ.

Ngài Jamgon Kongtrul

Liễu nghĩa cự
(The Torch of Certainty)

Judith Hanson dịch sang Anh ngữ

Sau gần 10 năm đi thuyết giảng ở hơn 20 quốc gia trên thế giới, tôi đã từng được thấy rất nhiều điều kỳ thú, được nghe rất nhiều câu chuyện cũng thật kỳ thú từ những người đến nghe tôi giảng hay tìm gặp tôi để được tham vấn riêng. Nhưng điều làm tôi ngạc nhiên nhất là thấy rằng những người sống trong các quốc gia với đầy đủ tiện nghi vật chất lại dường như cũng trải qua những đau khổ sâu sắc không khác gì người dân của các quốc gia nghèo kém. Sự biểu hiện của khổ đau mà tôi chứng kiến [ở đây] về một số khía cạnh nào đó là khác biệt với những gì tôi đã quen nhìn thấy ở Ấn Độ và Népal, nhưng cường độ của nó thật mạnh mẽ, có thể cảm nhận được.

Tôi bắt đầu nhận biết nỗi khổ đau này trong những lần đầu đến viếng các nước phương Tây, khi những người bạn nước chủ nhà thường đưa tôi đi tham quan những công trình kiến trúc nổi tiếng nhất xứ họ. Lần đầu tiên nhìn thấy tòa nhà Empire State[1] hay tháp Eiffel, tôi không thể không cảm thấy thán phục thiên tài của tác giả thiết kế những công trình ấy, và mức độ của sự quyết tâm cũng như hợp tác giữa những người đã tạo dựng nên những kiến trúc nói trên. Nhưng khi chúng tôi lên đài vọng cảnh, tôi thấy tầm mắt bị ngăn cản bởi những vòng dây kẽm gai, và những đội lính canh đi tuần tiễu khắp nơi. Khi tôi hỏi các bạn chủ nhà về lý do phải có đội lính tuần tiễu và những vòng dây kẽm gai, họ giải thích rằng, phải cẩn thận như thế để ngăn ngừa những người muốn tự tử bằng cách nhảy từ lầu cao xuống.

Những xã hội tạo lập được những kỳ quan như thế mà lại cần đến những biện pháp nghiêm ngặt để ngăn ngừa người ta dùng chúng làm đài tự sát, thật là quá đỗi bi thảm!

Những biện pháp an ninh như thế không làm giảm đi sự ngưỡng mộ của tôi đối với vẻ đẹp của những kỳ quan này hay những kỹ thuật tinh xảo cần thiết để xây dựng chúng. Nhưng sau khi tôi đã tham quan một số nơi như thế, những biện pháp an ninh này bắt đầu tỏ ra có sự liên quan trùng hợp với một điều khác mà tôi vừa bắt đầu nhận ra. Đó là, cho dù những người sống trong xã hội tiện nghi vật chất thường dễ mỉm cười, nhưng đôi mắt họ lại hầu như luôn biểu lộ một trạng thái không hài lòng, thậm chí là tuyệt vọng. Và những vấn đề được họ nêu lên trong các buổi giảng pháp chung hay tham vấn riêng thường xoay quanh vấn đề làm sao để trở nên một người tốt đẹp hơn hay mạnh mẽ hơn, hay làm sao để vượt qua được cảm giác “tự căm ghét mình”.

Càng đi nhiều nơi tôi càng nhận thấy rõ ràng hơn, những người sống trong các xã hội có nhiều thành tựu về

[1]Tòa nhà cao 102 tầng ở New York, Hoa Kỳ, xây xong năm 1931.

công nghệ và vật chất cũng có nhiều khả năng phải gánh chịu những buồn đau, lo âu, cô đơn, cách biệt và tuyệt vọng không khác gì những người sống trong các xã hội kém phát triển hơn. Sau vài năm đặt những câu hỏi có định hướng trong các buổi thuyết giảng chung hay tham vấn riêng, tôi bắt đầu nhận thấy rằng, khi mức độ phát triển ngoại vật, hay vật chất, vượt qua sự phát triển tri kiến nội tâm, dường như người ta phải chịu đựng những xung đột tâm lý mãnh liệt mà không có phương pháp nội tâm nào để đối phó. Một sự thừa thải về của cải vật chất sẽ tạo ra quá nhiều rối rắm từ ngoại cảnh, đến nỗi làm cho con người đánh mất đi mối liên hệ với đời sống nội tâm.

Lấy thí dụ, hãy nghĩ đến những người đang lao mình vào việc tìm kiếm cảm giác hứng thú bằng cách đi ăn ở một nhà hàng mới, gầy dựng một quan hệ tình cảm mới, hay thay đổi công việc làm. Trong một thời gian ngắn, sự mới mẻ quả thật dường như có đem lại phần nào cảm giác kích thích. Nhưng cuối cùng thì sự kích động lắng xuống, những cảm giác mới, bạn bè mới, hay trách nhiệm mới rồi cũng sẽ trở nên nhàm chán. Bao nhiêu hạnh phúc cảm nhận được lúc ban đầu đều tan biến hết.

Và vì thế họ lại thử qua một phương cách mới, như là đi tắm biển. Và trong một thời gian ngắn, điều này có vẻ như cũng giúp họ thỏa mãn: mặt trời ấm áp, sóng biển tuyệt vời, và có rất đông người để gặp gỡ làm quen, cũng có thể có nhiều hoạt động hứng thú mới để thử qua, như lướt ván hay treo mình dưới những cánh dù có thuyền kéo chạy như bay trên mặt biển. Nhưng sau một thời gian, ngay cả bãi biển cũng trở nên nhàm chán. Những câu chuyện cũ lặp lại mãi, cát nhám rát da, mặt trời quá nóng hoặc u ám trong mây, và nước biển trở nên quá lạnh. Thế là đến lúc phải dời chỗ, đi tìm một bãi biển khác, có thể là ở một quốc gia khác. Tâm thức tạo ra một kiểu thần chú của riêng nó: *"Tôi muốn đi Hạ Uy Di... Hạ Uy Di... Hạ Uy Di..."*

Về cơ bản, vấn đề của tất cả những giải pháp nói trên là chúng chỉ [có tác dụng] tạm thời. Tất cả mọi hiện tượng đều là kết quả của sự hòa hợp nhân duyên và do đó tất yếu phải thay đổi theo cách nào đó. Khi những nguyên nhân tiềm ẩn đã tạo ra và duy trì một cảm giác hạnh phúc thay đổi, hầu hết mọi người thường đi đến chỗ đổ thừa cho hoàn cảnh bên ngoài (người khác, một địa điểm, thời tiết v.v...) hay tự trách mình "đáng lẽ nên nói điều gì đó tử tế hơn, khôn ngoan hơn", hay "đáng lẽ nên đi đến một nơi khác"... Tuy nhiên, sự đổ lỗi như thế chỉ càng làm cho việc tìm cầu hạnh phúc trở nên khó khăn hơn, vì nó phản ánh một sự thiếu tự tin, hay mất lòng tin vào những điều mà ta học được là sẽ đem lại hạnh phúc cho ta.

Một vấn đề nan giải hơn nữa là hầu hết mọi người không có một ý niệm rõ rệt về hạnh phúc là gì, và chính vì vậy mà tự mình tạo ra những nhân duyên đem lại chính sự bất như ý mà họ đang cố hết sức để xóa bỏ. Do đó, tốt nhất là chúng ta nên khảo sát kỹ lưỡng hơn một chút về hạnh phúc, khổ đau và những nguyên nhân tiềm ẩn tạo ra hai trạng thái này.

THÂN CẢM XÚC

Không có một trung tâm [điều khiển] cảm xúc [trong thân], cũng giống như không có trung tâm [điều khiển] việc chơi quần vợt.

Richard Davidson

Trích từ: Phiền não: Làm sao đối trị?
của Daniel Goleman
(Destructive Emotions: How Can We Overcome Them? - Daniel Goleman

Trong việc phát sinh cảm xúc, cơ thể chúng ta giữ một vai trò quan trọng hơn so với sự nhận biết của hầu hết chúng ta. Quá trình này bắt đầu bằng sự nhận thức, như chúng ta đã biết là liên quan đến việc truyền thông tin từ các giác quan lên não bộ, nơi sẽ tạo ra một hình ảnh biểu trưng qua khái niệm của đối tượng nhận thức. Điều hoàn toàn tự nhiên là hầu hết chúng ta sẽ cho rằng, một khi đối tượng được nhận thức và xác định, một phản ứng cảm xúc sẽ phát sinh, và sẽ tạo nên một phản ứng cơ thể nào đó.

Trong thực tế thì ngược lại. Cùng một lúc khi hồi thị (thalamus) gửi thông tin lên trên vùng não có chức năng phân tích, nó cũng đồng thời gửi một “tín hiệu báo động đỏ” đến hạch hạnh nhân, cấu trúc nhỏ bé và ngộ nghĩnh hình quả hạnh nhân trong vùng hệ viền *(limbic region)*. Như đã nói ở trước, vùng này kiểm soát các phản ứng cảm xúc, đặc biệt là sự sợ hãi và giận dữ. Bởi vì hồi thị và hạch hạnh nhân nằm rất gần nhau, tín hiệu báo động sẽ đến với nó nhanh hơn nhiều so với thông tin được gửi lên vùng não mới *(neocortex)*. Nhận được tín hiệu này, hạch hạnh nhân sẽ ngay lập tức khởi động một loạt các phản ứng vật lý làm kích thích tim, phổi; các nhóm cơ bắp chính nơi cánh tay, ngực, bụng, chân và những cơ quan tiết ra các nội tiết tố như adrenaline. Chỉ sau khi cơ thể phản ứng rồi thì phần não bộ có chức năng phân tích mới diễn dịch những phản ứng của cơ thể như là sự biểu lộ của một cảm xúc cụ thể.

Nói cách khác, không phải bạn nhìn thấy một điều đáng sợ, nảy sinh cảm giác sợ hãi rồi mới bỏ chạy. Bạn nhìn thấy một điều đáng sợ, bắt đầu bỏ chạy (khi tim đập nhanh và chất adrenaline đột ngột tỏa khắp châu thân), rồi sau đó mới diễn dịch phản ứng cơ thể đó như là sự sợ hãi. Tuy nhiên, trong hầu hết các trường hợp, một khi phần còn lại của não bộ đã bắt kịp cơ thể, trong chỉ một vài phần triệu giây, bạn sẽ có khả năng đánh giá các phản ứng của mình và quyết định xem liệu chúng có thích hợp hay không, cũng như điều chỉnh cách ứng xử cho thích hợp với hoàn cảnh cụ thể đó.

Những kết quả của sự đánh giá này có thể thực sự đo lường được nhờ một kỹ thuật mà các nhà khoa học chỉ mới có được cách đây không lâu. Một phần những cảm xúc như sự sợ hãi, ghê tởm và oán ghét được hiển thị qua một sự hoạt động tăng cường của các nơ-ron trong thùy trán bên phải, vùng thuộc về vỏ não mới và nằm ngay phía trước, bên phải của não bộ. Trong khi đó những cảm xúc như niềm vui, tình thương, lòng bi mẫn và sự tự tin có thể được đo lường qua sự gia tăng hoạt động của các nơ-ron trong thùy trán bên trái.

Tôi được nghe rằng trong một số trường hợp, khả năng đánh giá các phản ứng của chúng ta bị kiềm chế và ta sẽ phản ứng với một tình huống mà không hề suy nghĩ. Trong những trường hợp ấy, phản ứng của hạch hạnh nhân quá mạnh mẽ đến nỗi nó sẽ bỏ qua phản ứng của vùng trên não bộ. Một cơ chế "phản ứng khẩn cấp" mạnh mẽ như thế chắc chắn là có những lợi ích quan trọng sống còn, cho phép chúng ta nhận biết ngay những thức ăn đã có lần làm cho chúng ta bệnh, hoặc tránh né thú dữ. Nhưng vì các mô thức nơ-ron được lưu giữ trong hạch hạnh nhân có thể bị kích hoạt dễ dàng bởi những sự kiện chỉ có vẻ hơi giống với hoàn cảnh trước đó, nên chúng có thể làm sai lệch nhận thức của ta về những sự kiện hiện tại.

TÂM TRẠNG VÀ TÍNH KHÍ

Tất cả mọi sự đều tùy thuộc vào hoàn cảnh.

Patrul Rinpoche

Lời vàng của Thầy tôi
(The Words of My Perfect Teacher)

Nhóm phiên dịch Padmakara dịch sang Anh ngữ

Theo cách nhìn của khoa học, cảm xúc được xem xét từ hai góc độ: những sự kiện ngắn ngủi (tâm trạng) và những trạng thái kéo dài (tính khí). Những cảm xúc ngắn ngủi có thể là một cơn giận dữ bùng lên khi đang sửa chữa vật gì đó trong nhà và vô ý nện búa lên ngón tay cái, hoặc cũng có thể là cảm giác thật hãnh diện khi được người khác thành thật ngợi khen... Theo cách diễn đạt khoa học, những sự kiện tương đối ngắn ngủi này thường được gọi là những *tâm trạng*.

Những cảm xúc kéo dài với thời gian và tồn tại trong một số hoàn cảnh khác nhau, như tình thương mà ai đó dành cho một đứa trẻ, hay một sự oán giận không nguôi đối với một sự việc xảy ra trong quá khứ, thường được xem như là những *"cá tính"* hay *"tính khí"* mà phần đông chúng ta xem như là biểu hiện cho tính cách của một con người. Thí dụ, chúng ta có khuynh hướng gọi một người tươi cười, năng động, luôn luôn nói những lời dễ mến với người khác là người [có tính khí] "vui vẻ"; còn một người luôn cau mày, tất bật, còng lưng trên bàn giấy và hay nổi cáu vì những chuyện nhỏ nhặt là người [có tính khí] "căng thẳng".

Sự khác biệt giữa *tâm trạng* [nhất thời] và *tính khí* [tồn tại lâu dài] là khá rõ ràng, ngay cả đối với một người không hiểu nhiều về khoa học. Nếu bạn nện một nhát búa lên ngón tay cái, rất có thể là cơn giận của bạn sẽ qua đi rất mau và không làm cho bạn sợ cây búa suốt phần đời còn lại. Cảm xúc thuộc về *tính khí* tinh tế hơn nhiều. Thường thì mỗi ngày thức dậy chúng ta đều có khả năng nhận biết là [tâm trạng] mình lo âu hay phấn khởi, trong khi những biểu hiện về tính khí của ta thì phải trải qua thời gian mới dần dần trở nên rõ rệt đối với những người gần gũi ta.

Những *tâm trạng* cảm xúc là sự "bùng nổ" khá nhất thời của những câu chuyện gẫu giữa các nơ-ron. Ngược lại, *tính khí* thì giống như sự tương giao thân mật bền bỉ giữa chúng. Căn nguyên của những mối liên kết tồn tại lâu dài này có thể khác nhau. Một số liên kết có thể có nền tảng di truyền, một số khác có thể bắt nguồn từ một chấn thương nghiêm trọng, và một số khác nữa có thể chỉ phát triển như là kết quả của những kinh nghiệm kéo dài hay lặp lại - [chẳng hạn như] sự rèn luyện phương thức sống mà ta tiếp nhận từ thuở ấu thơ và lúc ta còn trẻ.

Nhưng dầu căn nguyên có là gì đi chăng nữa thì tính khí

của một người luôn có ảnh hưởng quy định cung cách nhận định và đáp ứng của người ấy đối với những kinh nghiệm hằng ngày. Thí dụ, người có khuynh hướng sợ sệt hay trầm cảm sẽ dễ lo âu khi tiếp cận mọi tình huống, trong khi người có khuynh hướng tự tin sẽ tiếp cận với cùng tình huống ấy một cách bình tĩnh và tự tin hơn.

NHỮNG NHÂN TỐ QUY ĐỊNH

Khổ đau đi liền theo một tư tưởng xấu ác, như bánh xe đi theo con bò kéo xe.

Kinh Pháp cú
(The Dhammapada)

Eknath Easwaran dịch sang Anh ngữ

Sinh vật học và thần kinh học cho ta biết những gì diễn ra trong não bộ khi ta đang trải nghiệm những cảm xúc dễ chịu hay khó chịu. Phật giáo không những giúp ta mô tả được những kinh nghiệm ấy một cách rõ ràng hơn cho chính mình, mà còn cung cấp cho ta những phương thức để tiến đến việc chuyển hóa các tư tưởng, cảm giác và nhận thức sao cho từ cấp độ căn bản của tế bào ta đã có thể trở nên hạnh phúc hơn, an lạc hơn và biết yêu thương hơn.

Dầu được nhìn một cách chủ quan thông qua sự quán chiếu với chánh niệm như đức Phật đã dạy, hay một cách khách quan bằng vào những kỹ thuật hiện có trong các phòng thí nghiệm hiện đại, thì cái mà ta gọi là "tâm thức" đó cũng đều được phát sinh qua sự giao kết không ngừng thay đổi của hai hiện tượng cơ bản: sự nhận thức đơn thuần (đơn giản nhận biết rằng có một sự việc đang xảy ra) và những nhận tố quy định (những tiến trình không chỉ miêu tả những gì ta nhận biết mà còn quyết định phản ứng của ta). Nói cách khác, mọi hoạt động tâm thức đều phát sinh từ sự phối hợp giữa nhận thức đơn thuần và mối liên kết lâu dài giữa các tế bào thần kinh.

Một trong những bài học mà thầy tôi, Saljay Rinpoche, thường nhắc lại rất nhiều lần là, nếu ta muốn hạnh phúc, ta phải học nhận biết và đối phó với các nhân tố quy định nào gây ra những phản ứng theo kiểu bị thúc bách hoặc phát xuất từ tính khí của mình. Điểm cốt yếu trong lời ngài dạy là bất kỳ nhân tố nào cũng có thể xem như thúc bách khi nó che mờ khả năng của ta trong việc nhận biết sự vật một cách như thật và không hề có sự phán xét phân biệt. Thí dụ như ai đó đang quát tháo chúng ta, rất ít khi chúng ta dành thời gian để phân biệt giữa sự nhận biết đơn thuần: *"người này đang cất cao giọng và nói ra những lời này, lời kia"* với sự phản ứng theo cảm xúc *"thằng cha này khùng"*. Thay vào đó, chúng ta có khuynh hướng kết hợp *sự nhận biết đơn thuần* và *phản ứng theo cảm xúc* của mình thành một ý nghĩ chung: *"Người này quát tháo tôi vì hắn khùng!"*

Nhưng nếu ta lắng lòng đôi chút để nhìn lại tình huống một cách khách quan hơn, rất có thể ta sẽ thấy rằng người đang quát tháo ta đó đã bị rối trí vì một vấn đề nào đó, có thể là không liên quan gì đến ta. Có thể họ vừa mới bị chê trách bởi cấp trên và đang lo sợ bị đuổi việc. Có thể họ mới biết được tin một người thân của họ đang bệnh nặng. Hoặc có lẽ họ đã tranh cãi với một người bạn hay đồng nghiệp nên mất ngủ sau đó. Đáng tiếc là ảnh hưởng của những điều kiện quy định quá mạnh mẽ đến nỗi chúng ta rất hiếm khi nhớ rằng mình có thể lắng lòng để nhìn lại vấn đề. Và vì sự hiểu biết của chúng ta có giới hạn nên chúng ta nhận lầm phần nhỏ bé mình thấy được là toàn bộ sự thật.

Làm sao chúng ta có được một phản ứng thích hợp khi tầm nhìn của ta quá giới hạn và ta không nắm hiểu được tất cả sự việc? Nếu chúng ta áp dụng chuẩn mực của các tòa án Hoa Kỳ và nói về đời sống hằng ngày của ta với *"toàn bộ sự thật và chỉ riêng sự thật mà thôi"*, thì chúng ta buộc phải thừa nhận rằng *"toàn bộ sự thật"* đó chính là việc tất cả mọi người đều chỉ muốn được hạnh phúc. Điều thực sự đáng buồn là hầu hết mọi người đều tìm cầu hạnh phúc theo những phương cách mà trong thực tế là hủy hoại đi mọi nỗ lực của họ. Nếu chúng ta có thể thấy được toàn bộ sự thật của bất kỳ tình huống nào, phản ứng duy nhất của chúng ta hẳn sẽ là một phản ứng đầy lòng bi mẫn.

PHIỀN NÃO

Vũ khí trong địa ngục do ai tạo ra,
và bằng cách nào?

Bồ Tát Tịch Thiên

Nhập Bồ Tát hạnh
(The Bodhicaryavatara)

Kate Crosby và Andrew Skilton
dịch sang Anh ngữ

Trong thuật ngữ Phật giáo, những nhân tố điều kiện quy định [phản ứng của tâm] thường được gọi là "phiền não", hay có khi là các "độc". Tuy các bản văn tâm lý học Phật giáo khảo sát rất nhiều những nhân tố quy định này, nhưng tất cả đều đồng ý xác định ba nhân tố chính làm nền tảng hình thành tất cả những nhân tố khác đã ngăn chặn khả năng của ta trong việc nhận biết mọi sự đúng như thật. Đó là: *vô minh* (hay si mê), *tham ái* và *sân hận*.

VÔ MINH (SI MÊ)

Vô minh hay si mê là thiếu khả năng căn bản để nhận biết được tiềm năng vô hạn, là sự trong sáng và năng lực của tâm thức chúng ta, như thể ta đang nhìn thế giới qua cặp mắt kính màu: những gì ta thấy đều bị ngụy trang hay biến dạng bởi màu sắc của kính. Ở mức độ quan yếu nhất, vô minh bóp méo kinh nghiệm rộng mở căn bản của sự tỉnh giác thành một sự chia tách nhị nguyên giữa hai phạm trù [được xem như] tồn tại theo tự tính là "ta" và "không phải ta".

Như vậy, vô minh là một vấn đề có hai mặt. Một khi chúng ta đã tập thành thói quen của thần kinh luôn thấy mình là một "cái ta" đơn lẻ và tự nó tồn tại một cách không phụ thuộc, thì tất yếu ta sẽ xem những gì khác với nó đều là "không phải ta". Những gì "không phải ta" có thể là bất cứ điều gì: cái bàn, quả chuối, một người khác, hay thậm chí là một điều gì đó mà "cái ta" đang suy nghĩ hoặc cảm giác. Trong một ý nghĩa nào đó, tất cả những gì ta trải nghiệm đều biến thành một kẻ xa lạ. Và vì đã trở nên quen thuộc với sự phân biệt giữa "cái ta" và những gì "không phải ta", chúng ta tự giam mình trong một lối nhận thức nhị nguyên, và vạch ra những hàng rào khái niệm giữa "cái ta" của mình với phần còn lại của thế giới "bên ngoài", một thế giới dường như quá bao la đến nỗi chúng ta không thể nào không bắt đầu tự cảm thấy mình quá nhỏ bé, giới hạn và yếu đuối. Chúng ta bắt đầu nhìn vào những người khác, các vật thể v.v... như là những căn nguyên tiềm tàng của hạnh phúc và khổ đau, và cuộc sống trở thành một sự tranh giành để đoạt lấy những gì ta cần để được hạnh phúc, trước khi có ai đó chộp lấy mất.

Cuộc tranh giành này, tiếng Phạn gọi là *saṃsāra* (luân hồi), nghĩa đen là "bánh xe" hay "vòng tròn". Một cách cụ thể, chữ *saṃsāra* chỉ cho cái bánh xe hay vòng tròn của những khổ đau, một tập khí chạy vòng vòng đuổi theo cùng một kinh nghiệm, hết lần này đến lần khác và mỗi lần lại mong đợi một kết quả khác hơn. Nếu bạn đã từng thấy một con chó hay một con mèo cứ quay vòng vòng đuổi theo cái đuôi của chính nó, đó là bạn đã thấy được phần cốt lõi của luân hồi. Và cho dầu việc nhìn một con vật đuổi theo cái đuôi của nó có thể là buồn cười, nhưng khi chính tâm thức của bạn cũng làm giống như thế thì thật không buồn cười chút nào.

Đối nghịch với luân hồi là *nirvana* (Niết-bàn), một thuật ngữ gần như đã bị hiểu sai hoàn toàn cũng như chữ tánh Không. Là một từ trong Phạn ngữ vốn có thể tạm dịch là "dập tắt" hay "thổi tắt" (như sự thổi tắt ngọn lửa của cây nến), nhưng *nirvana* lại thường được diễn dịch như là một trạng thái của sự hỷ lạc hay hạnh phúc viên mãn, sinh khởi từ sự phá trừ hay "thổi tắt" cái tự ngã hay khái niệm về "cái ta". Cách diễn dịch này là chính xác trong một chừng mực nào đó, chỉ có điều là nó không xét đến việc hầu hết chúng ta là những chúng sinh có một cơ thể sống trong một thế giới tương đối thật của những sự phân biệt rạch ròi về luân lý, đạo đức, pháp luật và vật lý.

Việc nỗ lực để sống trong thế giới này mà không tuân theo những phân biệt tương đối của nó hẳn sẽ là điên rồ và khó khăn như thể muốn tránh những hệ quả của sự thuận tay phải hay tay trái bẩm sinh. Điều này phỏng có ích lợi gì? Một sự diễn dịch chính xác hơn về *nirvana* (Niết-bàn) là chấp nhận một quan điểm thoáng hơn, trong đó thừa nhận tất cả những kinh nghiệm, sướng hay khổ, đều là những phương diện khác nhau của sự tỉnh giác. Dĩ nhiên, hầu hết mọi người ai cũng chỉ muốn trải nghiệm những "nốt nhạc cao" của hạnh phúc. Nhưng như một vị đệ tử của tôi gần đây đã nói rõ, nếu loại bỏ hết những "nốt nhạc thấp" trong một bản giao hưởng của Beethoven - hay của bất kỳ một bản nhạc hiện đại nào - thì kết quả sẽ là một sự trải nghiệm nghèo nàn mờ nhạt với những âm thanh the thé.

Có lẽ tốt nhất ta nên hiểu về "luân hồi" và "Niết-bàn" như hai quan điểm. Luân hồi là quan điểm chủ yếu dựa trên sự phân biệt và đồng nhất với những kinh nghiệm như là khoái lạc hay đau khổ. Niết-bàn là một trạng thái khách quan cơ bản của tâm thức, là sự chấp nhận kinh nghiệm mà không phán đoán, giúp ta mở ra khả năng nhìn thấy được những giải pháp cũng có thể không trực tiếp liên quan đến sự sống còn của ta như một cá nhân riêng rẽ, nhưng đúng hơn là liên quan đến sự sống còn của tất cả chúng sinh.

Và điều này đưa ta đến với nhân tố thứ hai trong ba tâm hành phiền não chính.

THAM ÁI

Như đã nói ở phần trước, sự nhận thức về "cái tôi" như là tách biệt với những gì "không phải tôi" chính là một cơ chế sinh lý thiết yếu, một mô thức đã được xác lập bởi những câu chuyện gẫu của các nơ-ron, không ngừng thông báo đến những bộ phận khác của hệ thần kinh rằng mỗi chúng ta là một sinh vật cá biệt, tồn tại độc lập với những nhu cầu cần thiết nào đó để tiếp tục sự tồn tại của mình.Vì chúng ta sống trong một cơ thể vật lý, nên một số trong những điều ta cần đến như dưỡng khí, thực phẩm và nước, là những điều thực sự không thể thiếu. Hơn thế nữa, tôi được biết rằng những nghiên cứu về sự sinh tồn của trẻ sơ sinh đã cho biết rằng, sự sống còn đòi hỏi một mức độ chăm sóc vật lý nhất định.[1] Chúng ta cần được xúc chạm, cần được nghe nói chuyện; chúng ta cần một thực tế đơn giản là sự hiện hữu của ta được công nhận.

Tuy nhiên, những bất ổn nảy sinh khi chúng ta gộp chung những nhu cầu sinh học thiết yếu như trên với những điều chẳng liên quan gì đến căn bản sống còn. Phật giáo gọi sự gộp chung lại như thế là "tham ái" hay "khao khát". Cũng giống như vô minh, điều này có thể xem là bắt nguồn từ một cơ sở thuần túy thần kinh.

Khi ta nếm trải và thích thú một điều gì, chẳng hạn như ăn sô-cô-la, chúng ta xác lập một kết nối thần kinh đặt sô-cô-la tương đương như một cảm thọ vật lý thích thú. Điều này không có nghĩa rằng tự thân sô-cô-la là một điều tốt hay xấu. Có nhiều chất hóa học trong sô-cô-la tạo ra cảm giác khoái lạc cho cơ thể. Chính sự bám víu vào sô-cô-la của các nơ-ron mới tạo ra bất ổn.

Trên nhiều phương diện, tham ái có thể so sánh với nghiện ngập, tức là một sự lệ thuộc không cưỡng được đối với những đối tượng bên ngoài hay với những kinh nghiệm, để tạo nên ảo giác của sự đầy đủ trọn vẹn. Thật không may, cũng như những thứ nghiện ngập khác, tham ái sẽ trở nên

[1] Để tham khảo vấn đề này, xem thêm sách A General Theory of Love của Thomas Lewis, M.D., Fari Amini, M.D. và Richard Lannon, M.D. (New York: Random House, 2000), trang 68 - 99.

ngày càng mãnh liệt hơn. Bất kỳ sự thỏa mãn nào ta trải nghiệm sau khi đạt được một sự vật hay một con người mà ta tham muốn cũng đều không kéo dài. Bất kỳ sự vật hay con người nào đem lại vui sướng cho chúng ta hôm nay, tháng này hay năm này, chắc chắn rồi cũng sẽ thay đổi. Sự thay đổi là điều thường hằng duy nhất trong thực tại tương đối.

Đức Phật ví tham ái như việc uống nước biển mặn: càng uống chúng ta càng khát hơn. Cũng thế, khi tâm thức ta bị quy định bởi tham ái, dầu ta có sở hữu bao nhiêu đi chăng nữa, cũng sẽ không bao giờ ta thực sự cảm thấy thỏa mãn. Chúng ta đánh mất khả năng phân biệt giữa kinh nghiệm hạnh phúc đơn thuần với bất kỳ đối tượng nào đem lại cho ta một hạnh phúc giả tạm. Kết quả là không những ta trở nên lệ thuộc vào đối tượng, mà còn củng cố thêm những mô thức thần kinh đã ràng buộc quy định ta, bắt buộc ta phải dựa vào ngoại duyên để được hạnh phúc.

[Trong ví dụ nêu trên], bạn có thể thay thế sô-cô-la bằng bất kỳ đối tượng nào. Đối với một số người, những mối quan hệ tình cảm là chìa khóa của hạnh phúc. Khi họ gặp một người mà họ thấy là lôi cuốn, họ sẽ tìm đủ mọi cách để tiếp cận. Nhưng nếu như rốt cùng họ thành công trong việc thiết lập quan hệ với người ấy, điều đó cũng sẽ không làm họ thỏa mãn như đã tưởng tượng. Vì sao? Vì đối tượng tham ái của họ không thực sự ở bên ngoài. Đó là một câu chuyện được viết bởi những tế bào thần kinh của họ, được diễn ra trên nhiều tầng bậc, từ những gì họ hy vọng đạt được khi thỏa mãn điều họ mong ước cho đến những gì họ lo sợ nếu không thành công.

Một số người khác nghĩ rằng họ sẽ thực sự hạnh phúc nếu họ thật may mắn, thí dụ như trúng số. Nhưng Philip

Brinkman,[1] theo lời một vị đệ tử của tôi, đã có một cuộc khảo cứu rất thú vị cho thấy rằng những người vừa được trúng số gần đây lại không hạnh phúc gì hơn so với những đối tượng khảo sát chưa nếm qua cảm giác phấn khích của việc bất ngờ trở nên giàu có. Trong thực tế, sau khi sự hứng khởi ban đầu lắng xuống, những người trúng số kể lại rằng họ cảm thấy ít thích thú hơn trong những thú vui hằng ngày, như tán gẫu với bạn bè, được khen ngợi hay chỉ đơn giản là đọc một cuốn tạp chí, so với những người không được trải nghiệm một sự thay đổi lớn lao như thế.

Cuộc nghiên cứu này nhắc tôi nhớ đến một câu chuyện được nghe cách đây không lâu về cụ già mua một tấm vé số mà giải trúng hơn 100 triệu Mỹ kim. Ít lâu sau khi mua tấm vé số, ông mắc bệnh tim và phải vào bệnh viện. Vị bác sĩ điều trị bắt ông phải tuyệt đối nằm nghỉ và cấm ngặt tất cả những gì có thể làm cho ông kích động mạnh. Trong khi ông nằm trong bệnh viện thì tấm vé số ông mua được trúng giải. Vì đang nằm viện nên dĩ nhiên là cụ già không biết tin vui này, nhưng vợ con ông biết được và vào bệnh viện để cho ông biết.

Trên đường đi đến phòng bệnh, họ gặp vị bác sĩ điều trị cho ông và kể hết về vận may của cụ già. Nghe xong, vị bác sĩ yêu cầu họ khoan báo cho cụ già biết. "Có thể vì quá kích động, ông cụ sẽ đứng tim mà chết." Vợ con cụ già phản đối, cho rằng tình trạng sức khoẻ của ông sẽ khả quan hơn nhờ tin vui này. Nhưng cuối cùng họ cũng đồng ý để vị bác sĩ báo tin cho cụ một cách nhẹ nhàng và từ từ để tránh cho cụ một sự kích động quá lớn.

[1] Xem "Lottery Winners and Accident Victims: Is Happiness Relative?" của Philip Brinkman - Journal of Personality and Social Psychology 36 (1978), trang 917.

Khi vợ con cụ già ngồi chờ ở hành lang, vị bác sĩ vào phòng ông cụ. Ông bắt đầu hỏi cụ đủ thứ câu hỏi về bệnh tình của cụ, cụ cảm thấy thế nào v.v... Sau đó, ông vờ như tình cờ đặt câu hỏi:

- Cụ có bao giờ mua vé số chưa?

Cụ già trả lời có mua một tấm vé số ngay trước khi nhập viện.

Vị bác sĩ hỏi: "Nếu trúng số, cụ sẽ cảm thấy thế nào?"

- Nếu trúng thì tốt, mà không trúng cũng tốt. Tôi già rồi, không sống được bao lâu nữa. Trúng số hay không thực sự cũng chẳng có gì quan trọng.

Vị bác sĩ nói như thể đưa ra một giả định:

- Cụ không thể nào thực sự cảm thấy như thế đâu. Nếu trúng số, cụ sẽ bị kích động ghê gớm, đúng không?

Nhưng cụ già lắc đầu:

- Không hẳn vậy đâu. Thật ra, tôi sẽ vui lòng tặng bác sĩ một nửa số tiền trúng số nếu bác sĩ có cách nào giúp tôi thấy khỏe hơn.

Vị bác sĩ cười lớn:

- Thôi bỏ qua chuyện đó đi! Tôi chỉ hỏi thế thôi mà!

Nhưng người bệnh cứ khăng khăng:

- Không, tôi nói thật đấy. Nếu trúng số, tôi sẽ tặng bác sĩ phân nửa số tiền, với điều kiện bác sĩ có thể giúp tôi cảm thấy khoẻ hơn.

Vị bác sĩ lại cười lớn, nói đùa:

- Thế sao cụ không viết ra giấy, cam kết là sẽ cho tôi phân nửa số tiền trúng số?

- Tất nhiên, sao lại không chứ?

Cụ già đồng ý, rồi với tay lấy một tập giấy trên cái bàn bên cạnh giường. Chậm chạp, yếu ớt, cụ viết một tờ cam kết sẽ chia cho vị bác sĩ phân nửa số tiền nếu trúng bất kỳ cuộc xổ số nào. Cụ ký tên vào và trao tờ cam kết cho vị bác sĩ. Khi vị bác sĩ nhìn tấm giấy với chữ ký, quá kích động với ý nghĩ mình sắp nhận được một số tiền quá lớn, ông ngã xuống và chết ngay tại chỗ.

Khi vị bác sĩ ngã xuống, cụ già la lên kêu cứu. Nghe tiếng kêu, vợ con cụ nghĩ rằng vị bác sĩ đã nói đúng ngay từ đầu, tin trúng số đã làm cho ông cụ quá kích động nên đứng tim mà chết rồi. Họ lao ngay vào phòng thì thấy ông cụ ngồi trên giường bệnh và vị bác sĩ thì ngã gục dưới đất. Khi các y tá và nhân viên của bệnh viện đổ xô xung quanh tìm cách cứu sống vị bác sĩ, gia đình của cụ già mới bình tĩnh cho cụ biết là cụ đã trúng số. Họ ngạc nhiên biết bao khi thấy cụ hoàn thoàn thản nhiên khi biết mình vừa trúng được hàng trăm triệu mỹ kim, và tin tức này không hề làm thương tổn gì cụ cả. Sự thật là sau đó vài tuần, cụ đã phục hồi sức khoẻ và được xuất viện. Tất nhiên là cụ rất vui với đời sống giàu sang mới, nhưng cụ không quá bám víu vào nó. Ngược lại, vị bác sĩ kia quá vướng chấp vào ý nghĩ sắp có được một số tiền lớn, và sự kích động của ông quá mạnh đến nỗi quả tim ông không chịu đựng nổi và ông phải chết.

SÂN HẬN

Mọi sự tham ái mạnh mẽ đều sẽ làm sinh khởi một nỗi lo sợ cũng mạnh mẽ tương đương, hoặc sợ rằng sẽ không đạt được điều mình muốn, hoặc sợ rằng sẽ mất đi những gì mình đã có được. Nỗi sợ hãi này, thuật ngữ Phật giáo gọi là *sân*: một sự cưỡng lại những thay đổi không thể tránh được, vốn là hệ quả của bản chất vô thường của thực tại tương đối.

Ý niệm về một bản ngã trường tồn và độc lập thúc giục chúng ta phải nỗ lực ghê gớm để cưỡng lại sự thay đổi không thể tránh được, nhằm giữ cho bản ngã này luôn được an toàn. Khi chúng ta đạt được một điều kiện sống nào đó giúp ta cảm thấy được vẹn toàn và đầy đủ, ta muốn cho mọi thứ phải ở nguyên trạng thái ấy mãi. Càng vướng chấp nhiều hơn vào bất kỳ điều gì mang đến cho ta cảm giác ấy thì nỗi sợ hãi đánh mất nó sẽ càng lớn hơn, và nếu thực sự mất đi thì sự đau khổ của chúng ta sẽ càng khốc liệt.

Về nhiều phương diện, sân hận là một lời nguyền tự ứng nghiệm, thôi thúc ta hành động theo những phương thức mà thực tế chắc chắn sẽ dẫn đến sự thất bại trong những nỗ lực truy tìm bất kỳ điều gì ta cho rằng sẽ đem lại sự bình an, ổn định và mãn nguyện lâu dài. Chỉ cần suy nghĩ một chút về hành vi cử chỉ của bạn khi ở gần một người mà bạn cảm thấy bị thu hút mãnh liệt. Bạn có ứng xử như một người khéo léo, tinh tế và tự tin mà bạn muốn người kia để ý, hay đột nhiên bạn biến thành một người đần độn mở miệng không ra lời? Nếu người kia cười nói vui vẻ với một người khác, bạn có cảm thấy bị thương tổn hay ganh tị, và biểu lộ sự buồn đau, ganh ghét của mình bằng những cách kín đáo hay lộ liễu? Bạn có trở nên quá cuồng nhiệt bám theo người ấy đến mức họ phải cảm nhận được sự điên rồ của bạn và bắt đầu tránh né bạn?

Tâm sân hận củng cố thêm những mô thức thần kinh có chức năng tạo dựng một hình ảnh tâm lý của chính bạn như là một người hạn hẹp, yếu đuối và không toàn vẹn. Bởi vì bất kỳ điều gì có khả năng gây tổn hại cho sự độc lập của cái "ngã" do tâm cấu tạo ấy đều được nhận thức như một mối đe dọa, nên bạn không hề ý thức được việc mình đã tiêu phí rất nhiều năng lượng để truy lùng những hiểm nguy tiềm tàng. Chất adrenaline tràn ngập trong thân thể bạn, tim đập nhanh, cơ bắp căng thẳng và nhịp thở dồn dập như điên cuồng. Tất cả những cảm thọ này đều là triệu chứng của tình trạng căng thẳng (stress), và tôi nghe nhiều nhà khoa học bảo rằng tình trạng căng thẳng đó có thể gây ra rất nhiều những bất ổn, bao gồm những chứng bệnh như trầm cảm, rối loạn giấc ngủ, rối loạn tiêu hóa, phát ban, thiểu năng thận và tuyến giáp, cao huyết áp, hoặc thậm chí là cao cholesterol.

Ở mức độ thuần túy cảm xúc, sân hận có khuynh hướng thể hiện thành sự giận dữ và thậm chí là căm ghét. Thay vì nhận biết rằng bất kỳ sự đau khổ nào của bạn cũng đều dựa trên hình ảnh [của đối tượng] do tâm bạn tạo ra, bạn lại thấy rằng việc quy lỗi cho một người khác, một đối tượng hay hoàn cảnh bên ngoài đã gây ra khổ đau cho bạn là một điều "tự nhiên". Khi có người ứng xử theo cách có vẻ như ngăn cản bạn đạt được những gì bạn muốn, bạn sẽ bắt đầu nghĩ là người đó không đáng tin cậy hay là bần tiện, và bạn sẽ làm đủ cách để tránh né họ hoặc để trả đũa. Khi bị cơn giận chi phối, bạn nhìn mọi người, mọi vật đều như những kẻ thù nghịch. Kết quả là thế giới nội tâm và ngoại cảnh của bạn sẽ ngày càng thu nhỏ lại. Bạn sẽ mất tự tin và càng củng cố hơn nữa những mô thức thần kinh cụ thể đã tạo cho bạn cảm giác sợ sệt và dễ bị thương tổn.

PHIỀN NÃO HAY CƠ HỘI?

Hãy quán xét những lợi điểm của kiếp người quý hiếm này.

Ngài Jamgon Kongtrul

Liễu nghĩa cự (The Torch of Certainty)

Judith Hanson dịch sang Anh ngữ

Thật dễ dàng khi cho rằng các tâm hành phiền não là những tính chất khiếm khuyết của tâm thức. Nhưng làm như thế là tự hạ thấp giá trị của chính mình. Khả năng cảm xúc, khả năng phân biệt giữa đau đớn và khoái lạc, cũng như khả năng có những phản ứng "hoàn toàn theo bản năng" đều đã từng và vẫn sẽ tiếp tục giữ một vai trò thiết yếu trong sự sống còn của chúng ta, giúp ta có thể gần như tức thời thích ứng với những thay đổi tinh tế của thế giới quanh ta, và hệ thống những thích ứng ấy thành các mô thức một cách có ý thức để có thể tùy ý sử dụng lại và truyền lại cho những thế hệ về sau.

Khả năng mẫn cảm phi thường như thế củng cố [ý nghĩa của] một trong những bài học căn bản nhất mà đức Phật đã dạy. Đó là: "Kiếp người với tất cả những tự do và cơ hội trong cuộc sống là vô cùng quý hiếm, và thật khó khăn biết bao mới có được thân người này, nhưng việc mất nó đi cũng thật dễ dàng biết bao."

Cho dù bạn có tin rằng kiếp người là một hiện tượng ngẫu nhiên của vũ trụ, là một bài học nghiệp quả hay là tác phẩm của một đấng sáng tạo thiêng liêng, điều đó không quan trọng. Chỉ cần bạn đơn giản lắng lòng một chút để nghĩ đến sự khác biệt và số lượng khổng lồ của những sinh vật đang chung sống cùng một hành tinh với chúng ta so với xác suất tương đối ít ỏi của loài người, bạn phải thấy ra được rằng cơ hội sinh ra làm người là vô cùng hiếm hoi. Và khi chứng minh sự phức tạp, mẫn cảm của bộ não con người, khoa học hiện đại cũng nhắc nhở ta rằng được sinh ra làm người là may mắn biết bao, với khả năng đặc biệt cho phép ta cảm giác và ghi nhận cảm giác của những người quanh ta.

Xét theo quan điểm Phật giáo, bản chất tự động của khuynh hướng cảm xúc con người thể hiện một sự thách thức rất thú vị. Không cần kính hiển vi mới quan sát được những tập quán tâm lý; hầu hết mọi người không cần nhìn đâu xa hơn là mối quan hệ tình cảm gần đây nhất của mình. Họ bắt đầu [mối quan hệ ấy] với ý nghĩ rằng: "Lần này sẽ khác hẳn những lần trước." Rồi một vài tuần, vài tháng hay vài năm sau, họ vò đầu bứt tóc: "Ồ không, thế này thì cũng cùng một giuộc với những lần trước đây thôi!"

Hoặc là bạn có thể quan sát đời sống nghề nghiệp của mình. Bạn bắt đầu một việc làm mới với ý nghĩ rằng: "Lần này ta sẽ không đi đến mức làm việc quá độ từ giờ này qua giờ khác chỉ để rồi vẫn bị chỉ trích là làm việc không đủ." Thế nhưng sau ba hay bốn tháng vào việc, bạn lại tự thấy mình phải hủy bỏ những cuộc hẹn hò hay gọi điện thoại cho bạn bè: "Tôi không đến ăn cơm tối nay được! Tôi còn quá nhiều việc phải làm!"

Bất chấp những dự tính tốt đẹp nhất của mình, rồi bạn vẫn tự thấy mình lặp lại cùng một mô thức trong khi mong đợi một kết quả khác.

Nhiều người làm việc chung với tôi trong những năm qua kể về việc họ đã mơ mộng biết bao mong cho tuần làm việc qua mau để có thể tận hưởng những ngày cuối tuần. Nhưng khi những ngày cuối tuần qua đi, họ lại trở về văn phòng bắt đầu một tuần lễ khác, rồi lại mơ mộng về một dịp cuối tuần khác. Hoặc là họ kể cho tôi nghe việc đã dành rất nhiều thời gian và nỗ lực để hoàn tất một dự án, nhưng chẳng bao giờ tự cho phép mình tận hưởng cảm giác hài lòng với thành tựu này, vì buộc phải bắt tay vào dự án kế tiếp đang chờ đợi. Thậm chí trong lúc nghỉ ngơi, họ vẫn bận tâm vì một điều gì đó đã xảy ra từ tuần trước, tháng trước hay năm ngoái. Họ diễn đi diễn lại câu chuyện cũ trong đầu và cố nghĩ xem lúc đó lẽ ra mình nên làm những gì để có một kết cuộc mỹ mãn hơn.

May mắn thay, càng quen thuộc với việc quan sát tự tâm, chúng ta càng nhanh chóng hơn trong việc tìm ra một giải pháp cho bất kỳ bất ổn nào đến với mình, và càng dễ nhận biết rằng bất kỳ những gì ta trải nghiệm - tham chấp, sân hận, căng thẳng, lo âu, sợ hãi hay khát khao - chỉ đơn thuần là những tạo tác của tâm thức chúng ta.

Những người đã thành tâm nỗ lực khám phá kho tàng nội tâm của mình thường tự nhiên sẽ nhận được tiếng thơm, sự tôn kính và tin cậy, bất chấp hoàn cảnh của họ như thế nào. Cách ứng xử của họ trong tất cả mọi tình huống đều gợi lên nơi người khác một cảm giác tôn kính, khâm phục và tin tưởng sâu xa. Sự thành tựu của họ trong cuộc đời không hề liên quan gì đến tham vọng bản thân hay sự khát khao được chú ý. Sự thành tựu đó cũng không do nơi có được một chiếc xe hơi tốt, một ngôi nhà đẹp hay một chức vụ quan trọng trong công việc. Thay vì thế, thành tựu của họ được sinh khởi từ một trạng thái sảng khoái khoáng đạt và thanh thản, giúp họ thấy biết người khác và tình huống một cách sáng suốt hơn, đồng thời cũng duy trì một cảm giác an lạc cơ bản bất kể hoàn cảnh cá nhân của họ như thế nào.

Trong thực tế, chúng ta thường nghe những người giàu sang, nổi tiếng hay có thế lực đôi lúc cũng phải thú nhận rằng những thành tựu của họ không đem lại hạnh phúc như mong muốn. Bất chấp sự giàu sang quyền thế, họ lặn hụp trong bể khổ, có khi đau đớn đến nỗi dường như chỉ còn một cách duy nhất là tự sát để thoát ra. Nỗi khổ đau mãnh liệt đó là kết quả của niềm tin [sai lệch] cho rằng vật chất hay địa vị xã hội có thể tạo ra được hạnh phúc lâu dài.

Nếu bạn thực sự muốn tìm được một cảm giác an lành và mãn nguyện dài lâu, bạn cần phải học cách an trụ tâm thức. Chỉ bằng cách an trụ tâm thì những phẩm tính tự nhiên nội tại của tâm thức mới được hiển lộ. Cách đơn giản nhất để làm lắng trong nước bùn nhiều cặn bẩn là để nó nằm yên. Cũng như thế, nếu bạn để cho tâm thức an trụ thì tham, sân, si và tất cả những tâm hành phiền não khác sẽ dần dần lắng xuống, và lòng bi mẫn, sự trong sáng cũng như tính cách bao la vô tận của chân tâm sẽ được hiển lộ.

PHẦN HAI
CON ĐƯỜNG TU TẬP

Tâm thuần phục đem lại
niềm vui chân thật.

KINH PHÁP CÚ

Eknath Easwaran
dịch sang Anh ngữ

9. TÌM ĐIỂM QUÂN BÌNH

Hãy an trụ mà không cố chấp.

GOTSANGPA

Quang minh bảo đăng
(Radiant Jewel Lamp)

Elizabeth M. Callahan dịch sang Anh ngữ

Bây giờ, chúng ta sẽ tạm thời gác lại phạm trù khoa học và lý thuyết để bắt đầu thảo luận về sự thực hành tu tập mà thuật ngữ Phật giáo gọi là Chánh đạo. Tôi sẽ bắt đầu bằng một câu chuyện mà tôi đã được nghe từ lâu lắm rồi, về một người đàn ông lúc còn trẻ từng là một tay bơi lội vô địch. Khi tuổi đã về chiều, ông đi tìm một việc gì có thể kích thích và làm say mê ông giống như việc bơi lội lúc còn trẻ. Ông quyết định trở thành một thầy tu, nghĩ rằng ông có thể khuất phục những ngọn sóng của tâm thức cũng giống như ngày xưa ông đã từng khuất phục những ngọn sóng của đại dương. Ông đã tìm được một vị thầy mà ông rất tôn kính, thọ giới xuất gia và bắt đầu tu tập theo những giáo huấn của thầy. Như thường tình vẫn gặp, việc thiền quán đã không dễ dàng đối với ông, nên ông đến xin thầy chỉ dạy.

Vị thầy bảo ông ngồi thiền để ngài có thể quan sát cách thực tập của ông.

Sau một lúc quan sát, vị thầy nhận thấy tay cựu tuyển thủ bơi lội đã cố gắng quá sức. Ngài bèn khuyên ông hãy thư giãn. Nhưng ông này cảm thấy ngay cả lời dạy đơn giản đó cũng rất khó làm theo. Khi cố gắng thư giãn, tâm ông trôi giạt bất định và thân ông nghiêng ngả. Khi cố tập trung thì thân tâm ông đều trở nên căng thẳng. Cuối cùng vị thầy hỏi:

- Ông biết bơi phải không?

Ông đáp:

- Tất nhiên, con bơi giỏi hơn bất cứ ai.

Vị thầy lại hỏi:

- Muốn bơi giỏi thì cơ bắp phải hoàn toàn căng thẳng hay hoàn toàn buông lỏng?

Người cựu tuyển thủ bơi lội đáp:

- Cả hai đều không được. Mình phải tìm được sự quân bình giữa căng thẳng và buông lỏng.

Vị thầy tiếp tục:

- Tốt lắm. Vậy ta hỏi ông, khi bơi nếu cơ bắp quá căng thẳng, sự căng thẳng đó là do chính ông hay do người khác thúc ép?

Người đàn ông suy nghĩ một lát trước khi trả lời. Cuối cùng ông ta nói:

- Không có ai bên ngoài thúc ép con phải căng thẳng cả.

Vị thầy chờ một chút để tay cựu tuyển thủ bơi lội kịp suy gẫm về câu trả lời của chính ông ta, rồi mới giải thích:

- Nếu lúc ngồi thiền ông thấy tâm mình quá căng thẳng, đó là chính ông tự tạo ra sự căng thẳng ấy. Nhưng nếu ông buông bỏ mọi căng thẳng, tâm ông sẽ quá buông lỏng và ông rơi vào tình trạng hôn trầm. Là nhà bơi lội, ông đã biết tìm thế quân bình của cơ bắp giữa sự căng thẳng và buông lỏng. Trong thiền định, ông cũng phải tìm sự quân bình như thế trong tâm. Nếu không làm được, ông sẽ không bao giờ nhận biết được thế quân bình hoàn hảo sẵn có trong bản chất của ông. Một khi ông phát hiện thế quân bình hoàn hảo ở ngay trong bản chất của mình, ông sẽ có thể bơi xuyên qua mọi hoàn cảnh của cuộc đời cũng giống như ông đã từng bơi xuyên qua nước vậy.

Nói một cách thật đơn giản thì cách tiếp cận thiền định hữu hiệu nhất là nỗ lực hết sức mà không quá chú trọng đến kết quả.

TRÍ TUỆ VÀ PHƯƠNG TIỆN

Khi tâm không vọng động, tâm trong sáng. Khi nước không khuấy động, nước trong suốt.

GYALWA KARMAPA Đời thứ 9

Đại thủ ấn: Liễu nghĩa hải (Mahamudra: The Ocean of Definitive Meaning)

Elizabeth Mac Callahan dịch sang Anh ngữ

Những chỉ dẫn cụ thể mà vị thầy dạy cho người cựu tuyển thủ bơi lội nói trên thật ra là một phần trong một bài học lớn hơn về việc tìm thế quân bình giữa trí tuệ - hay sự hiểu biết về giáo lý - và phương tiện - sự thực hành tu tập những giáo lý ấy. Trí tuệ sẽ là vô nghĩa nếu không có những phương thức thực hành vận dụng nó. Đó chính là chỗ dùng của phương tiện: dùng tâm để nhận biết tâm. Đó thực sự là một định nghĩa thiết thực rất hay về thiền. Thiền không phải là để "xuất thần", "phiêu diêu" hay "làm cho đầu óc sáng suốt" - và đây chỉ là một số trong rất nhiều từ ngữ mà tôi được nghe người ta nói đến trong những chuyến đi quanh thế giới. Thật ra thiền là một sự tập luyện rất đơn giản để an trụ trong trạng thái tự nhiên của tâm thức hiện tại và để cho tự thân mình có mặt một cách đơn thuần và trong sáng cùng với bất kỳ tư tưởng, cảm thọ hay cảm xúc nào sinh khởi.

Có nhiều người chống lại ý tưởng ngồi thiền vì hình ảnh đầu tiên đến với họ là phải ngồi thẳng lưng như ông phỗng, hai chân tréo lại và đầu óc hoàn toàn trống rỗng từ giờ này sang giờ khác. Tất cả những điều này đều không cần thiết.

Trước hết, việc ngồi tréo chân và giữ lưng thật thẳng cần phải có sự tập luyện đôi chút cho quen - nhất là ở phương Tây, nơi mà việc ngồi còm lưng uể oải trước TV hay máy vi tính là chuyện rất thường thấy. Thứ hai, việc giữ cho tâm không nảy sinh tư tưởng, cảm xúc và cảm thọ là không thể được. Suy nghĩ là chức năng tự nhiên của tâm, cũng giống như chức năng tự nhiên của mặt trời là chiếu sáng và sưởi ấm, hay chức năng của giông bão là sấm chớp và đổ mưa.

Khi tôi mới bắt đầu học thiền, tôi được dạy rằng việc cố gắng kiềm chế chức năng tự nhiên của tâm thì giỏi lắm cũng chỉ là một giải pháp tạm thời, và tệ nhất là nếu tôi cố ý tìm cách thay đổi tâm thức mình, trên thực tế tôi chỉ củng cố thêm khuynh hướng chấp chặt vào những tư tưởng và cảm giác như thể chúng có thật tính tự hiện hữu.

Tâm thức luôn luôn sinh động, luôn luôn sinh khởi tư tưởng, cũng như biển cả không ngừng sinh khởi sóng nước.

Chúng ta không thể ngăn dứt những tư tưởng của mình cũng như không thể chặn lại các ngọn sóng trong đại dương. Để tâm an trụ trong trạng thái tự nhiên của nó là hoàn toàn khác với việc ngăn dứt mọi tư tưởng. Thiền định Phật giáo theo bất kỳ cách nào cũng không liên quan đến việc cố làm cho tâm trống rỗng. Không có cách nào để đạt đến [trạng thái] thiền không tư tưởng. Cho dù bạn có ngăn chặn được tư tưởng, đó cũng không phải là thiền: bạn chỉ đang trôi giạt vào một trạng thái như thây ma chết chưa chôn đó thôi.

Mặt khác, bạn có thể nhận ra được rằng ngay khi bạn chú ý vào một tư tưởng, cảm xúc hay cảm thọ, nó lập tức biến mất như một con cá đột ngột lặn sâu xuống nước. Điều này không sao cả. Thật ra thì như vậy là rất tốt. Chỉ cần bạn duy trì cảm giác đơn thuần chú tâm hay tỉnh giác, thì cho dầu các tư tưởng, cảm xúc v.v.. tránh né bạn, đó là bạn đang trải nghiệm sự trong sáng và tánh Không của tâm trong bản chất tự nhiên của nó. Điểm thực sự quan trọng của thiền định là an trụ trong sự tỉnh giác đơn thuần, bất kể có điều gì xảy ra hay không. Bất kỳ điều gì đến với bạn, chỉ cần mở rộng tâm và có mặt với nó, rồi buông xả. Và nếu không có gì xảy ra, hoặc các tư tưởng v.v... tan biến trước khi nhận biết chúng, hãy an trụ trong sự trong sáng tự nhiên đó.

Tiến trình thiền định có thể đơn giản hơn đến mức nào?

Có một điểm khác cần suy xét là mặc dầu chúng ta bám víu vào những ý tưởng cho rằng có một số kinh nghiệm tốt hơn, thích hợp hơn và lợi ích hơn những kinh nghiệm khác, nhưng thật ra không có tư tưởng nào là tốt hay xấu cả. Chỉ có tư tưởng mà thôi. Ngay khi có một nhóm nơ-ron nhiều chuyện bắt đầu truyền đi những tín hiệu mà chúng ta diễn dịch là tư tưởng hay cảm xúc, một nhóm khác sẽ bắt đầu nhận xét: "Ồ, đó là một tư tưởng báo thù, mi thật là xấu", hoặc là "mi quá lo âu, chắc là mi bất tài". Thiền định thực sự là một tiến trình tỉnh giác không có sự phê phán. Khi vào thiền, chúng ta dùng thái độ khách quan của một nhà khoa học để quan sát những kinh nghiệm chủ quan của chính mình. Khởi đầu, điều này không dễ dàng. Phần đông chúng ta đã huân tập thói quen nghĩ rằng, nếu ta cho rằng một điều gì đó là tốt hay xấu thì điều ấy quả đúng là như thế. Nhưng khi ta thực hành chỉ thuần túy quan sát các tư tưởng đến và đi, những phân biệt cứng nhắc như thế sẽ bắt đầu bị phá vỡ. Trí khôn thường thức của chúng ta sẽ cho ta biết khi các sự kiện tâm thần nhiều đến dường ấy cứ hiện lên rồi biến mất trong vòng một phút, tất cả không thể đều là thật.

Nếu chúng ta cứ tiếp tục để mình đơn thuần nhận biết các hoạt động của tâm, ta sẽ dần dần nhận ra bản chất trong suốt của những tư tưởng, cảm xúc và nhận thức mà ta đã từng xem là bền chắc và có thật. Điều này cũng giống như những lớp bụi bẩn trên mặt kính được dần dần chùi đi. Khi chúng ta quen thuộc hơn với việc nhìn vào bề mặt trong sáng của tâm, chúng ta sẽ có thể nhìn xuyên thấu những câu chuyện gẫu về việc ta đang nghĩ mình là ai, là cái gì, và sẽ nhận biết được bản chất sáng chói của chân tâm mình.

TƯ THẾ CỦA THÂN

Đại trí trụ trong thân.

Hỷ kim cang mật tục
(The Hevajra Tantra)

Elizabeth M. Callahan dịch sang Anh ngữ

Đức Phật dạy rằng thân thể là chỗ y cứ về mặt thể chất của tâm thức. Sự liên hệ giữa thân tâm giống như một cái ly và nước trong ly. Nếu bạn đặt ly ở mé bàn hay trên một vật gì không bằng phẳng, nước sẽ chao động và có thể đổ ra ngoài. Nhưng nếu bạn đặt ly trên một mặt phẳng vững chãi, nước sẽ hoàn toàn nằm yên.

Tương tự, phương pháp tốt nhất để tâm đi vào an trụ là giữ thân thể trong một tư thế vững chãi. Với tuệ giác của Ngài, đức Phật đã dạy chúng ta cách giữ cho thân thể có một thế thăng bằng sao cho tâm vừa thư giãn vừa tỉnh giác. Trải qua thời gian, tư thế thăng bằng này được gọi là thế ngồi 7 điểm của Vairochana, một pháp tướng của đức Phật tượng trưng cho sự giác ngộ.

Điểm thứ nhất của tư thế này là tạo ra một nền tảng vững chãi cho thân, nghĩa là, nếu có thể thì nên ngồi bắt tréo hai chân sao cho bàn chân này nằm trên bắp đùi chân kia (tư thế ngồi kiết già). Nếu không làm được như vậy, bạn chỉ cần đặt một bàn chân lên đùi chân kia, bàn chân thứ hai đặt dưới bắp đùi chân còn lại (tư thế ngồi bán già). Nếu thấy cả hai thế ngồi này đều không thoải mái, bạn chỉ đơn giản ngồi tréo hai chân cũng được. Thậm chí bạn cũng có thể ngồi thoải mái trên ghế và đặt hai chân bằng phẳng trên sàn nhà. Mục đích là tạo ra một nền tảng vừa thoải mái vừa vững chãi cho thân thể. Nếu quá đau chân, bạn không thể an trụ tâm vì mải nghĩ đến sự đau đớn. Vì vậy mới có nhiều tùy chọn đến thế ở điểm đầu tiên này.

Điểm thứ hai là đặt hai bàn tay trong lòng, ngay dưới rốn, lưng bàn tay này đặt trên lòng bàn tay kia. Tay nào nằm trên cũng được, và bạn có thể đổi vị trí của hai bàn tay bất cứ lúc nào trong thời gian thực tập - nếu bàn tay nằm dưới quá nóng sau một thời gian lâu chẳng hạn. Để duỗi hai bàn tay úp trên hai đầu gối cũng tốt.

Điểm thứ ba là giữ một khoảng hở nhỏ giữa hai cánh tay và thân. Kinh điển Phật giáo gọi đó là "giữ cánh tay như cánh diều hâu", điều này rất dễ bị hiểu sai như là phải giương bả vai ra như thể bạn là một loài chim săn mồi!

Thật ra, đã có một ngày nọ khi tôi đang dạy ở Paris, tình cờ đi ngang qua một công viên tôi thấy một người đang ngồi xếp bằng dưới đất và hai vai không ngừng di động tới lui. Khi tôi đến gần, ông nhận ra tôi là một tăng sĩ (màu áo đỏ đã nói quá rõ điều đó) và hỏi :

- Thầy có ngồi thiền không ?

- Có.

Tôi đáp. Ông ta lại hỏi:

- Thầy có gặp khó khăn nào không?

Tôi trả lời ông ta:

- Cũng chẳng có gì khó khăn.

Chúng tôi dừng lại một lát, nhìn nhau mỉm cười - dù sao thì Paris hôm đó cũng là một ngày đẹp trời, nắng ấm - và rồi ông ta nói:

- Tôi thích ngồi thiền lắm, nhưng có một chỉ dẫn thực sự làm tôi muốn phát điên!

Tất nhiên là tôi hỏi ông ta xem đó là điều gì.

- Đó là tư thế của cánh tay.

Ông ta đáp, có vẻ hơi lúng túng.

Tôi hỏi lại:

- Thật vậy sao? Ông học ngồi thiền ở đâu?

Ông ta đáp:

- Học từ một cuốn sách.

Tôi hỏi ông xem trong sách chỉ dẫn về tư thế cánh tay như thế nào. Ông ta đáp:

- Sách dạy rằng phải giữ hai cánh tay như cánh diều hâu.

Nói tới đây, ông bắt đầu di chuyển tới lui hai vai như tôi đã thấy ông làm khi mới tới gần. Sau vài giây quan sát, tôi bảo ông ngừng và nói:

- Để tôi nói cho ông biết điều này. Điểm thực sự quan trọng trong chỉ dẫn đó là phải giữ một chút khoảng cách giữa cánh tay và thân thể, vừa đủ cho lồng ngực mở rộng và thư giãn, để ông có thể thở một cách thoải mái và thông thoáng. Khi diều hâu nghỉ ngơi, chúng luôn giữ một khoảng cách giữa cánh và thân, đó thực sự chính là ý nghĩa của lời chỉ dẫn ấy. Không cần phải chuyển động hai vai. Xét cho cùng, mục đích của ông là tập thiền chứ không phải tập bay.

Điều cốt yếu trong điểm [thứ ba] này là phải tìm được sự cân bằng hai vai, sao cho không có bên nào thấp hơn bên kia, và giữ cho lồng ngực rộng mở, hơi thở dễ dàng. Một số người có cánh tay to lớn và thân trên vạm vỡ, đặc biệt là nếu họ đã dành nhiều thì giờ để tập thể thao. Nếu bạn là người như thế, đừng quá cố gắng giữ khoảng cách một cách giả tạo giữa cánh tay và ngực. Hãy cứ để cánh tay trong tư thế tự nhiên, sao cho chúng đừng ép vào lồng ngực là được.

Điểm thứ tư của thế ngồi là giữ cột sống càng thẳng càng tốt, như trong kinh nói "giống một mũi tên". Nhưng một lần nữa, điều quan trọng ở đây là phải tìm ra được điểm quân bình. Nếu bạn cố ngồi cho thật thẳng, cuối cùng bạn sẽ ngã ra phía sau và cả người sẽ run lên vì quá căng thẳng. Tôi đã thấy điều này xảy ra nhiều lần với những đệ tử quá mức quan tâm đến việc giữ lưng cho thật thẳng. Ngược lại, nếu bạn để cho lưng khom xuống, gần như chắc chắn là cuối cùng rồi bạn sẽ ép buồng phổi, khiến hơi thở khó khăn, cũng như chèn ép nhiều cơ quan nội tạng, do đó sẽ làm bạn cảm thấy khó chịu.

Điểm thứ năm là giữ sao cho sức nặng của đầu nằm cân bằng trên cổ, để không đè lên khí quản, hoặc nếu ngửa cổ ra sau quá, bạn sẽ nén ép đốt sống cổ, 7 đốt xương trên hết của cột sống vốn có một vai trò quan trọng trong việc truyền tín hiệu thần kinh từ phần dưới của thân lên não. Khi bạn tìm được một tư thế thích hợp cho mình, có lẽ bạn sẽ nhận thấy cằm hơi nghiêng xuống cổ hơn so với lúc bình thường. Nếu bạn đã từng ngồi hàng giờ trước máy vi tính, đầu hơi ngửa ra phía sau, bạn sẽ lập tức cảm thấy thoải mái hơn biết bao chỉ đơn giản với sự điều chỉnh [vị trí của đầu] theo cách này.

Điểm thứ sáu liên quan tới miệng, cần được giữ trong trạng thái tự nhiên sao cho răng và môi hé ra một chút. Nếu có thể, hãy đặt đầu lưỡi chạm nhẹ lên vòm miệng, ngay sau răng cửa. Đừng cố ép lưỡi lên vòm miệng, chỉ đặt nhẹ đầu lưỡi lên đó thôi. Nếu lưỡi bạn quá ngắn, không thể chạm đến vòm miệng một cách tự nhiên thì cũng đừng lo lắng. Điều quan trọng nhất là hãy đặt lưỡi một cách tự nhiên.

Điểm cuối cùng của thế ngồi thiền định liên quan đến đôi mắt. Hầu hết những người mới tập ngồi thiền đều cảm thấy thoải mái hơn khi nhắm mắt lại. Họ thấy như vậy giúp tâm họ an trụ dễ dàng hơn và cho họ cảm giác an lành, yên tĩnh. Lúc khởi đầu làm như thế cũng tốt. Nhưng tôi đã sớm học được rằng, khi nhắm mắt ta sẽ dễ bám víu vào một cảm giác yên tĩnh giả tạo. Vì thế, sau một vài ngày thực tập, tốt hơn hết là bạn nên mở mắt khi ngồi thiền để có thể tỉnh giác, sáng suốt và nhận biết. Nhưng điều này không có nghĩa là nhìn trừng trừng không chớp mắt về phía trước, mà chỉ để cho mắt mở một cách tự nhiên như bình thường mà thôi.

Thế ngồi 7 điểm Vairochana thật ra chỉ là một bảng chỉ dẫn mà thôi. Thiền là một sự thực tập cá nhân, và mỗi người đều có sự khác biệt. Điều quan trọng nhất là tìm cho mình điểm quân bình thích hợp giữa sự căng thẳng và sự thư giãn.

Còn một tư thế thực hành thiền đơn giản chỉ có 2 điểm, để áp dụng những lúc không thuận tiện hay không thể giữ tư thế 7 điểm hoàn chỉnh. Chỉ dẫn cho tư thế này rất giản dị: chỉ cần giữ lưng thẳng và phần còn lại của cơ thể càng buông lỏng và thư giãn càng tốt. Tư thế thiền 2 điểm rất hữu dụng trong ngày, khi đang làm những công việc hằng ngày như lái xe, đi bộ ngoài đường, đi mua thức ăn hay nấu ăn.

Tự thân tư thế 2 điểm này gần như tự động tạo ra một cảm giác thư giãn tỉnh thức - và điều hay nhất là khi bạn áp dụng tư thế này, không ai nhận biết là bạn đang thực hành thiền cả!

TƯ THẾ CỦA TÂM THỨC

Nếu tâm thức tự nó đang trói buộc gút mắt mà buông xả được thì chắc chắn sẽ giải thoát.

SARAHA

Đạo ca tập
(Doha for the People)

Elizabeth M. Callahan dịch sang Anh ngữ

Những nguyên tắc để tìm một trạng thái vừa thư giãn vừa tỉnh giác cho thân thể cũng được áp dụng để tìm một sự cân bằng như thế trong tâm thức. Khi tâm bạn an trụ một cách tự nhiên giữa thư giãn và tỉnh giác, những phẩm tính sẵn có của tâm sẽ tự động hiển lộ. Đó là một trong những điều mà tôi đã học được trong 3 ngày ngồi một mình trong tịnh thất để kiên trì quan sát tâm. Lúc ấy tôi đã không ngừng nghĩ đến lời dạy của các bậc thầy: khi nước lắng yên, bao nhiêu bùn và cặn sẽ từ từ tách ra khỏi nước và chìm xuống đáy, cho phép ta nhìn thấy nước và bất cứ vật gì đi ngang qua nước một cách rất rõ ràng. Cũng giống như thế, nếu bạn ở trong trạng thái thư giãn tâm trí, những "cặn bã tâm thần" như tư tưởng, cảm xúc và nhận thức sẽ tự nhiên lắng xuống và sự trong sáng sẵn có trong tâm sẽ hiển lộ.

Cũng giống như trường hợp tư thế của thân, điểm cốt

yếu trong tư thế của tâm là tìm được sự cân bằng. Nếu tâm bạn quá căng thẳng hay mức độ chú tâm quá cao, cuối cùng bạn sẽ quá lo lắng về việc mình có thực tập giỏi hay không. Nếu tâm bạn quá buông lỏng, bạn sẽ tán loạn hay rơi vào hôn trầm. Bạn phải tìm ra khoảng giữa của sự [mong muốn] toàn hảo - gây căng thẳng - và cảm giác chán chường: "Trời ơi, lại phải ngồi thiền nữa!" Cách tiếp cận lý tưởng nhất là hãy cho phép mình tự do ghi nhớ rằng, việc thực tập thiền tốt hay không chẳng có gì quan trọng. Điều quan trọng chính là ý muốn thực hành thiền. Chỉ riêng điểm này thôi là đủ rồi.

10. DỪNG TÂM AN TRỤ - BƯỚC KHỞI ĐẦU

Hãy quan sát một cách tự nhiên bản chất của những gì đang sinh khởi.

KARMA CHAGMEY RINPOCHE

Sự kết hợp Đại thủ ấn và Đại viên mãn (The Union of Mahamudra and Dzogchen)

Erik Pema Kunsang dịch sang Anh ngữ

Đức Phật đã nhận biết rằng không thể có hai người hoàn toàn giống nhau, rằng mỗi người sinh ra với một sự kết hợp độc đáo những khả năng, phẩm chất và tính cách. Tuệ giác vĩ đại và lòng từ bi vô lượng của Ngài đã thể hiện qua việc thuyết dạy một số lượng giáo pháp khổng lồ để nhờ đó mà đủ mọi hạng người đều có thể tu tập đạt đến sự trực nghiệm bản chất chân thật của chính mình và hoàn toàn thoát khỏi khổ đau.

Hầu hết giáo pháp của đức Phật đều được Ngài ứng cơ thuyết giảng tùy theo nhu cầu của những người có duyên may kề cận bên Ngài vào một thời điểm nhất định nào đó. Khả năng ứng đối một cách tự nhiên, chính xác và đúng đắn là một trong những biểu lộ của một bậc thầy giác ngộ, và khả năng ấy luôn được vận dụng hoàn hảo trong suốt thời gian vị thầy ấy còn tại thế. Tuy nhiên, sau khi đức Phật nhập diệt thì những vị đệ tử đầu tiên của Ngài đã phải tìm cách sắp xếp lại những giáo pháp được ứng cơ thuyết giảng như thế, theo cách sao cho có thể đem lại lợi ích cho những thế hệ về sau. May mắn thay, những vị đệ tử ban đầu của đức Phật rất giỏi trong việc sắp xếp phân loại, và các ngài đã phân chia các giáo pháp đa dạng về thiền tập của đức Phật ra làm hai phạm trù cơ bản: các phương pháp thiền có phân tích tư duy (*thiền quán*) và các phương pháp thiền không phân tích tư duy (*thiền chỉ*).

Thông thường thì các phương pháp *thiền chỉ* được dạy trước, vì đây là những phương tiện giúp tĩnh tâm. Khi tâm đã an tĩnh rồi, ta sẽ dễ dàng hơn trong việc đơn thuần nhận biết những loại tư tưởng, cảm giác và cảm thọ khác nhau mà không bị chúng lôi cuốn.

Phương pháp *thiền quán* yêu cầu trực tiếp quán chiếu tâm ngay trong quá trình kinh nghiệm [đối tượng], và thường chỉ được dạy khi thiền sinh đã biết cách an trụ tâm đơn thuần trong trạng thái tự nhiên của nó. Hơn nữa, vì kinh nghiệm trực tiếp quán chiếu tâm thức là một kinh nghiệm có thể làm sinh khởi nhiều nghi vấn, nên phương pháp này tốt nhất nên được thực tập dưới sự giám sát của một vị minh sư có đủ kinh nghiệm và tuệ giác để hiểu được những nghi vấn đó và đưa ra những giải pháp thích ứng riêng cho từng đệ tử. Vì lý do đó, ở đây tôi muốn tập trung vào những phương pháp thực hành *thiền chỉ*, giúp an trụ và tĩnh tâm.

Trong tiếng Phạn, phương pháp thiền không phân tích tư duy được gọi là *shamata*. Tiếng Tây tạng gọi là *shinay*, được ghép bởi hai âm tiết: *shi* có nghĩa là "an bình" hay "yên tĩnh", và *nay* có nghĩa là "trụ" hay "ở". Trong tiếng Hán Việt thường dịch là *"thiền chỉ"*, nghĩa là đơn thuần để cho tâm *dừng lại* an trụ trong trạng thái tự nhiên của nó. Đây là một pháp thực hành cơ bản giúp chúng ta an trụ tâm trong một trạng thái tỉnh giác thư giãn, để bản chất của tâm có thể tự hiển lộ.

THIỀN KHÔNG ĐỐI TƯỢNG

Cắt đứt gốc rễ của tự tâm:
an trụ trong giác tính đơn thuần.

Ngài TILOPA

Hằng hà Đại thủ ấn
(Ganges Mahamudra)

Elizabeth M. Callahan dịch sang Anh ngữ

Lần đầu tiên khi cha tôi dạy tôi an trụ tâm một cách tự nhiên *"trong giác tính đơn thuần"*, tôi đã không hiểu ngài muốn nói gì. Làm sao tôi có thể chỉ *"an trụ"* tâm mà không có gì để trụ vào?

May quá, cha tôi đã từng đi qua nhiều nơi trên thế giới, ngài đã gặp khá nhiều người và đã có dịp trò chuyện với họ về cuộc đời, về những khó khăn và những thành tựu của họ. Thật ra, đó là một trong những lợi điểm lớn khi mặc chiếc áo tu sĩ Phật giáo. Người ta có khuynh hướng nghĩ bạn là một người thông tuệ và quan trọng nên thường sẵn lòng cởi mở hơn và dễ dàng thổ lộ với bạn những chi tiết về cuộc đời họ.

Để minh họa việc an trụ tâm, cha tôi hay dùng một thí dụ mà ông đã học được từ một nhân viên trong khách sạn. Người này luôn cảm thấy vui mừng khi đến giờ tan việc, vì công việc của ông là phải đứng suốt 8 tiếng đồng hồ sau quầy tiếp khách, làm thủ tục cho khách nhận phòng và trả phòng, nghe họ than phiền về phòng ốc và không ngừng tranh cãi về số tiền ghi trên hóa đơn. Sau ca làm việc của mình, người nhân viên ấy hoàn toàn kiệt sức và không muốn làm gì khác hơn là về nhà ngâm mình trong bồn tắm thật lâu, thật thư thích. Tắm xong, ông sẽ lên giường nằm nghỉ, thở ra một hơi dài và chỉ thư giãn mà thôi. Mấy tiếng đồng hồ sau đó là của ông: không phải mặc đồng phục đứng sau quầy, không phải nghe những lời phàn nàn, và không phải dán mắt vào màn hình máy vi tính để xác nhận phòng đã được đặt trước hay tìm phòng còn trống.

Đó là phương pháp an trụ tâm trong thiền *shinay* không đối tượng: như thể bạn vừa mới kết thúc một ngày dài làm việc. Chỉ việc buông xả và thư giãn. Bạn không cần phải ngăn chặn bất cứ tư tưởng, cảm xúc hay cảm thọ nào khi chúng sinh khởi, mà cũng không cần chạy theo chúng. Chỉ an trú trong hiện tại rộng mở, đơn giản để cho bất cứ điều gì đang xảy ra cứ xảy ra. Thiền không đối tượng không có nghĩa là buông thả tâm phiêu lãng không mục đích trong ảo tưởng, kỷ niệm hay mơ mộng. Vẫn có sự hiện diện của ý thức ở một mức độ có thể miêu tả một cách không chính xác lắm như là một trung tâm tỉnh giác. Bạn có thể là không chú tâm đến bất kỳ sự việc cụ thể nào, nhưng bạn vẫn tỉnh giác, vẫn hiện diện cùng với những gì đang xảy ra bây giờ và ở đây.

Khi chúng ta thiền trong trạng thái không đối tượng này, thật ra là chúng ta đang an trụ tâm trong sự trong sáng tự nhiên của nó, hoàn toàn không lưu tâm đến sự đi qua của những tư tưởng và cảm xúc. Trạng thái trong sáng tự nhiên này - hoàn toàn vượt ngoài sự nắm bắt nhị nguyên [vốn phân biệt] chủ thể và đối tượng - luôn có mặt cho ta, cũng như hư không luôn có mặt. Trong một ý nghĩa nào đó, thiền không đối tượng cũng giống như chấp nhận rằng cho dù có bao nhiêu mây và sương mù che phủ bầu trời, mình vẫn nhận biết rằng bầu trời tự thân nó không hề thay đổi, ngay cả lúc bị che phủ. Nếu bạn đã từng đi máy bay, bạn hẳn đã chứng kiến là ở bên trên những tầng mây, màn sương hay mưa bão, bầu trời vẫn luôn luôn rộng mở và trong sáng. Quang cảnh ấy trông rất bình thường. Cũng tương tự như thế, tánh Phật luôn rộng mở và trong sáng ngay cả khi bị những tư tưởng và cảm xúc ngăn che. Cho dù có vẻ như rất bình thường, nhưng tất cả các phẩm tính như sự trong sáng, tánh Không và tâm từ bi đều được hàm chứa trong trạng thái ấy.

Tu tập thiền không đối tượng là phương pháp căn bản nhất để an trụ tâm thức. Bạn không cần phải theo dõi những tư tưởng hay cảm xúc - tôi sẽ đề cập đến những pháp thực tập này sau - và bạn cũng không cần ngăn chặn chúng. Bạn không cần làm gì khác hơn là an trụ tâm trong sự tỉnh giác về những hoạt động bình thường của tâm một cách hồn nhiên trẻ thơ: "Ồ, nhìn xem có bao nhiêu tư tưởng, cảm thọ và cảm xúc đang đi ngang qua sự nhận biết của tôi ngay bây giờ đây này!"

Trong một ý nghĩa nào đó, thực hành thiền không đối tượng cũng giống như nhìn vào không gian bao la thay vì chú ý vào những thiên hà, sao trời hay hành tinh đang vận chuyển trong không gian ấy. Tư tưởng, cảm xúc và cảm giác đến và đi trong sự ý thức của chúng ta, giống như thiên hà, tinh tú và hành tinh đến và đi trong không gian. Giống như không gian không hề được xác định bởi những thiên thể di chuyển trong ấy, tâm tỉnh giác cũng không hề được xác định hay giới hạn bởi các tư tưởng, cảm xúc và cảm giác v.v... mà tâm ấy nhận biết. Sự tỉnh giác chỉ đơn thuần hiện hữu, thế thôi. Và thực hành thiền không đối tượng chỉ là *an trụ trong sự có mặt như thật* của tâm tỉnh giác. Có người thấy phương pháp thiền tập này rất dễ dàng, nhưng cũng có người thấy tập thiền như thế rất khó khăn. Điều này tùy thuộc vào tính khí của mỗi người hơn là năng lực hay tài nghệ.

Những chỉ dẫn hành thiền như trên rất đơn giản. Trong những buổi thiền tập theo thời khóa thì tốt nhất là cố hết khả năng mình để áp dụng đúng theo thế ngồi 7 điểm. Nếu bạn không thể áp dụng một tư thế theo đúng nghi thức - chẳng hạn khi đang lái xe hay đang đi trên đường phố - thì chỉ cần giữ cột sống thật thẳng và các phần còn lại của thân thể thật thư giãn, thăng bằng. Sau đó để cho tâm thức buông thư trong trạng thái ý thức đơn thuần về hiện tại.

Điều không thể tránh được là đủ loại tư tưởng, cảm thọ và cảm giác sẽ đi qua tâm thức của bạn. Điều này là rất bình thường, vì bạn chưa từng tu tập an trụ tâm. Giống như khi tập tạ, ban đầu bạn chỉ có thể nhấc vài ký lô vài lần thì cơ bắp đã rã rời. Nhưng nếu kiên trì, dần dần bạn sẽ thấy mình có thể nhấc những quả tạ nặng hơn và có thể nhấc như thế nhiều lần hơn.

Tương tự, học tập thiền là một tiến trình tuần tự. Khởi đầu, mỗi lần thiền tập bạn chỉ có thể ngồi yên một vài giây là các tư tưởng, cảm xúc và cảm thọ đã đua nhau nổi lên trên bề mặt tâm thức. Chỉ dẫn căn bản vào lúc này là không chạy theo những tư tưởng và cảm xúc, mà chỉ đơn thuần nhận biết tất cả những gì đang đi ngang qua sự nhận biết của mình, không thêm không bớt. Bất luận điều gì đi ngang qua tâm thức, đừng chú tâm vào đó và cũng đừng tìm cách ngăn chặn. Chỉ quan sát chúng, khi chúng đến và đi.

Một khi bạn bắt đầu chạy theo một tư tưởng là bạn đã bị cắt đứt với những gì đang xảy ra bây giờ và ở đây, và bạn sẽ bắt đầu nghĩ đến đủ loại ảo cảnh, phán đoán, kỷ niệm hoặc những câu chuyện không liên quan gì đến thực tế trong hiện tại. Càng để cho mình bị cuốn hút bởi những tư tưởng tản mạn, bạn càng dễ đi lạc xa cái không gian khoảng khoát của giây phút này.

Mục đích của thiền quán không đối tượng là chậm rãi và tuần tự buông bỏ thói quen này để an trụ trong trạng thái ý thức về hiện tại - rộng mở đón nhận tất cả những điều có thể xảy ra ngay bây giờ. Đừng tự chỉ trích hay phê phán khi thấy mình đang bị cuốn theo các tư tưởng. Chính sự phát hiện mình đang sống lại một sự việc xảy ra trong quá khứ hay đang phóng chiếu về tương lai đã đủ để đưa bạn về hiện tại và tăng cường chủ ý thực hành thiền quán. Khi bạn dấn thân vào sự thực tập thiền, *chính cái chủ ý muốn thực tập thiền mới là yếu tố quyết định.*

Việc tiến dần từng bước một cũng quan trọng không kém. Cha tôi đã cẩn thận căn dặn tất cả các học viên mới của ngài, kể cả tôi, rằng cách tiếp cận hữu hiệu nhất ban đầu là an trụ tâm trong một khoảng thời gian rất ngắn và làm như thế nhiều lần mỗi ngày. Ngài nói, nếu không làm thế thì sẽ có nguy cơ cảm thấy nhàm chán hay thất vọng với sự tiến triển của mình, và cuối cùng sẽ từ bỏ mọi nỗ lực. Kinh văn xưa dạy rằng: "Từng giọt, từng giọt nhỏ, rồi bát nước sẽ đầy."

Vì vậy, khi mới bắt đầu đừng đặt cho mình một mục tiêu quá cao như ngồi thiền một mạch 20 phút. Thay vào đó, hãy nhắm đến chừng một phút, thậm chí nửa phút - tận dụng những giây phút ngắn ngủi khi bạn đã sẵn sàng hoặc ngay cả mong muốn [thực hành] chỉ để nghỉ xả hơi giữa công việc quay cuồng hằng ngày và quan sát tâm thức thay vì nghĩ ngợi mông lung. Thực hành như thế, *"từng giọt, từng giọt nhỏ"*, bạn sẽ dần dần thoát khỏi những giới hạn tâm thần và cảm xúc vốn là căn nguyên của sự mệt mỏi, thất vọng, giận dữ và tuyệt vọng; để rồi khám phá ngay trong bản thân mình một suối nguồn vô hạn của sự trong sáng, trí tuệ, tinh tấn, an bình và từ bi.

11. BƯỚC THỨ HAI: TRỤ TÂM VÀO ĐỐI TƯỢNG

Trụ tâm bằng cách nhất tâm chú ý đến một đối tượng nhất định.

Đức Gyalwang Karmapa Đời thứ 9

Đại thủ ấn: Liễu nghĩa hải (Mahamudra: The Ocean of Definitive Meaning)

Elizabeth M. Callahan dịch sang Anh ngữ

Khi tôi bắt đầu tu tập thiền theo thời khóa, tôi cảm thấy thiền quán không đối tượng thật khó thực hành vì nó quá dễ dàng. Sự tỉnh giác đơn thuần vốn là tinh yếu của tâm bản nhiên lại quá gần gũi đến mức khó nhận biết. Nó hiện diện khi ta thức giấc vào buổi sáng, khi ta đi bất cứ nơi đâu trong ngày, khi ta dùng cơm và khi ta sửa soạn đi ngủ... Nó là sự tỉnh giác đơn thuần. Nó là chính nó như đang hiện hữu. Và vì nó luôn luôn có mặt với ta nên ta không nhận biết được là nó quý giá biết bao! Và thật quá dễ vướng mắc vào tất cả những tư tưởng, cảm giác và cảm thọ, vốn chỉ là những phụ phẩm tự nhiên của tâm bản nhiên.

Nếu bạn thấy mình đối mặt với những vấn đề như vậy, bạn không phải là người duy nhất.

May mắn thay, cha tôi và những bậc thầy khác của tôi thấu hiểu quá rõ những khó khăn của việc an trụ tâm ngay lập tức, và các ngài có khả năng truyền dạy những phương pháp khác, tuần tự hơn. Những phương pháp đơn giản nhất là trực tiếp dùng các giác quan như phương tiện để an định và thư giãn tâm thức.

NHỮNG CÁNH CỬA NHẬN THỨC

Toàn thế giới này là thế giới của tâm,
là sản phẩm của tâm.

Ngài CHOGYAM TRUNGPA

Tâm Phật
(The Heart of the Buddha)

Giống như các nhà khoa học, Phật giáo cũng nhận biết năm giác quan là: mắt thấy, tai nghe, mũi ngửi, lưỡi nếm và thân xúc chạm. Trong thuật ngữ Phật học, 5 giác quan này được gọi là *căn môn* (những cánh cửa của nhận thức), một hình tượng dựa theo những cánh cửa ra vào của một căn nhà. Hầu hết những cảm giác hay nhận thức đi vào kinh nghiệm của chúng ta thông qua một hoặc nhiều hơn trong số 5 cửa này. Nhưng vì 5 giác quan - hay 5 thức của giác quan, như cách gọi của đa số kinh văn Phật giáo - chỉ có thể ghi nhận những nhận thức của các giác quan này, Phật học đã thêm vào một thức thứ sáu là ý thức. Thức thứ sáu này chẳng có gì là bí ẩn hay huyền hoặc. Nó cũng chẳng liên hệ gì đến ngoại cảm hay khả năng trò chuyện với các linh hồn. Đó chỉ là khả năng của tâm thức nhận biết và phân biệt được những gì chúng ta thấy, nghe, ngửi, nếm và xúc chạm.

Biểu dụ của 6 thức theo truyền thống là một căn nhà với 5 cửa sổ, bốn cửa sổ ở bốn hướng và một trên nóc nhà. Năm cửa sổ này biểu thị 5 thức của giác quan. Bây giờ, ví như có ai đó thả một con khỉ vào trong ngôi nhà. Con khỉ này tượng trưng cho ý thức. Đột nhiên được thả tự do trong một ngôi nhà lớn, tất nhiên con khỉ sẽ điên cuồng nhảy lung tung từ cửa sổ này sang cửa sổ khác để xem việc gì đang xảy ra bên ngoài và tìm kiếm một cái gì mới mẻ, khác lạ hay thú vị. Tùy theo những gì nó tìm thấy, con khỉ điên này sẽ quyết định xem đối tượng ấy là dễ chịu hay khó chịu, tốt hay xấu, hay đôi khi chỉ là chán ngắt. Bất kỳ ai đi ngang qua căn nhà và nhìn thấy một con khỉ ở mỗi cửa sổ, có thể nghĩ rằng có 5 con khỉ được thả tự do trong nhà. Nhưng sự thật chỉ có một con mà thôi: đó là cái ý thức không dừng nghỉ, chưa được thuần phục.

Nhưng cũng giống như mọi chúng sinh khác, những gì con khỉ điên thực sự mong muốn không gì khác hơn là được hạnh phúc và né tránh khổ đau. Vì thế, bạn có thể dạy cho con khỉ điên trong tâm thức của chính bạn biết cách an tĩnh lại, bằng sự cố ý chú tâm vào một trong các giác quan.

THIỀN QUÁN CÓ ĐỐI TƯỢNG

Để đối trị khuynh hướng không ngừng tạo tác của chúng ta, đức Phật dạy ta nương tựa vào một trợ duyên. Khi đã quen thuộc với đối tượng trợ duyên, sự chú tâm của ta sẽ trở nên an định.

Ngài Tulku Urgyen Rinpoche

Như thị - Quyển 1
(As It Is, Volume 1)

Erik Pema Kunsang dịch sang Anh ngữ

Trong tiến trình kinh nghiệm thông thường, những thông tin nhận được qua các giác quan hầu như luôn là nguyên nhân tất yếu sẽ làm ta phân tán tâm ý, vì tâm thức có khuynh hướng bám chấp vào những thông tin từ các giác quan. Đồng thời, vì chúng ta là những chúng sinh mang thân thể, nên ta sẽ thấy việc cố gắng tách rời hoàn toàn khỏi các *giác quan* hay ngăn chặn những thông tin từ đó là điều không thể nào thực hiện. Phương pháp thực tiễn hơn là làm hòa với các giác quan của mình và dùng những thông tin từ chúng như một phương tiện để an định tâm thức. Kinh văn Phật giáo gọi tiến trình này là *"lấy độc trị độc"*, sử dụng chính căn nguyên của sự tán loạn như phương tiện để đạt đến sự thoát khỏi mọi tán loạn. Ẩn dụ này rút ra từ một tập quán rất thông thường thời xưa là sử dụng cùng một chất liệu để tác động đến những vật làm bằng chất liệu đó. Thí dụ, bạn phải dùng vật bằng kính để cắt kính, dùng dao bằng sắt để cắt sắt... Cũng theo cách như thế, bạn có thể dùng các giác quan của mình để dứt trừ sự tán loạn từ các giác quan ấy.

Trong sự tu tập thiền quán có đối tượng trợ duyên, chúng ta dùng các giác quan như một phương tiện để an định tâm thức. Ta có thể dùng thị giác để quán chiếu hình sắc; dùng thính giác để quán chiếu âm thanh; dùng khứu giác để quán chiếu mùi hương; dùng vị giác để quán chiếu vị nếm và dùng xúc giác để quán chiếu những cảm xúc của thân thể. Thay vì gây tán loạn, những thông tin nhận được từ các giác quan có thể trở thành những lợi khí lớn lao cho sự tu tập của ta.

Khi tôi biết quan sát những nhận thức của mình một cách an tĩnh và trầm lắng thì sự tu tập trở nên dễ dàng hơn rất nhiều. Về mặt cảm xúc, tôi thấy mình giảm đi rất nhiều sự phụ thuộc vào những cảm nhận của mình. Thay vì nghĩ rằng "ồ, người này đang quát tháo mình", tôi đã có thể nghĩ "hừm, giọng anh này to quá lại còn hơi gay gắt, và những gì anh ta nói ra rất có thể là cố ý gây tổn thương hay nhục mạ người khác".

Nói cách khác, chỉ cần tôi biết đặt sự chú ý của mình hết sức nhẹ nhàng lên những thông tin nhận được từ giác quan, và tự tách mình ra khỏi mọi nội dung cảm xúc hay tri thức vốn thường gắn liền với những âm thanh mà người kia phát ra, thì người ấy không thể làm tôi tổn thương. Và vì có khả năng lắng nghe mà không giữ thái độ phòng thủ, tôi thấy mình có đủ sự cởi mở để phản ứng theo cách làm dịu đi cơn giận mà người ấy đang biểu lộ và không đánh mất sự trung thực của chính mình.

QUÁN CHIẾU CẢM THỌ SINH LÝ

Một trong những phương thức dễ dàng nhất để bắt đầu tu tập *thiền chỉ (shinay)* với đối tượng là nhẹ nhàng đặt sự chú ý của mình lên những cảm thọ sinh lý đơn giản. Hãy chú tâm đến một vùng nhất định trên cơ thể - thí dụ lên vùng trán của bạn.

Hãy bắt đầu bằng cách ngồi thẳng lưng và thư giãn thân thể. Trong các buổi thiền tập chính thức theo thời khóa, bạn có thể áp dụng thế ngồi 7 điểm đã được mô tả ở trên. Nhưng nếu đang ở một nơi nào đó không tiện áp dụng thế ngồi ấy, bạn chỉ cần ngồi thẳng lưng và hoàn toàn buông thư toàn thân một cách thoải mái. Trong lúc hành thiền, việc mở mắt hay nhắm mắt không quan trọng. Thật ra, một số người cảm thấy nhắm mắt giúp ích cho họ nhiều hơn. (Tất nhiên, nếu bạn đang lái xe hay đi trên đường phố, tôi thành thật khuyên bạn nên mở mắt!)

Hãy để tâm buông thư trong chốc lát, trong trạng thái tự nhiên của nó...

Bây giờ, chầm chậm đưa sự chú ý nhận biết của bạn đến vùng trán...

Có thể bạn sẽ có một cảm giác nhoi nhói hay âm ấm ở trán. Thậm chí bạn có thể cảm thấy hơi ngứa hay căng thẳng nhẹ. Bất luận bạn cảm giác như thế nào, hãy để mình nhận biết cảm giác ấy trong một vài phút...

Chỉ cần nhận biết nó...

Hãy nhẹ nhàng đưa sự chú ý đến cảm thọ...

Rồi hãy buông xả sự chú ý và để cho tâm thức an tĩnh trong trạng thái tự nhiên. Nếu bạn đang nhắm mắt, hãy mở mắt ra.

Bạn thấy thế nào?

Sau một thời gian ngắn đặt sự chú ý nhận biết vào những cảm thọ trên một vùng của thân thể, bạn có thể mở rộng phương pháp này bằng cách nhẹ nhàng đưa sự chú ý nhận thức đi khắp toàn thân. Đôi khi tôi gọi phương pháp mở rộng đến các cảm thọ của toàn thân này là lối "thực tập máy quét", vì nó gợi cho tôi nhớ lại lúc phải nằm bên trong những cỗ máy có thể rà quét toàn thân.

Xin nhắc lại, nếu bạn thiền tập theo thời khóa, hãy áp dụng thế ngồi 7 điểm. Nếu là những lần thiền tập ngoài thời khóa, chỉ cần giữ thẳng lưng và thư giãn toàn thân một cách thoải mái và tự nhiên. Trong cả hai trường hợp, bạn có thể nhắm hay mở mắt, miễn là bạn thấy thoải mái nhất.

Hãy bắt đầu bằng cách để tâm an trụ với thiền *shinay* không đối tượng trong một khoảng thời gian ngắn. Sau đó nhẹ nhàng đưa nhận thức của mình đến bất kỳ cảm thọ nào mà bạn cảm nhận nơi vùng trán. Hãy để tâm bạn chỉ đơn giản quan sát những cảm thọ này, thuần túy nhận biết chúng thôi, không cần gì khác. Dần dần đưa sự chú ý của bạn xuống thấp hơn, quan sát những cảm thọ đang phát sinh nơi khuôn mặt, cổ, vai, cánh tay v.v... Chỉ quan sát mà thôi. Không cần thiết phải ngăn chặn bất kỳ điều gì trong tâm hay thay đổi những gì bạn đang quan sát. Chỉ giữ thân tâm thư giãn và yên tĩnh trong khi đơn thuần nhận biết các cảm thọ đang khởi lên. Sau một vài phút, hãy buông thư tâm thức. Rồi trở lại quan sát các cảm thọ... Luân phiên thay đổi quan sát rồi buông thư, rồi quan sát... trong suốt buổi thiền tập.

Hầu hết các cảm thọ đều liên quan đến một nguyên nhân nào đó từ thân thể, khi thân thể ta xúc chạm một vật nào đó: chiếc ghế ta đang ngồi, sàn nhà, một cây bút, quần áo đang mặc, một con vật, hay một người... Và sự xúc chạm ấy làm sinh khởi một cảm thọ cá biệt của cơ thể. Trong thuật ngữ Phật giáo, những loại cảm thọ trực tiếp đến từ một sự xúc chạm vật chất được gọi là *"cảm thọ vật chất thô"*. Nhưng khi chúng ta chú tâm một cách sâu sắc hơn vào những gì mình cảm nhận, chúng ta sẽ bắt đầu nhận biết những cảm giác không nhất thiết đến từ xúc giác, những cảm giác được gọi là *"cảm thọ vật chất vi tế"*.

Khi tôi mới bắt đầu tu tập phương pháp thiền *shinay* này, tôi nhận thấy rằng khi tôi cố tránh né một cảm thọ nhất định nào đó, thì nó lại tăng thêm. Nhưng khi tôi biết cách chỉ đơn thuần quan sát nó, thì bất kỳ cảm giác khó chịu nào cũng đều trở nên dễ chịu hơn. Là một đứa trẻ tò mò, tất nhiên tôi muốn biết vì sao có sự thay đổi ấy. Sau một thời gian theo dõi quá trình này, tôi mới biết nhận biết rằng khi tôi chỉ đơn thuần quan sát một cảm thọ, tôi đã tham gia một cách tích cực vào những gì đang xảy ra đúng lúc đó, vào thời điểm đó. Tôi thấy được một phần tâm thức tôi chống lại một cảm thọ đau đớn và phần tâm thức còn lại thôi thúc tôi chỉ quan sát một cách khách quan. Khi tôi đồng thời thấy được cả hai sự thôi thúc đối nghịch ấy, tôi có thể thấy toàn thể tâm thức mình đang rơi vào một tiến trình kháng cự và chấp nhận, và tiến trình quan sát hoạt động của tâm thức đã trở nên thú vị hơn cả sự kháng cự hay chấp nhận. Việc quan sát sự vận hành của tâm thức tự nó đã là rất hấp dẫn. Tôi nghĩ, đây là định nghĩa thực tiễn nhất về "trạng thái trong sáng" mà tôi có thể đưa ra: Đó là khả năng cùng lúc nhìn thấy được sự vận hành của tâm thức trên nhiều cấp độ.

DÙNG CẢM THỌ KHÓ CHỊU LÀM ĐỐI TƯỢNG THIỀN QUÁN

Những cảm giác lạnh, nóng, đói, đầy bụng, nặng nề, chóng mặt, nhức đầu, đau răng, nghẹt mũi, rát cổ, đau đầu gối hoặc đau lưng thường được nhận biết một cách rất trực tiếp - tuy không dễ chịu cho lắm. Vì sự đau đớn và khó chịu là những cảm giác trực tiếp như thế nên chúng là đối tượng lý tưởng cho việc thiền quán. Hầu hết chúng ta xem sự đau đớn như một mối đe dọa cho sự sảng khoái về thể chất của mình. Theo một chiều hướng, khi chúng ta lo lắng hay để mình bận tâm nhiều về mối đe dọa ấy, thì hầu như sự đau đớn tự nó luôn tăng thêm. Theo một chiều hướng khác, nếu chúng ta xem sự đau đớn hay khó chịu như một đối tượng của thiền quán, chúng ta có thể dùng chính những cảm thọ như thế để tăng thêm năng lực sáng suốt của mình, chỉ đơn giản bằng cách quan sát sự đáp ứng của tâm thức với những giải pháp khác nhau.

Thí dụ nếu tôi cảm thấy đau lưng hoặc đau chân vì các buổi thiền tập theo thời khóa, hay thậm chí chỉ do ngồi xe hoặc máy bay thôi, thì thay vì duỗi chân, đứng dậy đi một vòng, tôi đã học cách quan sát kinh nghiệm tâm thần về sự đau đớn. Nói cho cùng, chính ý thức mới thực sự nhận biết và ghi nhận cảm thọ. Khi tôi hướng sự chú ý của mình vào tâm thức đang ghi nhận sự đau đớn thay vì chú tâm đến một chỗ đau cụ thể, sự đau đớn không nhất thiết sẽ biến mất, nhưng nó trở thành tiêu điểm cho sự hòa nhập sinh động của tôi với bất kỳ điều gì tôi đang kinh nghiệm trong lúc này và ở đây, thay vì tìm cách tránh né nó.

Nguyên tắc này cũng đúng với những cảm thọ khoái lạc. Thay vì cố gắng duy trì chúng, tôi chỉ quan sát chúng như những biểu hiện của kinh nghiệm. Trên thực tế, những năm thực tập đầu tiên đã giúp tôi biết cách sử dụng cảm thọ như một phương tiện để khảo sát và nhận hiểu năng lực vô hạn của tâm thức, thay vì bị sai sử bởi các cảm thọ để rồi càng tăng thêm cảm giác trói buộc trong những giới hạn vật chất.

Tất nhiên, nếu bạn bị đau đớn kịch liệt hay kéo dài, bạn nên tham khảo ý kiến bác sĩ, vì những triệu chứng này có thể là dấu hiệu của một vấn đề sức khoẻ nghiêm trọng. Tuy nhiên, tôi đã nghe một số người nói rằng, sau khi được bác sĩ cho biết bệnh tình của mình không nghiêm trọng họ liền cảm thấy thực sự bớt đau rất nhiều. Dường như nỗi sợ đau làm tăng thêm cảm giác đau và "cố định" nó như thế mãi - có thể đây là một dấu hiệu "báo động đỏ" tự duy trì được gửi đi từ hồi thị (thalamus) đến hạch hạnh nhân và các phần khác của bộ não. Tuy nhiên, nếu bác sĩ phát hiện một căn bệnh hiểm nghèo, hãy tuân theo những chỉ dẫn điều trị của bác sĩ bằng mọi giá. Cho dù việc thực hành thiền có thể giúp bạn đối phó với sự đau đớn hay khó chịu của những vấn đề sức khoẻ nghiêm trọng, nhưng thiền không thể thay thế cho việc điều trị bệnh.

Nhưng ngay cả trong khi điều trị theo chỉ dẫn của bác sĩ, với các loại thuốc dùng theo toa hay thuốc không cần kê toa, có thể bạn vẫn phải chịu phần nào đau đớn. Trong trường hợp này, bạn có thể cố gắng sử dụng cảm thọ đau đớn của cơ thể như một trợ duyên cho thiền tập. Nếu sự đau đớn của bạn là triệu chứng của một căn bệnh nặng, hãy tránh đừng chú tâm đến kết quả. Nếu bạn có dụng ý tiềm ẩn là tập thiền để loại bỏ sự đau đớn, thì thật ra bạn đang củng cố thêm những mô thức thần kinh liên kết với nỗi sợ đau đớn. Cách tốt nhất để làm yếu đi những mô thức thần kinh này là chỉ đơn thuần nỗ lực quan sát sự đau đớn một cách khách quan và không quan tâm đến kết quả.

Tôi chưa bao giờ có được ấn tượng mạnh mẽ từ bài học này như khi cha tôi phải trải qua một cuộc tiểu phẫu lúc ngài đang ở Đức. Người phụ trách gây tê ở vùng cần phẫu thuật đã bận nhiều việc khác và quên hẳn cha tôi. Khi bác sĩ phẫu thuật vừa thực hiện nhát dao mổ đầu tiên, ông phát hiện là những cơ bắp ở vùng bị mổ bắt đầu co giật, điều này không thể xảy ra nếu vùng ấy đã được gây tê thích hợp. Vị bác sĩ phẫu thuật rất giận dữ với người có trách nhiệm gây mê, nhưng cha tôi xin ông ấy đừng làm lớn chuyện, vì ngài không thấy đau đớn gì cả. Ngài giải thích rằng, cảm giác khi bị mổ ở một vùng nhạy cảm như thế thật ra đã giúp ngài có cơ hội nâng cao sự tỉnh giác lên đến một nhận thức nâng cao hơn về sự trong sáng và an lạc.

Nói một cách đơn giản, nhờ tu tập mà cha tôi đã phát triển một mạng lưới các liên kết nơ-ron hoạt động một cách tự nhiên để nâng tầm kinh nghiệm đau đớn lên thành sự quan sát khách quan tâm thức đang kinh nghiệm đau đớn. Mặc dầu vị bác sĩ quả thật đã yêu cầu cha tôi phải được gây tê ở vùng cần phẫu thuật trước khi tiếp tục mổ, nhưng trước sự nài nỉ của cha tôi, ông đã bãi bỏ việc cáo kiện người phụ nữ chịu trách nhiệm gây tê.

Ngày hôm sau, người phụ trách gây tê đến bên giường bệnh của cha tôi, tay cầm một vật gì giấu sau lưng. Bà tươi cười cám ơn ngài đã giúp bà tránh được nhiều rắc rối, và rồi đưa từ sau lưng ra một túi lớn đựng đầy những thức ăn mà cha tôi bảo là ngon tuyệt.

Phương pháp thực tập quan sát những cảm thọ vật chất - dù là thô hay tế - quá đơn giản nên ta có thể áp dụng trong các buổi thiền tập chính thức theo thời khóa hay vào bất cứ lúc nào trong ngày khi có một vài giây phút rảnh việc vào giữa những cuộc hội họp, hẹn gặp hay những công việc khác. Trong thực tế, tôi thấy cách thực tập này đặc biệt hữu ích suốt trong ngày, vì nó tức thời đem lại cho ta một cảm giác nhẹ nhàng, rộng mở. Nhiều người nói với tôi là họ thấy cách thực tập thiền như thế lúc ở công sở rất có lợi, chẳng hạn như khi họ phải ngồi hàng giờ để nghe một bài thuyết trình nhàm chán.

DÙNG SẮC TƯỚNG LÀM ĐỐI TƯỢNG THIỀN QUÁN

Thuật ngữ để chỉ việc dùng thị giác như một phương tiện an trụ tâm là *"quán niệm sắc tướng"*. Nhưng đừng e ngại trước thuật ngữ này. Quán sắc tướng thật ra rất đơn giản. Trong thực tế, chúng ta đã làm việc đó hằng ngày một cách không chủ ý, như những lúc dán mắt lên màn hình máy vi tính hay chăm chăm nhìn đèn tín hiệu giao thông. Khi chúng ta nâng quá trình không chủ ý này lên tầng bậc của sự tỉnh giác sinh động, chủ tâm đặt sự chú ý của mình lên một đối tượng nhất định, tâm thức sẽ trở nên rất an tĩnh, rất rộng mở và rất thư thái.

Tôi được chỉ dạy là bắt đầu với một đối tượng rất nhỏ và ở gần để có thể nhìn thấy mà không phải cố gắng. Đó có thể là một mảng màu sắc trên sàn nhà, ánh lửa của một ngọn nến, một tấm ảnh hay thậm chí phía sau gáy của người ngồi trước tôi trong phòng học. Ta cũng có thể nhìn một đối tượng có nhiều ý nghĩa tâm linh hơn, thường gọi là "tịnh sắc". Nếu bạn là Phật tử, đó có thể là một bức vẽ hay tôn tượng Phật; nếu bạn là tín đồ Thiên chúa giáo, bạn có thể đặt sự chú tâm lên một cây thánh giá hay hình ảnh một vị thánh. Nếu là tín đồ của một tôn giáo khác, hãy chọn một đối tượng có một ý nghĩa đặc biệt quan trọng đối với bạn. Khi bạn trở nên quen thuộc với cách thiền tập này, thậm chí bạn còn có thể chú tâm vào những sắc tướng trong tâm trí, những đối tượng hoàn toàn được nhớ lại trong sự quán tưởng của bạn.

Bất luận đối tượng nào mà bạn chọn, bạn hẳn đã thấy là luôn có hai đặc tính: hình dáng và màu sắc. Hãy chú tâm vào thuộc tính nào bạn thích nhất. Bạn có thể chọn một vật màu trắng, đen hay hồng, có hình tròn, vuông hay đa dạng. Bản thân đối tượng không quan trọng. Điểm chính yếu là chỉ hoàn toàn đặt trọn sự chú ý của bạn vào màu sắc hay hình dáng của nó, không làm gì khác hơn là đơn thuần nhận biết nó. Chính lúc bạn chú ý tới đối tượng, bạn đang tỉnh giác.

Không cần phải cố gắng quan sát đối tượng kỹ lưỡng đến mức thấy rõ từng chi tiết. Nếu cố làm như thế, bạn sẽ căng thẳng, trong khi toàn bộ ý nghĩa của sự thực tập này là sự buông thư. Hãy thả lỏng sự tập trung của mình, chỉ giữ vừa đủ sự chú ý để đơn thuần nhận biết đối tượng mà bạn đang nhìn. Đừng cố gắng làm cho một điều gì đó phải xảy ra hay cưỡng bức tâm thức phải thư giãn. Chỉ cần suy nghĩ: "Được rồi, việc gì phải xảy ra cứ xảy ra. Như thế này là thiền quán. Đây là điều tôi đang làm. Không cần phải là bất cứ điều gì nhiều hơn thế nữa."

Tất nhiên, cũng có thể bạn mở mắt nhìn chăm chăm vào một đối tượng mà thực ra không hề nhìn thấy gì cả. Chẳng hạn như khi toàn bộ tâm ý của bạn bị thu hút bởi một âm thanh bạn nghe từ xa, vì thế mà trong một vài giây, một vài phút... bạn đã không hề nhìn thấy đối tượng ấy. Tôi đã ghét thấy tâm mình trôi giạt như thế biết bao. Nhưng cha tôi nói sự phóng tâm này là hoàn toàn tự nhiên. Và khi nhận biết tâm mình đã trôi giạt ra khỏi đối tượng hoặc không còn chú tâm, bạn chỉ cần đưa sự chú ý quay về với đối tượng.

Bây giờ, tôi đề nghị chúng ta hãy thực tập.

Hãy chọn một tư thế nào thoải mái cho bạn nhất, và để tâm buông thư một lúc trong trạng thái thật thư giãn, thật thả lỏng. Sau đó chọn một đối tượng rồi hướng mắt nhìn vào, nhận biết hình dáng và màu sắc của nó. Bạn không cần phải căng mắt mà nhìn, nếu cần chớp mắt thì cứ chớp mắt. Thật ra, nếu không chớp mắt thì rất có thể mắt bạn sẽ khô và khó chịu. Sau một lúc nhìn vào đối tượng như thế, hãy hoàn toàn buông thư tâm một lần nữa. Tiếp theo, trở lại chú ý vào đối tượng trong vài ba phút, rồi lại buông thư tâm, và cứ tiếp tục như thế...

Mỗi lần tôi dùng một đối tượng của thị giác để làm trợ duyên cho việc thiền tập, tôi đều nhớ đến những chỉ dạy của ngài Longchenpa, một trong những thiền sư và học giả vĩ đại của Phật giáo Tây Tạng vào thế kỷ 14. Trong một quyển sách, ngài chỉ rõ rằng việc luân phiên thay đổi thiền quán có đối tượng và thiền quán không đối tượng như đã nói ở phần trước sẽ mang lại lợi ích cực kỳ lớn lao. Ngài giải thích rằng, khi trụ tâm vào một đối tượng, bạn thấy đó là một cái gì khác biệt và chia tách với chính mình. Nhưng khi bạn buông thư và chỉ để tâm an trụ trong sự nhận thức đơn thuần, sự phân biệt đó sẽ tan biến. Và khi luân phiên thay đổi giữa việc chú tâm vào một đối tượng rồi an trụ tâm trong sự nhận thức đơn thuần, bạn sẽ hiểu được sự thật căn bản mà khoa Thần kinh học đã trình bày: "Tất cả những gì chúng ta nhận biết đều là sự tái tạo trong tâm thức." Nói cách khác, không có sự khác biệt giữa những gì được thấy và tâm thức đang nhìn thấy nó.

Tất nhiên, sự nhận hiểu được như vậy không phải là một quá trình nhanh chóng. Cần phải trải qua sự tu tập. Trong thực tế, như chúng ta sẽ thấy sau này, đức Phật đã dạy một số phương pháp cụ thể để xóa bỏ sự phân biệt giữa tâm thức và đối tượng nhận thức của tâm. Nhưng tôi đã đi quá xa rồi - đó là điều thường xảy ra khi có gì đó làm cho tôi phấn khởi. Bây giờ, chúng ta hãy quay lại với những phương pháp căn bản để chuyển hóa thông tin nhận được từ các giác quan thành một phương tiện đưa tâm thức đến trạng thái an định và thư thái.

DÙNG ÂM THANH LÀM ĐỐI TƯỢNG THIỀN QUÁN

Thực hành thiền với đối tượng là âm thanh rất tương tự với đối tượng hình sắc, chỉ khác là bạn sử dụng thính giác. Hãy bắt đầu bằng cách để tâm buông thư một lúc trong trạng thái thư giãn, rồi dần dần để mình nhận biết những âm thanh ở gần tai mình nhất, như tiếng tim đập hay tiếng hơi thở, hoặc những âm thanh tự nhiên xung quanh mình. Có người thích dùng băng ghi âm những âm thanh của thiên nhiên hay một khúc nhạc êm ái. Không cần thiết phải cố gắng xác định những âm thanh đó là gì, cũng không cần phải chú tâm vào một âm thanh cụ thể. Thật ra, việc để mình nhận biết tất cả những gì nghe được sẽ dễ dàng hơn cho bạn. Điểm cốt yếu là duy trì một sự nhận biết đơn thuần về âm thanh khi chúng đập vào tai bạn.

Cũng giống như thiền quán với hình sắc, có thể bạn sẽ thấy mỗi lần thiền tập bạn chỉ chú tâm đến âm thanh xung quanh được một vài giây là tâm thức bắt đầu tản mạn. Không sao cả. Khi phát hiện tâm thức tản mạn, bạn chỉ cần trở về trạng thái tâm buông thư và sau đó lại đưa sự nhận biết trở về với âm thanh. Hãy để mình luân phiên thay đổi giữa sự chú tâm vào âm thanh và đơn thuần để tâm an trụ trong trạng thái buông thư của thiền rộng mở.

Một trong những lợi ích lớn của thiền với đối tượng âm thanh là nó sẽ giúp bạn dần dần buông bỏ thói quen gán ghép ý nghĩa cho những thứ âm thanh đa dạng mà bạn nghe được. Bạn sẽ học cách lắng nghe mà không cần thiết phải phản ứng bằng cảm xúc trước nội dung những gì bạn nghe. Khi quen dần với sự nhận biết đơn thuần về âm thanh chỉ đơn giản là âm thanh, bạn sẽ thấy mình có khả năng lắng nghe những lời chỉ trích mà không giận dữ hay chống trả, và có thể nghe những lời khen ngợi mà không quá kiêu hãnh hay phấn khích. Bạn có thể chỉ đơn thuần lắng nghe những gì người khác nói với một thái độ thư thái và quân bình hơn nhiều và không bị mất tự chủ vì sự xúc động.

Có lần tôi được nghe câu chuyện tuyệt vời về một nhạc công chơi đàn si-ta nổi tiếng ở Ấn Độ. Ông đã học dùng âm thanh tiếng đàn của mình làm đối tượng tu tập thiền quán. Nếu bạn không quen thuộc với các nhạc khí Ấn Độ [thì tôi sẽ mô tả sơ qua]. Đàn si-ta là một loại đàn có cần đàn rất dài, thường được chế tạo với 17 dây, được gẩy giống như đàn ghi-ta để phát ra một số âm điệu đa dạng và kỳ diệu. Người nhạc công chơi đàn si-ta này rất tài ba nên luôn được mời thỉnh, do đó phần lớn thì giờ của ông dành cho việc lưu diễn khắp nơi trên nước Ấn, không khác gì những ban nhạc rock hiện đại thường vắng nhà để đi trình diễn.

Sau một chuyến đi đặc biệt kéo dài, ông trở về nhà và phát hiện vợ mình ngoại tình, nhưng ông đã phản ứng một cách rất có lý trí. Có lẽ sự chú tâm mà ông đã đạt được sau nhiều năm dài liên tục tập luyện và trình diễn, cộng với âm thanh của cây đàn khả ái đã giúp ông giữ bình tĩnh và tập trung. Dầu sao đi nữa, ông không hề tranh cãi hay nổi giận với vợ. Thay vì thế, ông đã ngồi lại trò chuyện thật lâu với bà và qua đó nhận ra được rằng sự ngoại tình của vợ ông và lòng kiêu hãnh của chính ông khi được mời đi trình diễn toàn quốc đều là những biểu hiện của tham ái, một trong ba món độc tinh thần đã trói chặt chúng ta trong vòng luân hồi. Sự tham luyến của ông đối với danh vọng và sự tham luyến của vợ ông đối với một người đàn ông khác, thật ra không khác nhau là bao. Nhận thức này như tiếng sét đánh vào đầu, và ông hiểu ra rằng để tự giải thoát khỏi tham ái, ông phải buông bỏ sự bám chấp vào danh vọng. Và để làm được như thế, chỉ có một cách là đi tìm một vị thiền sư và học cách nhận biết tâm tham luyến của mình chỉ đơn giản là sự biểu hiện của những thói quen tâm thần.

Sau cuộc trò chuyện, ông đã nhường hết tài sản cho vợ

và bỏ đi tìm một vị thầy, chỉ đem theo cây đàn si-ta là thứ mà ông vẫn còn bám chấp hết sức mạnh mẽ, không một sự phân tích lý trí nào có thể xóa tan đi. Sau cùng ông đến một bãi tử thi, cũng giống như một nghĩa địa thời nay, nhưng các tử thi nằm ngổn ngang, không được chôn cất hay hỏa thiêu. Đó là một nơi rất dễ sợ, đầy dẫy những bộ xương người hay những tử thi đang thối rữa. Nhưng đó cũng là nơi mà ta có nhiều khả năng gặp được các bậc thượng sư, những người đã chế ngự được nỗi sợ hãi trước cái chết và vô thường, hai điều kiện đáng sợ thường trói chặt hầu hết chúng ta vào cõi luân hồi với sự tham luyến những gì đang hiện hữu và chống nghịch những gì có thể xảy ra.

Chính trong bãi tử thi này, người nhạc công si-ta tìm được một bậc Đại thành tựu giả (Mahasiddha), một người đã trải qua những thử thách phi thường để đạt đến sự liễu ngộ sâu xa.

Vị Đại thành tựu giả này sống trong một căn lều rách nát chỉ vừa đủ che mưa gió. Trong đời sống, có những lúc chúng ta chỉ vừa gặp một người liền cảm thấy thân thuộc ngay. Cũng theo cách như thế, người nhạc công này cảm thấy ngay một mối liên kết sâu đậm với vị Đại thành tựu giả đặc biệt này và xin được ngài nhận làm đệ tử. Vị Đại thành tựu giả nhận lời và người nhạc công bèn dựng một căn lều ngay gần đó bằng bùn đất và cành cây để thực tập những chỉ dẫn cơ bản về *thiền chỉ (shinay)* theo lời dạy của vị Đại thành tựu giả.

Cũng giống như nhiều người mới bắt đầu tập thiền, người nhạc công cảm thấy rất khó làm theo những chỉ dẫn cơ bản của thầy. Một vài phút thực tập đối với ông dài như cả kiếp. Mỗi lần ngồi thiền, ông cảm thấy bị lôi kéo bởi thói quen chơi đàn si-ta, rồi bỏ thực tập để chơi đàn. Ông cảm thấy dằn vặt bởi mặc cảm tội lỗi vì đã xao lãng việc tu tập thiền để chạy theo việc chơi đàn. Cuối cùng, ông đến căn lều của thầy để thú thật rằng mình không thể thiền tập.

Vị Đại thành tựu giả hỏi :

- Vấn đề của ông là gì?

Người nhạc công đáp:

- Con quá yêu thích cây đàn của con. Con thích chơi đàn hơn là ngồi thiền.

Vị Đại thành tựu giả nói :

- Việc đó không quan trọng lắm. Ta có thể dạy ông thiền quán đàn si-ta.

Người nhạc công vô cùng ngạc nhiên, ông đã chờ đợi bị thầy quở trách, như phần đông chúng ta [trong trường hợp ấy].

Vị Đại thành tựu giả nói tiếp:

- Ông hãy trở về lều và chơi đàn si ta đi, nhưng hãy lắng nghe tiếng đàn với sự nhận biết đơn thuần. Đừng cố gắng chơi cho thật hay. Chỉ lắng nghe âm thanh mà thôi.

Người nhạc sĩ an tâm trở về lều và chơi đàn, chỉ lắng nghe âm thanh chứ không cố đàn cho thật hay, không chú tâm đến kết quả của việc chơi đàn hay kết quả thiền tập. Vì ông đã học được cách tu tập hoàn toàn không quan tâm đến kết quả, nên vài năm sau chính ông cũng trở thành một vị Đại thành tựu giả.

Vì chẳng mấy ai trong số học trò của tôi biết chơi đàn si-ta, nên bài học thực sự của câu chuyện này là làm sao sử dụng chính sự trải nghiệm của mình làm trợ duyên cho việc thiền tập mà không lưu tâm đến kết quả. Đặc biệt là ở phương Tây, khi âm thanh, hình ảnh và mùi hương trong những giờ kẹt xe có thể trở thành nguyên nhân làm cho ta vô cùng lo âu, việc thực tập chỉ đơn thuần quán chiếu cảm giác của mình trong lúc kẹt xe thay vì lưu tâm đến mục đích vượt qua dòng xe cộ sẽ là cơ hội rất tốt để tu tập thiền. Nếu bạn hướng sự chú tâm của mình ra khỏi mục tiêu phải đi đến đâu đó, và thay vào đó chỉ chú tâm đến cảm giác về những gì xảy ra xung quanh mình, bạn sẽ có nhiều cơ may trở thành một *"đại thành tựu giả kẹt xe"*.

DÙNG MÙI HƯƠNG LÀM ĐỐI TƯỢNG THIỀN QUÁN

Thật ra, chúng ta có thể dùng bất cứ cảm thọ nào lôi kéo sự chú ý của chúng ta mạnh nhất vào một thời điểm nào đó để làm đối tượng thiền quán. Thí dụ, dùng mùi hương làm đối tượng thiền quán có thể đặc biệt hữu ích trong lúc ngồi thiền chính thức theo thời khóa hay trong những hoạt động hằng ngày. Khi ngồi thiền theo thời khóa, bạn có thể chú tâm đến những mùi hương xung quanh, mùi nhang trầm chẳng hạn, nếu bạn thích, hay những mùi hương thoảng qua một cách tự nhiên xung quanh nơi bạn ngồi thiền.

Thiền quán mùi hương có thể đặc biệt tiện lợi nếu hằng ngày bạn phải làm bếp hay ăn uống. Bằng cách dành thời gian chú tâm đến mùi hương tỏa ra từ thức ăn, bạn có thể biến những việc buồn chán phải làm hằng ngày - như nấu nướng, ăn uống hay đơn giản là đi lại trong công ty nơi bạn làm việc - thành những thực tập có thể làm an định và tăng cường tâm lực của bạn.

DÙNG VỊ GIÁC LÀM ĐỐI TƯỢNG THIỀN QUÁN

Tôi phải mất một thời gian khá lâu mới nhận biết được rằng, trong khi ăn uống tôi rất ít khi chú ý đến điều mình đang làm. Thường thì tôi hay bị cuốn hút trong những câu chuyện với người khác, hay bị tán tâm bởi những bất ổn, xung đột hay mơ mộng của chính tôi. Kết quả là tôi đã không tỉnh thức trong việc mình làm và bỏ lỡ đi cơ hội trải nghiệm sự phong phú của giây phút hiện tại. Chú tâm vào vị nếm là một phương pháp hết sức thực tiễn, có thể dùng để thực tập thiền trong khoảng vài ba phút ngắn ngủi, nhưng nhiều lần như thế trong suốt cả ngày.

Khi tôi học dùng vị giác làm đối tượng thiền quán, tôi được dạy là nên bắt đầu để tâm buông thư tự nhiên một lúc, rồi mới nhẹ nhàng chú ý đến những vị nếm mà tôi tiếp nhận được. Tôi không cần phân tích cảm thọ của một vị nếm cụ thể nào đó, như vị đắng, ngọt hay chua... Tôi chỉ cần nhẹ nhàng hướng sự chú ý của mình vào tất cả những vị mà tôi đang nếm, rồi buông thư tâm một cách tự nhiên, và cứ luân phiên thay đổi như thế.

VÀI ĐỐI TƯỢNG TRỢ DUYÊN HỮU ÍCH KHÁC

Vì sự nhiếp hóa chúng sinh mà ta đã dạy những pháp môn khác nhau.

Kinh Lăng Già
(The Lankavatarasutra)
Maria Montenegro dịch sang Anh ngữ

Ngoài việc thiền quán với đối tượng của các giác quan, đức Phật còn dạy một vài phương pháp khác có thể dễ dàng thực tập mọi lúc mọi nơi. Một trong những phương pháp ấy là dùng hơi thở làm đối tượng thiền quán. Nếu bạn còn sống thì có nhiều cơ may là bạn đang thở, và bạn luôn có thể hướng sự chú ý của mình đến hơi thở ra, vào. Phương pháp thứ hai là một người bạn hết sức thân thiết với tôi, và tôi đặc biệt mang ơn vì thuở nhỏ chính nhờ phương pháp này mà tôi đã không phát điên lên. Tôi đã hoàn toàn tình cờ làm quen với phương pháp này khi ngồi trong các hang động, đó là tụng niệm thần chú.

THỞ VÀO, THỞ RA

Tôi đã học được một số phương pháp khác nhau trong việc dùng hơi thở làm đối tượng thiền quán, nhưng tôi sẽ không kể hết ra đây làm quý vị nhàm chán. Thay vào đó, tôi sẽ chú tâm đến hai phương pháp đơn giản nhất và cũng dễ thực hành nhất mà không lôi kéo sự chú ý của người khác khi đang ở chỗ đông người. Bạn không phải làm gì khác hơn là nhẹ nhàng chú ý vào động tác thở ra thở vào đơn giản của mình. Bạn cũng có thể chú tâm đến luồng không khí đi qua mũi, hay đến cảm giác của buồng phổi khi hơi thở ra vào. Sử dụng hơi thở theo cách này rất tương tự với sự chú tâm vào cảm thọ trên thân thể, chỉ khác là bạn thu hẹp sự nhận biết vào kinh nghiệm đơn giản của sự thở ra, thở vào. Vì có một khoảng thời gian rất ngắn giữa lúc hơi thở vào ra, nên bạn cũng có thể chú tâm vào tiến trình ba giai đoạn khi thở vào, thở ra và khoảng dừng ở giữa.

Việc chú tâm vào hơi thở sẽ đặc biệt hữu ích khi bạn cảm thấy mình căng thẳng hay tán tâm. Về mặt nội tâm, thao tác đơn giản là hướng sự chú ý của mình vào hơi thở sẽ đem lại một trạng thái bình thản và tỉnh giác, giúp bạn có được một khoảng dừng trước bất kỳ vấn đề nào đang phải đương đầu và ứng xử một cách bình tĩnh, khách quan hơn. Nếu đang căng thẳng, bạn chỉ cần hướng sự chú ý vào hơi thở. Sẽ không ai nhận biết là bạn đang thiền tập. Rất có thể là người ta thậm chí còn chẳng lưu tâm chút nào đến việc bạn đang thở.

Việc thiền quán hơi thở theo thời khóa có khác hơn một chút. Một trong những phương pháp tôi đã học được là đơn giản đếm những hơi thở ra vào như một phương thức để chú tâm nhiều hơn vào hơi thở. Sau một lần hơi thở vào và ra, hãy đếm một. Lần tiếp theo, hãy đếm hai, và tiếp tục như thế cho đến số bảy, rồi bắt đầu trở lại từ số một. Về sau bạn có thể kéo dài chu kỳ những hơi thở vào ra lên đến một con số lớn hơn. Nhưng bao giờ cũng vậy, tốt nhất là nên bắt đầu bằng cách giới hạn mục tiêu của mình mỗi lần trong một thời gian thực tập ngắn mà bạn có thể lặp lại nhiều lần.

THẦN CHÚ, BẠN THÂN THIẾT CỦA TÔI

Thiền niệm thần chú là phương pháp có một uy lực rất lớn, không những giúp phát triển một nhận thức trong sáng, mà còn nhờ thần lực của những âm tiết đã từng được đọc tụng bởi những bậc đại sư giác ngộ từ hàng ngàn năm qua, có thể tẩy sạch lớp lớp những mê chướng và làm tăng thêm năng lực tự lợi cũng như lợi tha. Mối liên kết này có thể khó chấp nhận lúc ban đầu, nó có vẻ quá giống với ma thuật. Có lẽ dễ chấp nhận hơn là nên xem thần chú như những sóng âm thanh tồn tại mãi trong không gian từ hàng ngàn, hoặc cũng có thể là hàng triệu năm qua.

Trong thiền niệm thần chú, bạn phải tập trung sự chú ý vào việc niệm thầm một chuỗi âm tiết nào đó mà dường như có tác động trực tiếp đến việc an định và thanh lọc tâm thức. Trong bài tập này, chúng ta sẽ dùng một chuỗi ba âm tiết rất đơn giản, vốn là nền tảng căn bản nhất của tất cả các thần chú, đó là ba âm OM, AH và HUNG.

Âm OM biểu thị khía cạnh tri giác trong sáng, phân minh của kinh nghiệm; âm AH biểu thị khía cạnh Không tính hay tự tính rộng mở; trong khi âm HUNG lại biểu thị sự hợp nhất của những hiển tướng sai biệt và tự tính không tịch của chúng.

Bạn có thể bắt đầu bằng cách niệm thần chú rõ tiếng, rồi dần dần chuyển sang cách niệm thầm hướng vào nội tâm nhiều hơn. Điều quan trọng là hãy liên tục niệm thần chú trong khoảng 3 phút, rồi để tâm buông thư, sau đó quay lại niệm chú, và cứ luân phiên thay đổi như thế, kéo dài tùy theo khả năng của bạn. Cho dù có tức thời cảm nhận được kết quả hay không, bạn cũng đã làm phát khởi một cái gì đó. "Cái gì đó" chính là sự tự do của tâm thức bạn.

Nhưng sự tự do rất hiếm khi xuất hiện trong hình thức như chúng ta dự tưởng. Thật ra, đối với hầu hết chúng ta thì cảm giác tự do không những xa lạ mà còn khó chịu rõ rệt. Đó là vì chúng ta đã quá quen thuộc với những gông xiềng của mình. Chúng có thể làm ta trầy xước hay rướm máu, nhưng ít ra thì chúng cũng rất quen thuộc với ta.

Tuy nhiên, sự quen thuộc chỉ là một tư tưởng, hay có khi chỉ là một cảm giác. Và để giúp chúng ta vượt qua khó khăn khi chuyển từ trạng thái [trói buộc] quen thuộc sang trạng thái tự do, đức Phật đã dạy những pháp môn để trực tiếp chuyển hóa tư tưởng và cảm thọ.

12. CHUYỂN HÓA TƯ TƯỞNG VÀ CẢM THỌ

Từ bỏ khát vọng!
Dứt sạch tham ái!

Jamgon Kongtrul
Liễu nghĩa cự
(The Torch of Certainty)

Judith Hanson dịch sang Anh ngữ

Xưa thật là xưa, ở Ấn Độ có một người gần suốt đời làm việc chăn bò cho một ông chủ. Cuối cùng, khoảng năm 60 tuổi, ông tự xét: "Công việc này thật đáng chán. Ngày nào cũng vậy không thay đổi: lùa bò ra đồng, canh cho chúng ăn cỏ, rồi lùa chúng về nhà. Ta học được gì từ công việc này?" Sau một thời gian suy nghĩ về vấn đề, ông quyết định nghỉ việc và học thiền quán để ít nhất cũng tự giải thoát mình ra khỏi vòng luân hồi đơn điệu này.

Nghỉ việc rồi, ông tìm lên núi. Ngày nọ, ông gặp một vị Đại thành tựu giả ngồi trong hang động. Nhìn thấy ngài, người chăn bò rất vui mừng và đến gần hỏi ngài nên làm thế nào để học thiền. Vị Đại thành tựu giả nhận lời dạy cho ông những giáo pháp căn bản để thiền quán niệm tư tưởng. Lãnh nhận giáo pháp này xong, người chăn bò đến một hang động gần đó và bắt đầu tu tập.

Cũng như hầu hết chúng ta, ngay từ đầu ông đã gặp khó khăn. Trong suốt bao nhiêu năm chăn bò, ông đã rất yêu mến đàn bò của mình, và khi ông bắt đầu thực hành thiền quán theo lời dạy của vị Đại thành tựu giả, những ý nghĩ và hình ảnh duy nhất xuất hiện trong tâm trí ông chính là đàn bò mà ông đã chăm sóc. Tuy ông cố gắng ngăn chặn những tư tưởng ấy, nhưng đàn bò vẫn tiếp tục hiện ra; và ông càng nỗ lực thì hình ảnh chúng lại càng rõ rệt hơn.

Cuối cùng, kiệt lực, ông tìm đến thầy và nói về việc ông gặp quá nhiều khó khăn khi tu tập theo lời ngài dạy. Khi vị Đại thành tựu giả hỏi ông xem những khó khăn đó là gì, ông liền trình bày. Vị thầy nói:

- Điều đó không thực sự khó đâu. Ta có thể dạy ông một phương pháp khác. Đó là phương pháp thiền quán bò.

Người chăn bò vô cùng ngạc nhiên, hỏi lại:

- Thế là sao ạ?

Vị Đại Thành tựu giả đáp lại:

- Ta nói nghiêm túc đấy. Ông không phải làm gì khác hơn là quan sát hình ảnh những con bò mà ông thấy. Quan sát chúng khi ông lùa chúng ra đồng, khi chúng gặm cỏ và khi ông lùa chúng về nông trại. Bất kỳ những tư tưởng nào về đàn bò hiện ra, ông chỉ việc quan sát chúng.

Thế là người chăn bò trở về hang động và ngồi xuống thiền tập theo những chỉ dẫn mới. Vì không còn cố gắng ngăn chặn các tư tưởng [về đàn bò] nên lần này ông thực hành thiền quán rất dễ dàng. Ông bắt đầu cảm thấy rất an bình và hạnh phúc. Ông không còn nhớ nhung đàn bò nữa. Tâm ông trở nên tĩnh lặng hơn, quân bình hơn và nhu nhuyễn hơn.

Sau một thời gian, ông trở lại gặp vị Đại thành tựu giả:

- Bạch thầy, con đã học xong phương pháp thiền quán bò. Bây giờ con phải làm gì tiếp theo?

Vị thầy đáp:

- Tốt lắm. Bây giờ ông đã học được cách tĩnh tâm, ta sẽ dạy ông cấp độ thứ hai của phương pháp thiền quán bò. Ông phải làm thế này: quán chính thân ông là con bò.

Thế là người chăn bò trở về hang động và bắt đầu hành trì theo lời thầy dạy, quán niệm rằng:

- À! Bây giờ ta là con bò. Ta có sừng và móng, ta kêu lên như bò, ta gặm cỏ...

Ông tiếp tục tu tập và thấy tâm càng an tĩnh và hạnh phúc hơn trước. Khi thấy mình đã nắm vững phương pháp này, ông trở lại gặp thầy và hỏi có cấp thứ ba cho pháp tu này không.

Vị Đại thành tựu giả chậm rãi đáp:

- Có đấy. Cấp thứ ba của pháp thiền quán bò là phải tập trung vào tư tưởng mình có sừng.

Vậy là, một lần nữa, người chăn bò trở về hang động để thực hành lời thầy dạy, chỉ tập trung vào tư tưởng là đầu mình có sừng. Ông tập trung vào kích thước của cặp sừng, vị trí và màu sắc, và cả cảm giác về sức nặng của chúng ở hai bên đầu của mình. Sau một vài tháng tu tập theo cách này, một sáng nọ ông thức dậy và ra ngoài đi vệ sinh. Nhưng lúc muốn ra khỏi hang, ông cảm giác có cái gì húc vào tường ở hai bên cửa động khiến ông bị vướng và không thể bước ra. Ông đưa tay lên xem vật chướng ngại ấy là gì và ngạc nhiên phát hiện rằng có một cặp sừng dài đã mọc ở hai bên đầu của mình. Ông phải xoay nghiêng người mới ra được khỏi động và sợ hãi chạy đến gặp thầy. Đến nơi, ông hét lên:

- Thầy nhìn xem này! Thầy dạy con pháp thiền quán bò, và bây giờ con đã mọc sừng! Kinh khủng quá! Thật là một cơn ác mộng!

Vị Đại thành tựu giả vui vẻ cười lớn và kêu lên:

- Không, trái lại đó là một điều tuyệt vời! Ông đã thông thạo cấp thứ ba của pháp thiền quán bò rồi! Bây giờ ông phải tu tập cấp thứ tư. Ông phải nghĩ rằng ông không phải là bò và ông không có sừng.

Người chăn bò vâng lời trở về hang động để hành trì cấp độ thứ tư của pháp thiền quán bò. Ông quán niệm: "Bây giờ ta không có sừng, bây giờ ta không có sừng, bây giờ ta không có sừng..."

Sau một vài ngày tu tập như thế, một sáng thức dậy ông phát hiện mình có thể ra khỏi hang động không chút khó khăn. Cặp sừng đã biến mất!

Ngạc nhiên, ông chạy đến gặp thầy báo rằng:

- Thầy nhìn đây này, con không còn sừng nữa. Làm sao có thể xảy ra việc như thế này? Khi con nghĩ mình có sừng thì sừng mọc ra, khi con nghĩ mình không có sừng thì chúng biến mất. Tại sao thế?

Vị Đại thành tựu giả trả lời:

- Cặp sừng hiện ra và biến mất là do cách ông tập trung tâm ý. Tâm có uy lực vô cùng. Nó có thể làm cho mọi kinh nghiệm có vẻ như rất thật, và cũng có thể làm cho chúng có vẻ như không thật.

- Thế à? Người chăn bò ngạc nhiên.

Vị thầy tiếp tục giảng giải:

- Cặp sừng không phải là vật duy nhất có thể xuất hiện và biến mất tùy theo cách tập trung tâm ý. Tất cả mọi sự cũng đều như vậy: thân thể ông, người khác, toàn bộ thế giới... Bản chất của những thứ ấy đều là không tịch.

Không có gì thực sự tồn tại ngoài sự nhận biết của tâm ông. Thấy biết được như vậy là chánh kiến. Trước hết ông phải an định tâm, sau đó học cách để thấy biết sự vật một cách sáng rõ. Đây là cấp độ thứ năm của pháp thiền quán bò: học cách quân bình cả sự an định tâm và chánh kiến.

Người chăn bò lại một lần nữa trở về hang và thiền tập với sự an định và chánh kiến. Vài năm sau, chính ông đã trở thành một vị Đại thành tựu giả, tâm thức ông đạt được sự an tĩnh và giải thoát khỏi sự đau khổ của luân hồi.

Thế giới ngày nay chẳng còn được bao nhiêu người chăn bò nữa, có lẽ nếu còn thì thế giới sẽ an bình hơn. Tuy nhiên, nếu dám thì bạn cũng có thể tu tập như lão chăn bò kia, nhưng dùng một đối tượng khác, như một chiếc xe hơi chẳng hạn. Sau một vài năm thiền quán xe hơi, bạn có thể trở thành một vị đại sư như lão chăn bò. Tất nhiên là bạn phải bằng lòng tu tập một vài năm để mọc ra đèn xe, cửa xe, dây an toàn và có lẽ cả thùng xe nữa, rồi học làm cho chúng biến mất. Và trong thời gian tu tập, bạn có thể gặp khó khăn lúc vào và ra khỏi thang máy của công ty, và những đồng nghiệp của bạn sẽ thấy hơi lạ lùng khi bạn trả lời những câu hỏi của họ bằng tiếng còi xe thay vì lời nói.

Tất nhiên, tôi chỉ nói đùa thôi. Có nhiều cách tu tập với tư tưởng, dễ dàng hơn là học mọc sừng bò hay mọc bóng đèn sau xe.

DÙNG TƯ TƯỞNG LÀM ĐỐI TƯỢNG THIỀN QUÁN

Khi tư tưởng phát sinh, thay vì thấy chúng là vọng tưởng, hãy nhận biết chúng vốn không tịch và để yên chúng trong trạng thái tự nhiên của chúng.

Ngài Gotsangpa
Vô thượng tục
(The Highest Continuum)
Elizabeth M. Callahan dịch sang Anh ngữ

Ngay cả sau khi đã làm hòa với 5 giác quan và học cách vận dụng những thông tin nhận được từ giác quan để làm đối tượng thiền quán, có thể bạn vẫn sẽ gặp đôi chút khó khăn trong việc đối phó với "con khỉ điên", cái ý thức thích nhảy nhót lung tung, gây lẫn lộn, nghi ngờ và hoang mang. Cho dù bạn đã biết cách trụ tâm trong sự tỉnh giác đơn thuần qua các giác quan, cái ý thức khỉ điên vẫn sẽ luôn tìm những phương cách mới để quấy rối sự an tĩnh, trong sáng và rộng mở mà bạn đã đạt được, bằng cách đưa ra một lối suy diễn khác biệt và rắc rối hơn về các sự việc - một loại hoạt động tâm lý như một con khỉ liệng gối lung tung và chụp trái cây trên bàn thờ ăn. Dầu khó trị như thế, sự quấy rối của con khỉ điên ý thức không phải là một điều "xấu xa". Đó chỉ là những mô thức thần kinh được xác lập lâu đời đang tìm cách củng cố bản thân chúng. Về bản chất, con khỉ điên ý thức vốn chỉ là một phản ứng thần kinh được lập trình sẵn khi sự sống còn của ta bị đe dọa. Thay vì nổi giận, hãy cộng tác với nó. Và tại sao không khởi lòng biết ơn đối với những hoạt động của nó vì đã giúp ta sống còn? Tuy nhiên, một khi đã học biết cách tận dụng các giác quan, bạn cần phải đối mặt với chính "con khỉ điên ý thức", sử dụng những tư tưởng và cảm xúc do nó tạo ra như những trợ duyên để an định tâm thức. Và một khi bạn bắt đầu giải quyết được với những tư tưởng và cảm xúc ấy, bạn sẽ bắt đầu phát hiện toàn bộ một chiều kích mới của sự giải thoát ra khỏi những mô thức cố cựu đặt nền tảng trên sự sống còn. Bạn sẽ bắt đầu tiến trình bằng cách đặt nghi vấn: liệu hết thảy những tư tưởng mà ta suy nghĩ, hết thảy những cảm giác mà ta cảm nhận, có phải là sự thật hay chỉ là một thói quen?

Thông thường thì những bài học đầu tiên của chúng ta trong cuộc đời thường là những bài học quan trọng nhất. "Nhìn hai bên trước khi băng qua đường." "Đừng nhận bánh kẹo từ người lạ." "Đừng chơi với que diêm."... Cha mẹ thường lặp đi lặp lại không ngừng những câu như thế, và điều này là hoàn toàn hợp lý. Ấy thế mà, cho dù những bài học thời thơ ấu ấy thực sự quan trọng, nhưng dường như ta vẫn luôn quên chúng đi. Bản chất tự nhiên của con người là chấp nhận mạo hiểm. Và đó là phương cách để chúng ta học hỏi. Nhưng một số bài học có thể nguy hiểm chết người, một số khác có thể gây khổ đau triền miên. Vì vậy, dầu đã trưởng thành ta vẫn phải lặp lại những bài học lúc còn bé, và trao truyền chúng cho con cháu ta. Có những bài học rất đáng được nhắc lại.

Vì thế, xin quý vị hãy tha thứ cho tôi nếu tôi nhắc lại một số điều tôi đã học từ những buổi đầu tu tập chính thức. Suy nghĩ là một hoạt động tự nhiên của tâm thức. Thiền quán không có mục đích ngăn chặn tư tưởng. Thiền quán chỉ là một quá trình an trụ tâm trong trạng thái tự nhiên của nó, vốn là rộng mở đón nhận và tự nhiên nhận biết tất cả những niệm tưởng, cảm xúc và cảm thọ khi chúng sinh khởi. Tâm thức giống như một dòng sông, và cũng như đối với một dòng sông, chẳng lý do gì mà ta phải cố tìm cách ngăn chặn dòng chảy của nó. Điều này cũng vô ích như thể bạn cố ngăn không cho trái tim mình đập hay không cho buồng phổi mình thở.

Nhưng điều này không có nghĩa là bạn phải làm nô lệ cho bất cứ những gì do tâm thức bạn tạo ra. Khi bạn chưa hiểu được bản chất và nguồn gốc những niệm tưởng của mình, chúng sẽ luôn sai sử bạn. Khi đức Phật nhận biết được bản thể của tâm, Ngài đã đảo ngược tiến trình này. Ngài đã dạy cho chúng ta cách làm chủ những tư tưởng của mình thay vì để chúng sai sử.

Lần đầu tiên khi bắt đầu được chính thức theo học với cha tôi, tôi đã rất căng thẳng. Tôi đoán chắc rằng ngài đã thấy tâm thức tôi náo động như thế nào và có biết bao niệm tưởng điên cuồng cứ nhảy vụt vào đấy trong từng giây một, và chắc ngài sẽ đuổi tôi ra khỏi lớp vì tôi không xứng đáng theo học. Những điều tôi nghĩ chỉ đúng về một mặt. Ngài quả thật đã thấy được tâm thức tôi cuồng động như thế nào. Nhưng tôi đã sai lầm khi nghĩ rằng tôi không xứng đáng để học thiền.

Ngài đã dạy tôi và những đệ tử khác rằng, bất luận có bao nhiêu niệm tưởng đi qua đầu ta trong khi thiền tập cũng đều tốt cả. Nếu bạn có 100 tư tưởng đi qua đầu trong một phút, thì bạn có 100 trợ duyên cho buổi thiền tập. Ngài thường nói:

- Các con thật may mắn. Nếu con khỉ điên trong đầu các con đang nhảy nhót lung tung thì đó là một điều tuyệt vời. Chỉ cần quan sát con khỉ đang nhảy nhót mà thôi. Mỗi cú nhảy của nó, hay mỗi tư tưởng, mỗi vọng niệm, cũng như mọi đối tượng của các giác quan, đều là trợ duyên cho việc thiền tập. Nếu các con thấy mình đang vật lộn với vọng tưởng, các con có thể dùng mọi vọng tưởng làm đối tượng cho thiền quán. Như vậy, chúng sẽ thôi không còn là vọng tưởng và sẽ trở thành những trợ duyên cho sự thiền tập của các con.

Nhưng ngài cũng cảnh giác chúng ta không được bám lấy mỗi niệm tưởng khi chúng sinh khởi. Bất cứ niệm tưởng nào đi ngang qua tâm thức, chúng ta chỉ nên theo dõi nó đến rồi đi một cách nhẹ nhàng, không chấp thủ, theo cách chúng ta đã thực tập nhẹ nhàng đặt sự chú ý của mình lên các hình tướng, âm thanh và hương vị.

Việc quán tư tưởng có phần giống như chạy vội đến đón xe buýt. Ngay khi bạn vừa chạy đến trạm thì xe vừa chạy mất, thế là bạn phải đợi chuyến sau. Cũng vậy, thường luôn có một khoảng trống giữa các niệm tưởng, có thể là chỉ một thoáng ngắn ngủi thôi, nhưng thật có đó. Khoảng trống đó là kinh nghiệm sự rộng mở hoàn toàn của tâm bản nhiên. Thế rồi một niệm tưởng khác vụt hiện ra, và khi nó mất đi lại có một khoảng trống khác. Lại một niệm tưởng khác đến và đi, theo sau bởi một khoảng trống khác nữa...

Quá trình quán tư tưởng cứ như thế mà tiếp tục: một niệm tưởng, rồi một khoảng trống, rồi một niệm tưởng, rồi lại một khoảng trống... Nếu bạn kiên trì thực tập như thế, dần dần các khoảng trống sẽ kéo dài ra, và kinh nghiệm an trụ tâm trong trạng thái tự nhiên của nó sẽ trở nên trực tiếp hơn. Do đó, có hai trạng thái tâm thức cơ bản, một là có niệm tưởng và hai là không có niệm tưởng. Cả hai đều là đối tượng cho việc thiền quán.

Ban đầu, sự chú tâm vào niệm tưởng luôn luôn dao động. Không hề gì. Nếu bắt gặp tâm đang tản mạn, chỉ cần nhận biết là tâm đang tản mạn. Ngay cả những mơ mộng cũng có thể là trợ duyên cho thiền quán, nếu bạn để cho sự nhận biết của mình nhẹ nhàng bao trùm chúng.

Và khi bạn đột nhiên nhớ lại *"Ủa, mình đang phải quan sát tư tưởng kia mà, mình đang phải tập trung trên hình dáng, mình đang phải lắng nghe âm thanh, mình đang phải quán niệm tưởng mà... "*, chỉ cần hướng sự chú tâm của bạn về đối tượng đang thực tập. Có một bí mật rất lớn về những cái *"ủa"* của sự *"giật mình"* như thế: Chúng thực sự chính là những kinh nghiệm chớp nhoáng thuộc bản thể tự nhiên của bạn.

Giá như nắm giữ được mỗi cái *"ủa"* mà bạn trải qua thì hay biết mấy. Nhưng bạn không thể làm như thế. Nếu bạn vẫn cố làm thì chúng sẽ cứng nhắc thành những khái niệm: ý niệm về cái *"ủa"* đó phải có nghĩa là gì. Tin vui ở đây là, bạn càng thực tập thì càng có khả năng trải nghiệm nhiều hơn những cái *"ủa"* như thế. Và dần dần những tiếng *"ủa"* đó sẽ bắt đầu tích lũy, cho đến một ngày kia chúng sẽ trở thành một trạng thái tự nhiên của tâm thức, một sự giải thoát ra khỏi các mô thức theo thói quen của những chuyện gẫu giữa các nơ-ron, giúp bạn có thể nhìn vào bất kỳ niệm tưởng, bất kỳ cảm giác và bất kỳ hoàn cảnh nào, một cách hoàn toàn tự do, hoàn toàn khai mở.

Những cái *"ủa"* thật là tuyệt vời!

Vậy thì bây giờ hãy cố gắng thực tập *"ủa"* bằng cách hướng sự chú ý của mình vào các tư tưởng như là những trợ duyên cho thiền tập. Giống như mọi pháp thiền khác, điều quan trọng là hãy bắt đầu bằng cách để tâm buông thư một lát trong sự tỉnh giác không đối tượng, rồi bắt đầu quan sát các tư tưởng. Đừng cố thực tập quá lâu. Hãy dành cho mình khoảng vài ba phút thôi.

Trước tiên, buông thư tâm trong một phút...

Rồi để tâm nhận biết các tư tưởng trong chừng hai phút...

Và sau đó lại buông thư tâm trong khoảng một phút...

Khi đã thực hành xong, hãy tự hỏi bạn đã trải qua những gì. Bạn có nhiều cái *"ủa"* như đã nói không? Bạn có thấy rõ ràng những tư tưởng của mình không? Hay là chúng mờ mờ ảo ảo, không rõ nét? Hay chúng hoàn toàn biến mất ngay khi bạn cố quan sát chúng?

Khi tôi dạy phương pháp thiền quán này cho công chúng và sau đó đặt câu hỏi về kinh nghiệm của họ, tôi đã nhận được rất nhiều câu trả lời khác nhau. Một số người bảo rằng khi họ cố quan sát các tư tưởng của mình, các tư tưởng này bỗng trở nên rất khó nhận biết. Chúng lập tức lặn mất và không trồi lên một cách rõ rệt. Một số người khác lại nói rằng các tư tưởng của họ trở nên rõ rệt và kiên cố, hiện ra trong đầu như những dòng chữ và họ có thể nhìn ngắm chúng đến và đi mà không nắm bắt, cũng không bị phiền nhiễu.

Bây giờ, tôi sẽ hé mở cho các bạn một bí mật lớn: Không có bí mật nào cả! Cả hai đối cực mà những người nói trên mô tả - và bất cứ điều gì ở giữa hai đối cực đó - đều là những kinh nghiệm thiền quán. Nếu bạn e sợ các tư tưởng, đó là bạn đã cho chúng quyền kiểm soát bạn, vì [bạn sẽ thấy như] chúng có vẻ kiên cố quá, thật có quá. Bạn càng e sợ, chúng càng có vẻ như mạnh mẽ hơn. Nhưng khi bạn bắt đầu quan sát chúng, sức mạnh mà bạn đã trao cho chúng sẽ yếu ớt đi. Điều này có thể xảy ra theo hai cách.

Đôi khi, như đã nói ở trước, nếu bạn quan sát kỹ các

tư tưởng, bạn sẽ bắt đầu nhận ra là chúng sinh khởi và mất đi rất nhanh chóng, với một khoảng trống giữa hai tư tưởng nối tiếp nhau. Ban đầu, khoảng trống đó có thể không dài lắm, nhưng với sự tu tập, chúng sẽ ngày càng kéo dài hơn và tâm thức bạn bắt đầu trụ một cách an bình hơn, rộng mở hơn trong thiền quán không đối tượng.

Có những lúc khác, việc thực tập quán tư tưởng đơn giản trở nên giống như xem TV hay xem chiếu bóng. Trên màn ảnh có rất nhiều điều đang diễn ra, nhưng thực sự bạn không ở trên màn ảnh đó, phải không? Có một khoảng cách nhỏ giữa bản thân bạn và những gì bạn đang xem. Khi bạn thực tập quan sát tư tưởng, bạn có thể trải nghiệm cùng một khoảng cách giống như thế giữa bản thân bạn và các tư tưởng của bạn. Bạn không thực sự tạo ra khoảng cách ấy, vì nó vốn luôn luôn hiện diện; bạn chỉ để mình nhận biết nó, thế thôi. Và thông qua sự tỉnh giác về khoảng cách ấy, bạn có thể thực sự bắt đầu việc quán tư tưởng của mình một cách thích thú, ngay cả khi chúng là đáng sợ, mà không chìm đắm trong ấy hoặc bị chúng chế ngự. Cứ để những tư tưởng dàn ra theo cách của chúng, giống như người lớn nhìn trẻ con chơi đùa - xây lâu đài cát, đánh trận giả bằng lính nhựa hay chơi những trò khác. Trẻ con đặt hết tâm ý vào những trò chơi của mình, nhưng người lớn chỉ quan sát và bật cười một một cách trìu mến trước vẻ nghiêm túc của chúng.

Bất kỳ kinh nghiệm nào xảy đến cho bạn cũng tốt cả, và chắc chắn là những kinh nghiệm này sẽ thay đổi qua thời gian thiền tập của bạn. Có khi bạn sẽ quan sát tư tưởng rất chặt chẽ, nhìn thấy chúng đến và đi, nhận ra những khoảng trống giữa chúng. Nhưng cũng có khi bạn chỉ quan sát chúng với khoảng cách nhỏ như đã đề cập ở trên. Thiền quán thực sự dễ dàng hơn nhiều so với phần đông chúng ta vẫn tưởng: Bất kỳ kinh nghiệm nào bạn trải qua, miễn là bạn tỉnh giác nhận biết những gì đang xảy ra, đó chính là thiền !

Chỉ có một điểm khiến kinh nghiệm của bạn chuyển đổi từ thiền sang một cái gì khác, đó là lúc bạn cố gắng kiểm soát hay làm thay đổi bất kỳ điều gì bạn đang trải nghiệm. Nhưng nếu bạn có phần nào tỉnh giác về sự cố gắng kiểm soát kinh nghiệm như thế, thì đó cũng vẫn là thiền.

Tất nhiên, cũng có một số người không thấy được một tư tưởng nào cả. Đầu óc họ như hoàn toàn trống rỗng. Điều này cũng tốt. Bạn đang vận dụng tâm thức của chính bạn, nên không ai có thể phê phán bạn, không ai có quyền đánh giá bạn về kinh nghiệm của bạn. Thiền quán là một tiến trình độc đáo cá biệt, và không bao giờ có kinh nghiệm hoàn toàn giống nhau ở hai người.

Khi bạn tiếp tục tu tập thiền, chắc chắn bạn sẽ thấy kinh nghiệm của mình thay đổi, có khi là trong từng ngày, hoặc từ giai đoạn này đến giai đoạn sau. Có lúc bạn có thể thấy các niệm tưởng của mình rất rõ ràng và dễ quan sát, nhưng cũng có khi chúng dường như mơ hồ và khó nắm bắt. Có khi bạn thấy trong đầu trở nên u tối và mơ hồ khi ngồi xuống thiền. Tất cả những điều này đều tốt cả. Cảm giác u tối ấy không gì hơn là một chuỗi nơ-ron đang chuyện trò với nhau để đối phó với ý định ngồi thiền của bạn, và bạn chỉ cần quan sát sự u tối đó hay bất kỳ điều gì bạn cảm thấy. Thiền chính là quan sát và hướng sự chú ý đơn thuần của mình vào bất kỳ điều gì bạn đang trải nghiệm trong từng thời điểm cụ thể. Ngay cả những câu chuyện gẫu giữa các nơ-ron, hiển thị dưới dạng một niệm tưởng như "tôi không biết thiền như thế nào" cũng có thể là một đối tượng thiền quán khi bạn quan sát nó.

Chỉ cần bạn duy trì sự tỉnh giác hay chánh niệm, thì bất luận điều gì xảy ra khi bạn đang thực tập, bạn vẫn đang thiền tập. Nếu bạn quan sát niệm tưởng của mình, đó là thiền. Nếu bạn không thể quan sát được niệm tưởng của mình, đó cũng là thiền. Bất kỳ trong số những kinh nghiệm này đều có thể là trợ duyên cho thiền quán. Điều thiết yếu là duy trì sự tỉnh giác, cho dù có bất kỳ niệm tưởng, cảm xúc hay cảm giác nào sinh khởi. Nếu bạn nhớ rằng sự tỉnh giác về bất kỳ điều gì đang xảy ra chính là thiền quán, thì thiền quán sẽ trở nên dễ dàng hơn bạn tưởng rất nhiều.

TRƯỜNG HỢP ĐẶC BIỆT CỦA NHỮNG NIỆM TƯỞNG KHÓ CHỊU

Bất luận niệm tưởng nào sinh khởi,
đừng cố gắng ngăn chặn nó.

Ngài Gyalwang Karmapa Đời thứ 9

Đại thủ ấn: Liễu nghĩa hải
(Mahamudra: The Ocean of Definitive Meaning)

Elizabeth M. Callahan dịch sang Anh ngữ

Đặc biệt với những ai mới tập thiền thì việc quan sát đơn thuần những niệm tưởng liên quan đến những kinh nghiệm khó chịu là điều rất khó khăn, nhất là những niệm tưởng tương ứng với cảm xúc mạnh như đố kỵ, giận dữ, sợ hãi hay tham muốn. Những niệm tưởng khó chịu ấy có thể quá mãnh liệt và dai dẳng đến mức độ ta dễ dàng bị cuốn hút phải chạy theo chúng. Những người đã trao đổi khó khăn này với tôi nhiều đến nỗi không thể đếm hết trên đầu ngón tay và ngón chân, đặc biệt là khi những niệm tưởng của họ có liên quan đến những xung đột với người nhà, ở nơi làm việc hay một nơi nào đó khiến họ không thể quên đi. Ngày qua ngày, họ không ngừng trở lại với những ý tưởng mà họ liên kết với những câu nói hay hành động trước đây, và họ tự thấy mình bị vướng mắc trong những suy nghĩ về việc người kia tồi tệ như thế nào, về những gì mà họ có thể hay lẽ ra phải nói vào lúc ấy, và những gì họ muốn làm để trả đũa.

Cách tốt nhất để đối phó với những loại niệm tưởng này là dừng lại một chút và buông thư tâm trong *thiền chỉ* không đối tượng chừng một phút, rồi hướng sự chú ý đến từng niệm tưởng và những ý nghĩ xoay quanh nó, trực tiếp quan sát tất cả trong một vài phút, giống như khi bạn quan sát hình dạng hay màu sắc của một hình thể. Hãy để mình luân phiên thay đổi giữa sự buông thư tâm trong thiền không đối tượng rồi trở lại chú tâm đến cùng những niệm tưởng trước đó, và cứ tiếp tục lặp lại như vậy...

Khi bạn đối phó với những niệm tưởng xấu theo phương cách này, sẽ có hai điều xảy ra. (Đừng lo, cả hai cách đó đều không liên quan đến việc mọc sừng!) Trước hết, khi bạn buông thư tâm trong sự tỉnh giác, tâm thức của bạn sẽ bắt đầu an định. Thứ hai, bạn sẽ thấy sự chú ý của bạn đối với những niệm tưởng hay tình tiết đến rồi đi, giống như khi bạn quán sắc tướng, âm thanh hay những đối tượng khác của năm căn. Bởi vì niệm tưởng hay tình tiết ấy bị gián đoạn bởi những vấn đề khác, như xếp quần áo đã giặt và sấy khô, đi chợ mua thức ăn, hay chuẩn bị một cuộc họp... - nên bạn sẽ mất dần sự chú ý đến những ý tưởng khó chịu. Bạn bắt đầu nhận ra rằng chúng không kiên cố hay mạnh mẽ như lúc mới xuất hiện ban đầu. Chúng gần giống như tín hiệu điện thoại khi đường dây đang bận, có thể là bực mình thật đấy, nhưng không có gì mà bạn không thể giải quyết được.

Khi bạn giải quyết những niệm tưởng khó chịu theo phương cách này, chúng sẽ trở nên hữu ích thay vì ngăn trở sự ổn định tinh thần của bạn - cũng giống như việc tăng thêm trọng lượng những quả tạ khi bạn tập cử tạ. Bạn đang phát triển sức mạnh tâm lý để đương đầu với những cấp độ căng thẳng ngày càng cao hơn.

DÙNG CẢM XÚC LÀM ĐỐI TƯỢNG THIỀN QUÁN

Chúng ta không nhất thiết phải cảm thấy mình hoàn toàn phụ thuộc vào cảm xúc.

Ngài Kalu Rinpoche

Ôn ngôn tế ngữ (Gently Whispered)

Elizabeth Selanda biên tập bản Anh ngữ

Bởi vì cảm xúc thường sống động và dai dẳng, chúng có thể hữu ích cho thiền quán còn hơn cả những niệm tưởng. Cha tôi và các bậc thầy khác đã giúp tôi thấy rõ rằng có ba loại cảm xúc căn bản: thiện, bất thiện và trung tính. Những cảm xúc thiện - như tình thương, lòng từ, tình bạn hay tính trung trực... - làm tăng sức mạnh cho tâm hồn chúng ta, cho chúng ta thêm niềm tin và năng lực để giúp đỡ những người cần được giúp đỡ. Khi dịch sang Anh ngữ các bản văn Phật giáo, một số người gọi những cảm xúc như thế và những hành vi liên quan đến chúng là *"virtuous"* (hay đức hạnh). Cách dịch này, ít nhất là theo như tôi đã quan sát từ những người Âu Tây đến nghe thuyết giảng, được hiểu như là có phần nào đó thuộc về luân lý đạo đức. Thật ra, không có mối liên kết đạo đức hay luân lý nào với những cảm xúc hay hành vi này cả. Một đệ tử thông thạo ngôn ngữ học Âu Tây đã giải thích với tôi rằng, khi dùng chữ *"virtue"* (đức hạnh) để dịch chữ *"gewa"* trong tiếng Tây Tạng thì sẽ gần gũi hơn với ý nghĩa cổ xưa của *"virtue"* là *"hữu hiệu, có hiệu quả"* khi nói về năng lực trị liệu.

Những cảm xúc bất thiện như sợ hãi, giận dữ, buồn bã, đố kỵ, bi thương hay tham cầu... thường được dịch sang Anh ngữ là *"nonvirtuous"*, hay tiếng Tây Tạng là *"mi-gewa"*, là những cảm xúc có khuynh hướng làm cho tâm suy nhược, mất tự tin và tăng thêm sợ hãi.

Trong khi đó, những tình cảm ít nhiều trung tính, căn bản là những phản ứng mơ hồ lẫn lộn, giống như kiểu cảm xúc của ta đối với một cây bút chì, một mảnh giấy hay dụng cụ gỡ đinh kẹp. Bạn có thể thử xem, thật khó mà có một cảm xúc thiện hay ác đối với một cây bút chì!

Phương thức quán niệm cảm xúc có sự khác biệt tùy theo loại cảm xúc mà bạn đang trải nghiệm. Khi bạn có một cảm xúc thiện, loại cảm xúc làm tăng sức mạnh cho tâm trí bạn, bạn có thể chú ý vào cả cảm xúc lẫn đối tượng của cảm xúc đó. Thí dụ, nếu bạn cảm thấy thương yêu một em bé, bạn có thể hướng sự chú tâm của mình vào em bé và cả cảm xúc thương yêu đối với em. Nếu bạn khởi lòng bi mẫn đối với một người đang gặp khó khăn, bạn có thể hướng tâm vào người đang cần giúp đỡ đó và cả cảm xúc bi mẫn của mình. Theo cách này thì đối tượng của cảm xúc trở thành trợ duyên cho chính cảm xúc ấy, trong khi cảm xúc ấy lại trở thành trợ duyên giúp bạn chú tâm vào đối tượng đã khơi dậy nó.

Ngược lại, chú tâm vào một cảm xúc bất thiện thường có khuynh hướng củng cố thêm trong tâm trí hình ảnh về con người, hoàn cảnh hay sự vật [liên quan đến cảm xúc] ấy như thể tự nó vốn là một điều xấu xa. Cho dù bạn có cố gắng thế nào đi chăng nữa để nuôi dưỡng tâm từ bi, sự tự tin hay bất cứ cảm xúc hiền thiện nào khác, trong đầu bạn hầu như sẽ luôn tự động liên kết đối tượng với một cảm xúc xấu: "Hừm, cái đó thật xấu xa. Phải chống lại thôi! Hãy xô đuổi nó đi chỗ khác! Hãy tránh đi thôi!"

Có một phương cách hữu hiệu hơn với những cảm xúc xấu, cũng tương tự như với các niệm tưởng tiêu cực, là chỉ đơn thuần hướng sự chú tâm lên chính cảm xúc đó thay vì là đối tượng của nó. Chỉ quan sát cảm xúc đó mà không dùng lý trí phân tích nó. Đừng cố nắm giữ nó, cũng đừng cố ngăn chặn nó. Chỉ quan sát nó thôi. Khi bạn làm như thế, cảm xúc sẽ không còn có vẻ lớn lao hay mạnh mẽ như lúc nó vừa mới sinh khởi.

Đây cũng chính là phương pháp mà tôi đã luyện tập trong những năm nhập thất đầu tiên, khi nỗi sợ hãi bất an mà tôi cảm thấy khi có đông người xung quanh khiến tôi phải bỏ chạy về phòng riêng ngồi một mình. Khi tôi bắt đầu đơn thuần quan sát những nỗi sợ hãi của mình, tôi thấy chúng không phải là những quái vật kiên cố, không thể chia tách mà tôi không bao giờ có thể chế ngự; thay vì vậy, chúng là một chuỗi những cảm xúc và hình ảnh vụn vặt thoáng qua, chợt hiện chợt biến trong tâm thức một cách quá mau chóng đến nỗi tạo ra cảm giác sai lệch rằng chúng là một thực thể nguyên khối (như về sau tôi được biết, điều này cũng tương tự như một khối xoay tròn của các phân tử hạ nguyên tử lại có vẻ ngoài giống như một vật rắn chắc không thể chia tách). Và sau khi quan sát nỗi sợ của mình theo cách ấy, tôi bắt đầu nghĩ thầm: Thú vị quá! Nỗi sợ này không hề quá mức lớn mạnh. Thật ra nó hầu như vô hại. Nó chỉ là một nhóm cảm xúc thoáng hiện ra, tồn tại chừng một hai giây rồi biến mất, vậy thôi!

Đương nhiên là điều này không phải nhất thời đạt được. Tôi đã phải trải qua mấy tuần lễ hoàn toàn đắm chìm vào tiến trình quán chiếu, giống như một nhà khoa học cuồng nhiệt bị cuốn hút vào một cuộc thí nghiệm. Tôi cũng có được lợi thế nhờ vào nhiều năm tu tập trước đó.

Nhưng rồi tôi cũng vượt ra khỏi kinh nghiệm này và khởi tâm tri ân về tất cả những phương pháp mà đức Phật đã chỉ dạy từ bao thế kỷ trước để làm lợi ích cho những người mà bản thân Ngài không bao giờ gặp, giúp họ có thể vượt qua những khó khăn như thế. Về sau, khi tôi bắt đầu học thêm về cấu trúc và công năng của não bộ và về bản chất của thực tại như các nhà vật lý học hiện đại đã mô tả, tôi lại càng có ấn tượng mạnh hơn bởi những tương đồng giữa các phương pháp mà đức Phật đã đạt được qua sự quán chiếu nội tâm và những giải thích [mà khoa học] đạt được qua những nghiên cứu khách quan cho thấy vì sao các phương pháp ấy lại thực sự hữu hiệu.

Tuy nhiên, có đôi khi đối tượng liên kết với một cảm xúc xấu - dù đó là một người, một địa điểm hay một sự kiện - có thể quá rõ rệt, quá sâu sắc khiến ta không thể phớt lờ được. Trong trường hợp đó, dù sao cũng không nên tìm cách đè nén mà hãy vận dụng cảm xúc ấy. Hãy đặt sự chú ý của bạn vào hình dáng, mùi hương, vị nếm hoặc những cảm nhận khác [về đối tượng đó theo cách] mà bạn đã học trước kia. Bằng cách này, đối tượng của cảm xúc ấy có thể tự nó trở thành một trợ duyên rất mạnh mẽ cho thiền quán.

Phương pháp này rất hữu ích khi bạn bắt đầu quán chiếu trực tiếp những phiền não căn bản đã được mô tả trong chương đầu của sách này. Khi mới học về đề tài phiền não, tôi đã nghĩ: "Thôi chết! Tôi đầy khuyết điểm, tôi vô minh, tôi nhiều tham ái và sân hận. Tôi sẽ phải chịu khổ đau đến suốt đời!" Nhưng rồi tôi nghe một câu ngạn ngữ cổ xưa. Tôi không biết câu này có dựa trên thực tiễn hay không, nhưng đại khái nó có ý nghĩa thế này: "Loài công ăn chất độc và biến chất độc ấy thành những bộ lông tuyệt đẹp."

Hầu hết thời gian ấu thời, tôi đã thu mình khép chặt trong một khối nhỏ toàn sự khủng hoảng và âu lo, nên tôi biết rõ những cảm xúc phiền não có thể mạnh mẽ đến như thế nào. Trong 13 năm trời, tôi luôn nghĩ hẳn là mình sẽ chết, và có khi tôi mong được chết, chỉ để giải thoát khỏi những cơn khủng hoảng ấy. Chỉ khi nhập thất và bắt buộc phải đối diện trực tiếp với những phiền não ấy, tôi mới học được rằng tham, sân và si chính là những chất liệu mà tôi phải sử dụng để tu tập, cũng giống như chất độc mà con công ăn vào, hóa ra lại là cội nguồn của phúc lạc vô biên!

Mỗi loại phiền não thật ra đều là nền tảng của trí tuệ.

Nếu chúng ta vướng mắc trong phiền não hay cố đè nén chúng, rốt cùng rồi ta chỉ gây thêm bất ổn cho chính mình mà thôi. Nếu thay vào đó ta đối diện trực tiếp với chúng, những điều mà ta sợ là sẽ giết chết ta, dần dần sẽ được chuyển hóa thành những trợ duyên mạnh mẽ nhất cho thiền quán như ta có thể kỳ vọng.

Các tâm hành phiền não không phải kẻ thù, mà là bạn của chúng ta.

Đây là một sự thật khó chấp nhận. Nhưng mỗi lần bạn từ chối sự thật này, hãy nghĩ đến loài công. Chất độc không ngon lành chút nào, nhưng nếu bạn nuốt được vào, nó sẽ hóa thành vẻ đẹp.

Vì thế, trong bài thực tập cuối cùng này, chúng ta sẽ quan sát những phép tu đối trị trong thiền quán mà chúng ta có thể sử dụng khi phải đương đầu với những kinh nghiệm đáng sợ và khó chịu nhất. Khi nghiền ngẫm những phép tu này, bạn sẽ phát hiện ra rằng bất kỳ kinh nghiệm nào, càng đáng sợ và có vẻ như sẽ làm ta suy yếu đến một mức độ nào đó, thì cũng chính kinh nghiệm ấy sẽ càng có khả năng giúp ta mạnh mẽ hơn, tự tin hơn, cởi mở hơn và tăng thêm khả năng chấp nhận những tiềm năng vô tận của tánh Phật trong ta, với mức độ tương đương như thế.

13. TỪ BI: RỘNG MỞ TRÁI TIM CỦA TÂM THỨC

Hãy nhìn mọi người bạn gặp
với một trái tim rộng mở và từ mẫn.

Bồ Tát Tịch Thiên

Nhập Bồ Tát hạnh
(The Bodhicaryavatara)

Kate Crosby và Andrew Skilton
dịch sang Anh ngữ

Vì tất cả chúng ta đều sống trong xã hội loài người, trên cùng một hành tinh, ta phải học biết hợp tác cùng nhau. Trong một thế giới thiếu vắng tâm từ bi, cách duy nhất để con người có thể sống chung với nhau là thông qua sự áp chế của những lực lượng bên ngoài như công an, quân đội, với luật pháp và vũ khí làm hậu thuẫn cho những lực lượng này. Nhưng nếu chúng ta biết phát triển tâm từ bi đối với nhau - một sự nhận hiểu tự nhiên rằng khi ta làm bất kỳ điều gì để được lợi ích cho chính ta thì điều ấy nhất thiết cũng phải mang lại lợi ích cho người khác và ngược lại - thì hẳn là chúng ta sẽ không cần đến luật pháp, quân đội, công an, súng ống hay bom đạn. Nói cách khác, hình thức an ninh tốt đẹp nhất mà chúng ta có thể tự tạo ra cho mình là nuôi dưỡng một trái tim rộng mở.

Tôi từng nghe một số người nói rằng, nếu ai cũng tử tế, cũng từ bi thì thế giới này hẳn sẽ chán lắm. Người ta sẽ không khác gì những con cừu, đi quanh quẩn vì không có gì để làm. Nghĩ như thế thật là sai lầm hết mức. Một tâm hồn từ bi là một tâm hồn rất tinh cần. Những bất ổn trên thế giới này không cơ man nào kể xiết: hàng ngàn trẻ em chết đói mỗi ngày; nhiều người bị tàn sát trong những cuộc chiến tranh thậm chí chưa bao giờ được đăng tải trên báo chí; khí độc đang tích tụ trong bầu khí quyển, đe dọa chính sự sống còn của chúng ta. Nhưng chúng ta thậm chí không cần phải nhìn xa trông rộng đến như thế mới thấy được khổ đau. Ta có thể nhìn thấy khổ đau ngay xung quanh ta: nơi những bạn đồng nghiệp đang đau khổ vì ly dị, nơi những người thân của ta phải đối mặt với những căn bệnh thể chất hay tinh thần; nơi những bạn bè đã mất việc làm, và nơi hàng trăm con vật đang bị giết chết mỗi ngày vì không ai nhận nuôi, vì đi lạc hay bị bỏ rơi.

Nếu bạn muốn biết một tâm hồn từ bi có thể năng động đến mức nào, thì đây là một bài tập đơn giản có lẽ chỉ mất không quá 5 phút: Hãy ngồi xuống với một tờ giấy và cây bút, rồi liệt kê ra 10 vấn đề mà bạn mong muốn được giải quyết. Cho dù đó là những vấn đề trên bình diện toàn cầu hay đang xảy ra bên cạnh nhà bạn, điều đó không quan trọng. Bạn không cần nghĩ đến các giải pháp. Chỉ liệt kê ra mà thôi.

Công việc liệt kê đơn giản này sẽ làm thay đổi thái độ của bạn một cách đáng kể. Nó sẽ đánh thức tâm từ bi tự nhiên vốn có nơi bạn.

TỪ BI CÓ NGHĨA LÀ GÌ?

Nếu phải liệt kê ra những người mà ta không ưa... chúng ta sẽ tìm thấy rất nhiều điều về những khía cạnh của chính mình mà ta không dám đối diện.

Ngài Pema Chodron

Bắt đầu từ đây
(Start Where You Are)

Gần đây, một đệ tử của tôi nói anh nghĩ rằng "từ bi" là một từ ngữ lạnh lùng, nghe có vẻ quá xa cách và mang tính học thuật, rất giống với một bài tập học tội nghiệp người khác trên bình diện tri thức. Anh ta hỏi, tại sao không dùng một từ ngữ đơn sơ hơn, trực tiếp hơn, như "yêu thương" chẳng hạn?

Có một vài lý do chính đáng giải thích tại sao người Phật tử dùng chữ "từ bi" thay vì một chữ đơn sơ hơn như là "yêu thương". Từ ngữ yêu thương quá gắn liền với những phản ứng tâm lý, cảm xúc và sinh lý kết hợp với dục vọng, đến mức có nguy cơ liên kết khía cạnh rộng mở tâm hồn mà ta đang nói đến với sự củng cố cái ảo giác nhị nguyên về "ta" và "người khác", chẳng hạn như khi nói "anh yêu em" hay "tôi thích cái đó". Những câu như vậy có một hàm ý sự lệ thuộc vào đối tượng được yêu và một sự nhấn mạnh đến những lợi ích cá nhân trong việc "yêu" và "được yêu". Tất nhiên là cũng có những điển hình thương yêu vượt trên lợi ích cá nhân để bao hàm ý nguyện làm lợi ích cho người khác, như tình thương cha mẹ đối với con cái. Hầu hết các bậc cha mẹ hẳn sẽ đồng ý là tình thương của họ đối với con cái có tính chất hy sinh nhiều hơn là [kỳ vọng] sự báo đáp cho bản thân.

Dù vậy, thông thường thì cụm từ "từ bi" có tác dụng như tấm bảng "dừng lại" bằng ngôn ngữ. Nó khiến ta phải dừng lại và suy nghĩ về mối quan hệ giữa ta với người khác. Theo Phật giáo, "từ" là tâm nguyện mong cho tất cả chúng sinh hữu tình - ngay cả những chúng sinh mà ta không ưa - có thể có được sự an vui tự tại mà chính ta mong muốn cho bản thân mình: một sự thừa nhận rằng tất cả chúng ta đều có cùng những nhu cầu và mong muốn như nhau; sự khao khát được sống một đời bình an, không sợ khổ đau hay tai ương. Ngay cả con kiến hay con gián cũng có cùng những nhu cầu và sự sợ hãi giống như loài người. Là những chúng sinh hữu tình, tất cả chúng ta đều giống nhau; chúng ta đều là thân quyến của nhau. Tâm từ ngụ ý thách thức chúng ta phải phát triển nhận thức về tâm từ mẫn như trên hay tính chất "đồng hội đồng thuyền" với tất cả chúng sinh trên bình diện cảm xúc và ngay cả hành vi, chứ không duy trì nó chỉ như một khái niệm tri thức.

Tâm bi dùng năng lực này để xem mọi chúng sinh khác như chính mình, thậm chí ở mức độ còn sâu xa hơn. Ý nghĩa cơ bản của từ này là sự "đồng cảm", một nhận thức rằng những gì bạn cảm nhận thì tôi cũng cảm nhận. Bất kỳ điều gì làm bạn tổn thương cũng làm tôi tổn thương. Bất kỳ điều gì hữu ích cho bạn cũng hữu ích cho tôi. Trong Phật giáo, tâm bi là sự đặt mình hoàn toàn vào vị trí người khác [để cảm thông] và sẵn lòng giúp đỡ họ bằng mọi cách.

Hãy xem xét điều này một cách thực tiễn. Chẳng hạn, nếu bạn nói dối với ai đó, bạn thực sự đã làm hại ai? Đó là chính bạn. Bạn đeo mang gánh nặng vì phải luôn ghi nhớ lời gian dối đã nói ra, phải che giấu mọi dấu vết, và có thể phải thêu dệt hàng loạt những lời nói dối khác để cho lời nói dối đầu tiên không bị phát giác. Hoặc giả sử bạn lấy trộm một vật gì đó trong văn phòng hay một nơi nào khác, ngay cả vật nhỏ nhặt như một cây bút. Hãy nghĩ đến tất cả những việc lớn nhỏ bạn phải làm để che giấu hành vi của mình. Nhưng bất kể bạn đã hao tổn biết bao sức lực để che giấu việc mình làm, hầu như bạn cũng không thể tránh khỏi việc sẽ bị lật tẩy. Bạn không cách nào có thể che giấu tất cả mọi chi tiết. Vì thế, cuối cùng thì tất cả những gì bạn làm trong thực tế tiêu phí đi rất nhiều thời gian và nỗ lực mà lẽ ra bạn đã có thể dùng để làm một việc gì đó có lợi hơn.

Tâm bi là sự nhìn nhận một cách thiết yếu rằng tất cả mọi người, mọi vật đều là một sự phản chiếu của tất cả mọi người, mọi vật khác. Kinh Hoa Nghiêm đã mô tả vũ trụ như một mạng lưới vô tận được hiện ra do ý muốn của vua trời Đế Thích. Ở mỗi mắt lưới trong mạng lưới vô tận này đều có đính một viên ngọc quý chói sáng với vô số mặt; mỗi mặt đều phản chiếu tất cả các mặt của hết thảy mọi viên ngọc khác trong mạng lưới. Vì chính mạng lưới này cũng như số lượng các viên ngọc quý và số mặt của mỗi viên ngọc đều là vô tận, nên số hình ảnh phản chiếu cũng là vô tận. Khi bất kỳ viên ngọc nào trong mạng lưới vô tận này có sự thay đổi theo bất cứ cách nào, thì tất cả các viên ngọc khác trong mạng lưới cũng đều thay đổi.

Câu chuyện lưới trời Đế Thích này là một sự giải thích đầy thi vị về những mối liên hệ đôi khi bí ẩn mà chúng ta quan sát thấy giữa những sự kiện có vẻ như không liên quan gì đến nhau. Một số đệ tử của tôi vừa kể lại là có rất nhiều nhà khoa học hiện đại đã từ lâu nhức đầu với vấn đề những mối liên hệ - hay những rối rắm, theo cách nói của các nhà vật lý học - giữa các hạt thật khó hiểu với đầu óc con người hay thật khó nhìn thấy với kính hiển vi. Có vẻ như những thí nghiệm với các hạt hạ nguyên tử được thực hiện từ mấy mươi năm qua đã gợi ý rằng, bất kỳ những sự vật nào đã có sự liên kết với nhau vào một thời điểm nào đó, thì sự liên kết ấy sẽ được duy trì mãi mãi.

Giống như những viên ngọc trong lưới trời Đế Thích, bất kỳ điều gì gây tác động lên một trong các hạt hạ nguyên tử nhỏ bé này cũng sẽ tự nhiên tác động lên hạt khác, bất kể là chúng cách xa nhau đến mức nào về thời gian hoặc không gian. Và bởi vì một trong các lý thuyết hiện nay của vật lý học hiện đại cho rằng tất cả vật chất đều kết nối với nhau như một điểm duy nhất vào thời điểm xảy ra "vụ nổ lớn" (big bang) đã tạo ra vũ trụ, cho nên về mặt lý thuyết thì rất có khả năng - tuy vẫn còn chưa được chứng minh - là bất kỳ điều gì tác động đến một hạt trong vũ trụ cũng tác động lên toàn thể các hạt khác.

Sự tương quan tương giao sâu sắc được nêu ra trong câu chuyện lưới trời Đế Thích cho dù hiện nay chỉ là một thí dụ tương tự với lý thuyết khoa học hiện đại, nhưng có thể một ngày nào đó rồi sẽ trở thành một thực tế khoa học. Và khả năng có thể này, đến lượt nó lại sẽ chuyển hóa toàn bộ ý tưởng nuôi dưỡng tâm từ bi từ một ý niệm tốt đẹp trở thành một vấn đề có tầm vóc làm thay đổi cả một đời người. Chỉ qua việc thay đổi cách nhìn của mình, chúng ta không những có thể chuyển hóa được những kinh nghiệm cá nhân mà còn có thể làm thay đổi cả thế giới.

TỪ TỪ MÀ ĐI

Hãy thoát khỏi
mọi bám víu vào kinh nghiệm.

Ngài Gyalwang Karmapa Đời thứ 9
Đại thủ ấn: Liễu nghĩa hải
(Mahamudra: The Ocean of Definitive Meaning)
Elizabeth M. Callahan dịch sang Anh ngữ

Việc tu tập tâm từ bi phải được thực hiện một cách tuần tự, từ từ. Nếu không ta rất dễ gánh vác quá nhiều và quá sớm, một khuynh hướng như trong câu chuyện thí dụ cảnh giác sau đây mà tôi được nghe khi bắt đầu giai đoạn tu học này. Câu chuyện liên quan đến ngài Milarepa mà ai cũng xem như một trong những bậc thầy giác ngộ vĩ đại nhất Tây Tạng. Ngài thường giáo hóa chủ yếu thông qua những bài ca hay bài thơ ứng tác. Lúc sinh thời, ngài Milarepa du hành rất nhiều và một hôm, đến một thôn ấp nọ, ngài ngồi xuống ca hát. Một trong những người làng nghe được bài ca của ngài và bị cuốn hút hoàn toàn vào ý tưởng buông bỏ tất cả những gì ông vốn ưa thích để sống cuộc đời ẩn sĩ, hầu đạt đến giác ngộ càng sớm càng tốt và để cứu độ thật nhiều chúng sinh theo khả năng của mình trong những năm còn lại của đời sống.

Khi ông thưa với ngài Milarepa về quyết định ấy, ngài dịu dàng khuyên ông rằng, tốt hơn là ông nên ở lại nhà và bắt đầu thực hành tâm từ bi một cách tuần tự hơn. Nhưng người này nhất định muốn xả bỏ tất cả ngay lập tức và bỏ ngoài tai lời khuyên của ngài Milarepa. Ông vụt chạy về nhà, luống cuống phân phát tất cả những gì ông sở hữu và luôn cả căn nhà nữa. Ông xếp một, hai vật dụng cần thiết vào một chiếc khăn quàng mang theo rồi bỏ nhà lên núi, tìm một cái động và ngồi xuống thiền ngay, tuy chưa hề thực tập bao giờ và cũng chưa từng có thời gian nào học cách thiền. Ba ngày sau, người đàn ông đáng thương này đói lả, kiệt sức và lạnh cóng. Sau năm ngày nhịn đói và khổ sở, ông muốn quay về nhà nhưng quá ngượng ngùng nên không dám. Ông nghĩ: Ta đã quá huyênh hoang khi tuyên bố xả bỏ tất cả để ngồi thiền, thế mà mới 5 ngày đã trở về thì người ta sẽ nghĩ gì về ta?

Nhưng đến cuối ngày thứ 7 thì ông không thể tiếp tục chịu đựng lạnh giá và đói khát được nữa nên trở về làng. Ông ngượng ngùng đi từng nhà hàng xóm và xin lại những gì ông đã cho họ. Những người này hoàn trả lại cho ông tất cả mọi thứ. Sau khi ổn định trở lại rồi, ông tìm đến ngài Milarepa và rất khiêm cung, ông xin được học thiền quán từ vỡ lòng. Nhờ con đường tuần tự mà ngài Milarepa chỉ dạy, cuối cùng ông trở thành một thiền sư với đầy đủ trí tuệ và từ bi, làm lợi ích cho rất nhiều người.

Tất nhiên, bài học phải rút tỉa từ câu chuyện này là phải chống lại sự thôi thúc của ý muốn lao vào việc tu tập và mong đợi những kết quả tức thời. Bởi vì cái nhìn nhị nguyên phân biệt giữa "ta" và "người khác" không phải chỉ phát triển trong ngày một ngày hai, nên chúng ta không thể kỳ vọng việc khắc phục được nó ngay tức khắc. Nếu gấp gáp lao vào con đường thực hành từ bi, thì giỏi lắm ta cũng sẽ giống như người dân làng nọ đã hối hả xả bỏ tất cả tài sản của mình. Trong trường hợp xấu nhất thì bạn sẽ khởi tâm hối tiếc vì đã làm việc thiện và tự tạo cho mình một chướng ngại tâm lý phải mất nhiều năm mới vượt qua được.

Cha tôi và những bậc thầy khác đã nhiều lần ấn sâu sự thật này vào đầu tôi. Nếu bước trên con đường tuần tự, cuộc đời bạn có thể sẽ không thay đổi gì ngay hôm sau, tuần sau hay thậm chí cả tháng sau nữa. Nhưng khi đã trải qua một hay nhiều năm, nhìn lại bạn sẽ thấy có sự thay đổi. Bạn sẽ thấy quanh mình là những bằng hữu đầy lòng thương yêu và sẵn sàng giúp đỡ. Khi có sự xung đột với người khác, lời nói và hành vi của họ sẽ không có vẻ đe dọa như xưa kia. Những khổ đau mà thỉnh thoảng bạn phải gánh chịu sẽ dễ giải quyết hơn, có một tầm vóc thực tế hơn, có khi còn giảm bớt sự nghiêm trọng hơn so với những gì mà người khác xung quanh bạn có thể đang phải trải qua.

Theo như tôi đã học thì con đường tuần tự để phát triển tâm từ bi đối với người khác được chia làm ba cấp độ, mỗi cấp độ được thực tập trong nhiều tháng - tương tự như học sinh phải học những bài toán cơ bản - trước khi tiến lên cấp độ cao hơn.

Cấp độ thứ nhất dạy ta làm thế nào để phát triển một thái độ từ bi đối với chính mình và với những chúng sinh gần gũi quanh mình.

Cấp độ thứ hai chú trọng đến việc phát triển tâm từ vô lượng và tâm bi vô lượng đối với tất cả chúng sinh.

Cấp độ thứ ba dạy ta nuôi dưỡng tâm Bồ-đề.

Thật ra, tâm Bồ-đề cũng có 2 loại, hoặc hai cấp độ: *tâm Bồ-đề tuyệt đối* và *tâm Bồ-đề tương đối*. Tâm Bồ-đề tuyệt đối là sự nhìn nhận một cách tự nhiên rằng tất cả chúng sinh hữu tình, bất luận hành vi hay bề ngoài của họ như thế nào, đều vốn sẵn tính giác ngộ hoàn toàn. Thường thì phải tu tập rất nhiều mới đạt đến cấp độ hiểu biết tự nhiên như thế. Tâm Bồ-đề tương đối là sự nuôi dưỡng tâm nguyện mong cho tất cả chúng sinh đều được thoát khổ thông qua việc nhận biết bản thể chân thật của họ, và bắt tay hành động để hoàn thành tâm nguyện ấy.

CẤP ĐỘ THỨ NHẤT

Khi nghĩ đến một tử tội...
hãy hình dung người ấy là mình.

Patrul Rinpoché
Lời vàng của Thầy tôi
(The Words of My Perfect Teacher)
Nhóm phiên dịch Padmakara dịch sang Anh ngữ

Thiền quán về tâm từ bi có nhiều điểm tương đồng với phép *thiền chỉ* mà chúng ta đã đề cập. Khác biệt chính là sự lựa chọn đối tượng để hướng sự chú tâm vào và phương pháp được dùng để tạo sự chú tâm. Một trong những bài học quan trọng nhất mà tôi được học trong những năm chính thức tu tập là mỗi khi tôi ngăn chặn tâm từ bi, vốn là một phẩm chất tự nhiên của tâm, thì chắc chắn tôi sẽ cảm thấy mình nhỏ bé, yếu ớt và sợ sệt.

Chúng ta rất dễ rơi vào ý tưởng rằng mình là người duy nhất chịu khổ đau, trong khi người khác thì được miễn trừ theo một cách nào đó, như thể từ bẩm sinh họ đã sẵn có một sự hiểu biết đặc biệt về cách sống hạnh phúc, là điều mà ta chưa bao giờ có được, hoàn toàn chỉ do sự ngẫu nhiên nào đó trong vũ trụ. Khi suy nghĩ như thế, chúng ta làm cho những bất ổn của riêng mình có vẻ như lớn lao hơn so với thực tiễn.

Tôi cũng đã từng phạm lỗi khi tin vào ý tưởng như trên, giống như bất kỳ ai khác, và kết quả là tôi để mình trở nên cách biệt, vướng mắc vào một lối suy nghĩ nhị nguyên, đem “cái tôi” yếu đuối, dễ tổn thương và đầy sợ sệt của mình ra chống lại tất cả mọi người khác trên thế giới này, những người mà tôi cho là an toàn, hạnh phúc và mạnh mẽ hơn tôi nhiều. Uy lực khống chế mà tôi ngu ngốc tin rằng người khác đang áp đặt lên tôi đã biến thành một mối đe dọa khủng khiếp cho sự an vui của tôi. Tôi tưởng rằng bất cứ lúc nào cũng có ai đó luôn tìm được cách phá hủy chút cảm giác an toàn và hạnh phúc mà tôi đã cố gắng đạt được.

Sau thời gian làm việc chung với người khác trong nhiều năm, tôi mới phát hiện rằng mình không phải người duy nhất có cảm giác ấy. Một phần nào đó trong bộ não bò sát cổ xưa của chúng ta luôn tức thời thẩm định xem người đứng trước mặt ta là bạn hay thù. Lối nhận thức này dần dần lan đến ngay cả những vật thể vô tình, cho đến khi tất cả mọi vật - một cái máy vi tính, một cầu chì nổ hay ánh đèn nhấp nháy trên máy trả lời điện thoại - đều có vẻ gì đó như đe dọa.

Tuy nhiên khi bắt đầu tu tập thiền quán về tâm từ bi, tôi thấy cảm giác cách biệt dần giảm đi và đồng thời cảm thấy mình ngày càng mạnh mẽ hơn. Những tình huống mà xưa kia tôi chỉ thấy toàn bất ổn, nay tôi bắt đầu thấy được giải pháp. Những tình huống mà xưa kia tôi thấy hạnh phúc của riêng tôi quan trọng hơn hạnh phúc của người khác, nay tôi bắt đầu thấy được niềm an vui của người khác chính là nền tảng cho sự an tĩnh của tâm hồn tôi.

Theo như tôi đã học thì sự phát triển tâm từ bi bắt đầu bằng cách học biết được giá trị của chính mình. Đây là một bài học rất khó, nhất là đối với những người được giáo dục trong những nền văn hóa vốn thường nhấn mạnh lên sự yếu đuối của mỗi cá nhân hơn là sức mạnh của họ. Đây không phải là một vấn đề cá biệt của các xã hội Âu Tây. Sự phát triển một khuynh hướng từ bi đối với chính mình đã thực sự cứu sống tôi trong năm đầu tiên nhập thất. Hẳn là tôi đã không bao giờ dám ra khỏi phòng nếu như không làm hòa được với bản thể chân thật của mình, nhìn sâu vào tự tâm và thấy được sức mạnh thực sự thay vì là sự yếu đuối mà tôi luôn ngỡ là ngự trị trong ấy.

Một trong những điều hữu ích cho tôi khi ngồi một mình trong phòng là nhớ đến việc tiếng Phạn dùng chữ *purusha* để chỉ con người, vốn mang nghĩa cơ bản là "một cái gì có sức mạnh". Là con người nghĩa là ta có sức mạnh, cụ thể là sức mạnh để thành tựu bất cứ điều gì ta muốn. Và những gì ta muốn lại chính là sự thôi thúc cơ bản nhất về mặt sinh học, đó là được hạnh phúc và tránh khổ đau.

Vì thế, trong giai đoạn khởi đầu thì sự phát triển tâm từ bi có nghĩa là dùng chính bản thân mình làm đối tượng thiền quán. Phương pháp dễ nhất là một kiểu cải biến của "phương pháp máy quét" đã mô tả ở phần trước. Nếu bạn đang hành trì chính thức theo thời khóa, hãy cố hết sức để áp dụng thế ngồi 7 điểm. Nếu không được, chỉ cần giữ lưng thật thẳng và thư giãn, quân bình toàn thân, để tâm buông thư trong trạng thái tỉnh giác đơn thuần.

Sau một thời gian ngắn để tâm buông thư trong thiền quán không đối tượng, hãy thực hiện nhanh một "bài tập rà quét", tuần tự quan sát khắp thân thể bạn. Cùng lúc đó, một cách ôn hòa, hãy nhận biết rằng có được thân người đã là một điều quá tốt đẹp rồi, huống gì còn có một tâm thức có khả năng để nhận biết từng phần của nó. Hãy để mình nhận biết chính những sự thật hết sức cơ bản về sự hiện hữu của bạn đã là điều thực sự tuyệt diệu biết bao, và có được món quà lớn là cả thân lẫn tâm này, thật là một diễm phúc to lớn biết bao. Hãy giữ yên sự nhận biết này một lúc, rồi nhẹ nhàng khởi lên ý nghĩ này: "Giá như lúc nào tôi cũng có thể được tận hưởng cảm nhận như thế này về sự tốt đẹp cơ bản thì thật là tuyệt! Giá như lúc nào tôi cũng có thể được tận hưởng cảm giác khoan khoái này với tất cả những nhân duyên giúp tôi được hạnh phúc, an bình và tốt đẹp thì hay biết bao!"

Rồi để cho tâm an trụ, rộng mở và thư giãn. Đừng cố kéo dài phép tu tập này quá 3 phút nếu bạn đang hành trì theo thời khóa, hay quá vài giây trong những lúc thực tập ngoài thời khóa. Điều rất quan trọng là phải thực tập trong những quãng thời gian ngắn, xen vào đó là để tâm buông thư. Những quãng thời gian thực tập ngắn theo sau là sự buông thư tâm ý sẽ giúp cho sự tỉnh giác mới hình thành được ổn định, hay nói theo ngôn ngữ khoa học Âu Tây là giúp cho bộ não của bạn có cơ hội thiết lập những mô thức mới mà không bị chôn vùi trong những câu chuyện gẫu cũ rích của các nơron. Nói một cách đơn giản, khi bạn dừng sự thực tập [và buông thư tâm] là lúc bạn tạo cơ hội để những hiệu quả của sự thực tập ấy tràn ngập trong tâm hồn bạn thành một dòng thác lũ của những cảm giác thiện lành.

Một khi bạn đã phần nào quen thuộc với ước muốn được hạnh phúc của chính mình, thì việc mở rộng sự tỉnh giác đó đến các chúng sinh khác xung quanh bạn - loài người, thú vật và cả côn trùng - sẽ trở nên dễ dàng hơn nhiều. Sự tu tập tâm từ bi hướng đến người khác cốt yếu là nuôi dưỡng nhận thức rằng tất cả mọi sinh vật đều muốn cảm thấy mình toàn vẹn, an toàn và hạnh phúc. Bạn không cần làm gì khác hơn là luôn ghi nhớ rằng, bất kỳ điều gì đang diễn ra trong đầu người khác cũng là điều đang diễn ra trong đầu bạn. Khi bạn nhớ đến điều này, bạn sẽ thấy rằng không có lý do gì phải sợ sệt bất kỳ con người hay sự vật nào. Lý do duy nhất làm bạn sợ sệt là khi bạn không nhận biết được rằng bất kỳ con người hay sinh vật nào mà bạn đang đối mặt cũng đều giống như bạn: một hữu tình chỉ muốn được hạnh phúc và thoát khỏi khổ đau.

Các bản văn Phật giáo cổ điển dạy rằng, trước hết ta nên chọn mẹ của mình làm đối tượng thiền quán, vì mẹ là người đã đối xử tốt với ta không ai sánh được. Mẹ mang ta trong bụng, đưa ta vào đời, nuôi nấng ta, dạy dỗ ta trong những năm đầu đời, thường là với sự hy sinh lớn lao của chính bản thân người. Tôi biết rằng nhiều người sống trong các nền văn hóa Tây phương không phải bao giờ cũng có được những liên hệ thương yêu trìu mến với cha mẹ. Trong trường hợp đó thì việc dùng cha hay mẹ làm đối tượng thiền quán hẳn sẽ không thực tiễn lắm. Chúng ta hoàn toàn có thể chọn một đối tượng khác, thí dụ một người họ hàng đặc biệt tốt bụng, một người thầy, một người bạn thân hay một đứa bé. Một số người chọn quán niệm một con thú nuôi trong nhà. Đối tượng thiền quán thật ra không quan trọng, điều quan trọng là nhẹ nhàng chú tâm đến một người hay một vật gợi được cho bạn một cảm giác trìu mến hay ấm cúng thật sâu sắc.

Khi bạn chọn việc thiền quán tâm từ bi như một pháp hành trì chính thức, hãy bắt đầu bằng thế ngồi 7 điểm, hay ít nhất (như khi ngồi trên xe buýt hay xe lửa chẳng hạn) cũng là ngồi thẳng lưng và buông thư toàn thân một cách tự nhiên. Cũng giống như bất kỳ pháp thiền nào khác, một khi đã giữ thân an ổn rồi thì bước tiếp theo là đơn giản để cho tâm buông thư tự nhiên trong chốc lát và buông bỏ tất cả những điều bạn đang suy nghĩ. Hãy để tâm mình thở ra một hơi dài nhẹ nhõm, thế thôi.

Sau khi an trụ tâm một lúc trong chánh niệm không đối tượng, nhẹ nhàng hướng ý thức của mình đến một người bạn cảm thấy dễ thương, dễ mến, dễ quan tâm nhất. Đừng ngạc nhiên nếu hình ảnh của một người hay một vật mà bạn không cố ý chọn lại hiện ra một cách mạnh mẽ hơn là đối tượng mà bạn đã chọn để quán niệm. Điều này xảy ra thường là hoàn toàn tự nhiên. Một trong các đệ tử của tôi đã bắt đầu thời khóa tu tập thiền với ý định quán niệm bà của mình, vốn rất tốt với anh ta lúc còn nhỏ, nhưng hình ảnh liên tục hiện ra trong đầu anh lại là một con thỏ anh ta nuôi lúc còn bé thơ. Đây chỉ là một điển hình về cách thức mà trí tuệ tự nhiên của tâm tự biểu lộ. Đúng vậy, anh ta đã có rất nhiều kỷ niệm đẹp với con thỏ, và khi cuối cùng anh đầu hàng trước những kỷ niệm này thì sự hành trì trở nên rất dễ dàng.

Có khi bạn thấy tâm thức phát sinh một cách tự nhiên hình ảnh của một kỷ niệm đẹp đã chia sẻ với ai đó, thay vì một hình ảnh trừu tượng hơn của người mà bạn đã chọn làm đối tượng thiền quán. Điều này cũng tốt. Điều quan trọng trong việc nuôi dưỡng tâm từ bi là để cho mình trải nghiệm tình cảm chân thật của sự đầm ấm, thương yêu, trìu mến.

Trong tiến trình tu tập, hãy để cái cảm giác đầm ấm, trìu mến ấy lắng sâu vào tâm, như một hạt giống được vùi trong lòng đất, và xen kẽ vào đó là việc để tâm buông thư chừng vài ba phút trong trạng thái thiền không đối tượng. Khi xen kẽ hai trạng thái này với nhau, hãy mong ước rằng đối tượng mà bạn đang quán niệm sẽ trải nghiệm được cùng một cảm giác rộng mở và đầm ấm mà bạn cảm thấy đối với họ.

Sau khi thực hành như thế một thời gian, bạn đã sẵn sàng để tiến xa hơn một chút. Hãy bắt đầu như trước, ngồi đúng tư thế và buông thư tâm trong trạng thái thiền không đối tượng một lúc, rồi hướng tâm vào đối tượng lòng từ bi của bạn. Một khi đã định tâm vào đối tượng quán niệm, có vài cách để bạn tiếp tục. Cách thứ nhất là quán tưởng đối tượng mình chọn đang ở trong một tình trạng bi thảm và đau đớn. Dĩ nhiên, nếu đối tượng ấy vốn đang chịu đau đớn, buồn khổ thì bạn chỉ cần chú tâm đến hoàn cảnh hiện tại của họ. Trong cả hai trường hợp, hình ảnh [của đối tượng mà] bạn khởi lên trong tâm sẽ làm phát sinh một cách tự nhiên tình yêu thương, đồng cảm sâu sắc, và một tâm nguyện mãnh liệt mong muốn giúp đỡ. Việc nghĩ đến một người hay vật mà bạn yêu thương đang trong hoàn cảnh khổ đau có thể làm rạn vỡ tim bạn. Nhưng một con tim rạn vỡ là một con tim mở rộng. Mỗi lần tim rạn vỡ là một cơ hội để tình thương và lòng bi mẫn ngập tràn trong lòng bạn.

Cách thứ hai là nhẹ nhàng chú tâm đến đối tượng đã chọn và đồng thời tự hỏi: "Ta muốn được hạnh phúc đến mức nào? Và ta muốn né tránh khổ đau đến mức nào?" Hãy nghĩ đến hai vấn đề này càng cụ thể càng tốt. Thí dụ, nếu bạn bị buộc phải ở trong một chỗ nóng đến ngộp thở, bạn có muốn đến một chỗ mát mẻ, thoáng khí hơn không? Nếu bạn cảm giác đau đớn trong người, bạn có muốn hết đau không? Khi bạn nghĩ đến câu trả lời của mình, hãy dần dần chuyển sự chú ý đến đối tượng đã chọn và quán tưởng việc họ sẽ cảm thấy thế nào trong trường hợp ấy. Thực tập như thế không những sẽ mở rộng trái tim bạn đối với những hữu tình khác, mà đồng thời sẽ làm tan biến đi sự đồng nhất của bạn với bất kỳ nỗi khổ niềm đau nào mà bạn đang chịu đựng vào lúc đó.

Nuôi dưỡng tâm từ bi đối với những người bạn đã từng quen biết và quan tâm đến không phải là một điều quá khó, vì thậm chí cả khi bạn có muốn bóp cổ họ vì quá ngu xuẩn hay cứng đầu, thì căn bản là bạn vẫn yêu thương họ. Nhưng sẽ khó khăn hơn đôi chút nếu bạn phải nới rộng cùng một cảm giác đầm ấm và thân thuộc ấy đến với những người không quen biết, và thậm chí còn khó khăn hơn nữa đối với những người bạn thật lòng không ưa thích.

Cách đây ít lâu tôi được nghe câu chuyện về một người đàn ông và một người đàn bà sống ở Trung Hoa, có lẽ vào khoảng bốn, năm mươi năm về trước. Lúc ấy họ mới cưới nhau, và khi cô dâu mới về nhà chồng, cô lập tức tranh cãi với bà mẹ chồng về những chuyện nhỏ nhặt liên quan đến việc coi sóc nhà cửa. Dần dà, họ khắc kỵ nhau đến nỗi mẹ chồng nàng dâu không còn muốn nhìn mặt nhau nữa. Cô con dâu xem bà mẹ chồng như một mụ phù thủy già nhiễu sự, trong khi bà mẹ chồng thì thấy cô con dâu trẻ là một con bé cao ngạo, không biết kính trọng bậc trưởng thượng.

Không có một nguyên nhân thực sự nào để họ có thể giận ghét nhau tới mức đó. Nhưng cuối cùng cô con dâu quá giận ghét đến nỗi quyết định tìm cách trừ khử bà mẹ chồng. Cô tìm gặp một thầy lang và hỏi mua thuốc độc để cho vào thức ăn của bà mẹ chồng.

Sau khi nghe cô phàn nàn than trách, ông thầy lang đồng ý bán thuốc độc cho cô. Nhưng ông cảnh cáo:

- Nếu tôi bán cho cô một loại thuốc độc cực mạnh có hiệu quả lập tức, mọi người sẽ biết ngay cô là thủ phạm đầu độc, và họ cũng sẽ tìm ra tôi là người bán thuốc cho cô. Điều đó sẽ không tốt cho cả hai chúng ta. Vì thế, tôi sẽ bán cho cô một loại thuốc độc thật nhẹ với tác dụng từ từ, để bà ta không chết ngay lập tức.

Ông cũng dặn cô là trong thời gian đầu độc bà mẹ chồng, cô phải hết sức tử tế với bà. Ông khuyên rằng:

- Hãy tươi cười khi dọn thức ăn lên cho bà. Chúc bà ăn ngon miệng, và hỏi bà có muốn thêm gì khác không, để cô đem lên. Hãy thật dịu dàng khiêm tốn, như thế sẽ không ai nghi ngờ cô sau này.

Cô con dâu đồng ý và đem thuốc độc về nhà. Ngay chiều hôm ấy, cô bỏ thuốc độc vào thức ăn của bà mẹ chồng và rất lễ phép, mời bà dùng. Sau một vài ngày, trước sự lễ độ của con dâu, bà mẹ chồng bắt đầu thay đổi cách nhìn về cô con dâu. Bà nghĩ:

- Có lẽ nó không quá cao ngạo như ta tưởng. Có lẽ ta đã nghĩ sai về nó.

Dần dần, bà bắt đầu đối xử dễ chịu hơn với con dâu, khen cô nấu ăn ngon và khéo thu xếp việc nhà, thậm chí họ còn trao đổi vài câu chuyện gẫu và những chuyện khôi hài nữa.

Vì thái độ và cách cư xử của bà mẹ chồng thay đổi nên dĩ nhiên, cô con dâu cũng thay đổi theo. Vài ngày sau cô cũng bắt đầu tự nghĩ:

- Có lẽ mẹ chồng ta không xấu như ta tưởng. Thật ra bà cũng dễ thương đấy chứ!

Họ tiếp tục như thế trong khoảng một tháng, cho đến khi hai người đàn bà trở nên rất thân thiện với nhau. Họ thân nhau đến nỗi cô con dâu thôi không đầu độc mẹ chồng nữa, và cô bắt đầu lo lắng vì trước đó đã bỏ quá nhiều thuốc độc trong mọi bữa ăn nên chắc rằng thế nào bà cũng sẽ chết.

Cô vội trở lại gặp ông thầy lang và nói :

- Cháu sai rồi! Mẹ chồng của cháu thật ra là người rất dễ mến! Lẽ ra cháu không nên đầu độc bà. Xin ông giúp cháu và cho cháu một liều thuốc giải độc!

Ông thầy lang ngồi yên lặng một lúc sau khi nghe cô nói, rồi bảo:

- Tôi thật lấy làm tiếc, nhưng bây giờ thì tôi không thể giúp gì cho cô được. Tôi không có thuốc giải độc.

Nghe thế, cô con dâu hoảng hốt òa lên khóc. Cô thề sẽ kết liễu đời mình. Ông thầy lang hỏi:

- Tại sao cô lại muốn tự sát chứ?

Cô con dâu trả lời :

- Vì cháu đã đầu độc một người tốt như thế và bây giờ bà sắp chết. Cháu phải chết để tự trừng phạt mình vì đã làm một chuyện quá khủng khiếp!

Một lần nữa, ông thầy lang ngồi yên lặng một lúc rồi bỗng khúc khích cười. Cô con dâu hỏi:

- Đến nước này mà ông còn cười được sao?

Ông thầy lang đáp:

- Tôi cười vì cô không có gì phải lo cả. Không có thuốc giải độc, bởi vì ngay từ đầu tôi chưa từng bán thuốc độc cho cô. Tôi chỉ đưa cho cô một loại dược thảo vô hại.

Tôi thích câu chuyện này vì nó là một điển hình giản dị cho ta thấy rằng sự chuyển đổi tự nhiên của kinh nghiệm có thể xảy ra dễ dàng như thế nào. Ban đầu bà mẹ chồng và cô con dâu rất ghét nhau. Mỗi người đều thấy người kia hoàn toàn đáng ghét. Nhưng một khi họ thay đổi cách đối xử với nhau, họ bắt đầu nhìn nhau dưới một ánh sáng khác. Mỗi người đều thấy người kia vốn thật là người tốt, và cuối cùng trở nên thân thiết với nhau. Thật ra con người họ không có gì thay đổi cả. Điều duy nhất đã thay đổi là cách nhìn của họ.

Điều thú vị trong những câu chuyện như thế là nó buộc ta phải thấy ra rằng, những ấn tượng ban đầu của ta về người khác có thể sai lầm hay ngộ nhận. Không có lý do gì để mang mặc cảm tội lỗi về những lầm lẫn ấy; chúng chỉ là hệ quả của vô minh. Và may thay, đức Phật đã chỉ dạy một pháp thiền quán không những giúp sửa chữa những sai lầm như thế, mà còn ngăn ngừa chúng trong tương lai. Pháp thiền quán ấy có tên là *"hoán đổi ta và người"*, nói một cách giản dị là hình dung chính mình ở vào vị trí của một người hoặc một vật mà ta không ưa lắm.

Mặc dù sự tu tập pháp *"hoán đổi ta và người"* có thể được thực hiện bất cứ lúc nào và ở đâu, nhưng tốt hơn hết là ta nên học những nền tảng cơ bản của nó qua việc hành trì theo thời khóa. Việc hành trì theo thời khóa có phần giống với quá trình nạp điện vào điện thoại di động. Một khi pin điện thoại đã được nạp đầy, bạn có thể sử dụng trong một thời gian dài ở nhiều nơi và trong nhiều hoàn cảnh khác nhau. Tuy nhiên, cuối cùng thì điện thoại cũng sẽ hết pin, và bạn cần phải nạp điện lần nữa. Khác biệt chính yếu giữa việc nạp điện vào pin và việc nuôi dưỡng tâm từ bi là, cuối cùng thì nhờ vào việc tu tập theo thời khóa, thói quen ứng xử đầy lòng bi mẫn với người khác sẽ tạo ra một chuỗi những kết nối giữa các nơ-ron mà tự nó sẽ tồn tại mãi mãi và không mất đi những gì đã "nạp vào".

Như thường lệ, bước đầu tiên trong việc thiền tập theo thời khóa là ngồi đúng tư thế và để tâm thức buông thư trong một thời gian ngắn. Sau đó khởi tâm nghĩ đến một người hay vật mà bạn không thích. Đừng phê phán những gì bạn cảm nhận. Hãy để mình hoàn toàn được tự do cảm nhận. Chỉ cần buông bỏ đi những sự phê phán, phân biện là bạn sẽ có thể trải nghiệm được một mức độ mở rộng và trong sáng nhất định.

Bước tiếp theo là tự thừa nhận với chính mình rằng, bất kỳ điều gì [khó chịu] mà bạn cảm nhận - giận dữ, oán hờn, ganh tỵ hay tham ái - thì tự nó chính là nguyên do của bất kỳ sự đau khổ hay khó chịu nào mà bạn đang trải qua. Đối tượng đã khơi dậy những cảm xúc của bạn không phải là nguyên nhân gây đau khổ, mà đúng hơn chính là phản ứng tâm lý do bạn tự tạo ra đối với bất kỳ người hay sự vật nào mà bạn đang chú tâm đến.

Thí dụ, bạn có thể chú tâm đến một người đã từng nói ra với bạn những lời rất tàn nhẫn, chỉ trích hay khinh miệt, hay thậm chí nghĩ đến một người đã nói với bạn những lời hoàn toàn dối trá. Khi ấy, hãy tự mình nhận thức rằng, tất cả những gì đã xảy ra chỉ là, một người nào đó đã phát ra những âm thanh và bạn nghe được. Nếu bạn đã từng tu tập thiền quán niệm âm thanh, dẫu chỉ chút ít, khía cạnh *"hoán đổi ta và người"* này có thể sẽ quen thuộc đối với bạn.

Đến đây thì sẽ có 3 điều để chọn lựa.

Điều thứ nhất, cũng là điều có nhiều khả năng xảy ra nhất, là bạn để cho sự giận dữ, oán hờn hay mặc cảm tội lỗi chi phối bản thân mình.

Điều thứ hai (rất ít có khả năng xảy ra) là bạn suy nghĩ: "Lẽ ra ta nên tu tập pháp thiền quán âm thanh nhiều hơn."

Điều thứ ba là bạn tưởng tượng chính mình như người đã nói hay thực hiện bất kỳ điều gì làm tổn thương bạn. Hãy tự hỏi mình rằng, những gì mà người kia đã nói ra hay hành động có thực sự bị thôi thúc bởi ý muốn làm bạn tổn thương, hay họ chỉ muốn làm giảm bớt nỗi khổ đau hoặc sợ hãi của chính họ?

Trong rất nhiều trường hợp, bạn đã sẵn có câu trả lời. Có thể bạn đã nghe biết được về tình trạng sức khoẻ hay quan hệ của người ấy, hoặc một mối đe dọa nào đó đối với vị trí nghề nghiệp của họ. Nhưng ngay cả khi bạn không biết được những chi tiết cụ thể về hoàn cảnh của một người, nhưng nhờ vào sự tu tập phát triển lòng bi mẫn đối với chính mình và lan rộng đến người khác, bạn sẽ biết được rằng phía sau mọi hành vi của mỗi người chỉ có mỗi một động cơ duy nhất: khao khát được an toàn hay hạnh phúc. Và nếu có ai nói hay làm điều gì gây tổn thương cho bạn, đó chỉ là vì họ không cảm thấy an toàn hay hạnh phúc. Nói cách khác, họ đang sợ hãi.

Và bạn đã biết sự sợ hãi là thế nào rồi.

Nhận biết điều này về người khác là điểm cốt lõi của phép tu *"hoán đổi ta và người"*.

Một phương pháp khác để hoán đổi giữa mình và người khác là chọn lựa một đối tượng "trung tính" để chú tâm vào - một người hay một con vật mà bạn không trực tiếp quen biết, nhưng đã nghe biết được phần nào về sự khổ đau của họ. Bạn có thể hướng tâm về một em bé ở nước ngoài đang chết đói hay chết khát, hoặc một con thú sập bẫy và tuyệt vọng cắn đứt chân mình để cố thoát ra.

Những chúng sinh "trung tính" này đang chịu đựng đủ mọi sự đau đớn ngoài ý muốn và không thể tự bảo vệ hay trốn thoát. Thế nhưng, nỗi khổ đau mà họ đang chịu đựng và sự khao khát mãnh liệt muốn tự giải thoát khỏi khổ đau là điều rất dễ hiểu, vì bạn cũng có cùng một niềm khao khát cơ bản đó như họ. Vì vậy, tuy không quen biết nhưng bạn vẫn nhận biết được tâm trạng của họ và cảm nghiệm được niềm đau nỗi sợ của họ như thể là của chính bạn. Tôi sẵn sàng đánh cuộc là việc mở rộng tâm từ bi theo cách này - hướng đến những người bạn không ưa thích hay không quen biết - sẽ không làm cho bạn trở thành một con cừu già lười nhác và buồn chán.

CẤP ĐỘ THỨ HAI

Nguyện cho mọi chúng sinh đều đạt được hạnh phúc và gieo nhân hạnh phúc.

Tứ vô lượng tâm
(The Four Immeasurables)

Có một pháp thiền quán đặc biệt có thể giúp phát khởi tâm từ bi vô lượng. Ở Tây Tạng, pháp tu ấy được gọi là *tonglen*, có thể dịch là *"cho và nhận"*.

Tonglen thực sự là một phép tu khá dễ dàng, chỉ đòi hỏi sự kết hợp đơn giản giữa hơi thở và sự quán tưởng. Bước đầu tiên chỉ đơn giản là nhìn nhận rằng bạn muốn được vui tránh khổ bao nhiêu thì các chúng sinh khác cũng mong ước điều đó bấy nhiêu. Không cần thiết phải hình dung ra một chúng sinh cụ thể nào, mặc dù bạn cũng có thể bắt đầu bằng một hình dung cụ thể nếu thấy là hữu ích. Tuy nhiên, cuối cùng thì pháp tu *"cho và nhận"* này sẽ mở rộng vượt quá những gì bạn có thể hình dung để bao trùm tất cả chúng sinh - gồm cả thú vật, côn trùng và những chúng sinh ở các cảnh giới mà bạn không biết đến hoặc không có khả năng nhìn thấy.

Theo những gì tôi đã học thì điều quan trọng chỉ đơn giản là luôn nhớ rằng trong vũ trụ có vô lượng vô biên chúng sinh và khởi tâm suy nghĩ rằng: "Cũng như tôi muốn được hạnh phúc, mọi chúng sinh đều muốn được hạnh phúc. Cũng như tôi muốn tránh khổ đau, mọi chúng sinh đều muốn tránh khổ đau. Tôi chỉ là một con người, trong khi chúng sinh là vô số. Hạnh phúc của vô lượng chúng sinh quan trọng hơn hạnh phúc của riêng một người." Và khi bạn để cho những niệm tưởng này liên tục khởi lên trong tâm, bạn sẽ thực sự bắt đầu cảm thấy tự mình mong muốn mãnh liệt cho mọi người khác đều được thoát khổ.

Hãy bắt đầu bằng cách ngồi đúng tư thế và để tâm hoàn toàn buông thư trong chốc lát. Sau đó dùng hơi thở ra để gửi đến toàn thể chúng sinh hữu tình tất cả hạnh phúc của bạn và nhận lấy những khổ đau của họ. Khi bạn thở ra, hãy quán tưởng rằng tất cả hạnh phúc và lợi lạc mà bạn đạt được trong suốt cuộc đời mình đang tuôn tràn ra khỏi người bạn dưới dạng một luồng ánh sáng tinh khiết tỏa chiếu đến tất cả chúng sinh và tan hòa vào họ, thành tựu trọn vẹn tất cả các nhu cầu và xua tan tất cả mọi khổ đau của họ. Ngay khi bạn bắt đầu thở ra, hãy quán tưởng ánh sáng ấy lập tức chạm đến tất cả chúng sinh, và khi hơi thở ra của bạn vừa dứt thì ánh sáng ấy đã tan loãng vào người họ rồi. Khi bạn thở vào, tưởng tượng những nỗi khổ niềm đau của tất cả chúng sinh hữu tình dưới dạng một luồng ánh sáng có màu khói đen, mù mịt tràn vào mũi và tan loãng trong tim bạn.

Khi tiếp tục thực hành phép hành trì này, hãy tưởng tượng tất cả chúng sinh được giải thoát mọi khổ đau và ngập tràn hạnh phúc, khoái lạc. Sau khi thực hành như thế được một lúc, hãy để tâm buông thư. Sau đó lại bắt đầu tiến trình như cũ, luân phiên xen kẽ việc thực hành *tonglen* và an tĩnh tâm.

Bạn có thể ngồi thật thẳng lưng và đặt nhẹ hai nắm tay

trên đùi, nếu thấy tư thế này giúp bạn dễ quán tưởng hơn. Khi thở ra, mở các ngón tay và trượt nhẹ hai bàn tay xuống về phía đầu gối đồng thời quán tưởng luồng ánh sáng đang tỏa chiếu ra đến với tất cả chúng sinh. Khi bạn thở vào, trượt nhẹ hai bàn tay về chỗ cũ, bàn tay nhẹ nắm trở lại như thể đang kéo về ánh sáng có màu khói đen là những khổ đau của người khác rồi hòa tan nó vào người bạn.

Trong vũ trụ có quá nhiều loài chúng sinh khác nhau, chúng ta thậm chí không thể quán tưởng được hết, và càng không thể cứu giúp từng sinh linh một cách trực tiếp và tức thời. Nhưng thông qua phép tu *tonglen*, bạn mở rộng tâm hồn đến vô lượng chúng sinh và mong muốn mọi điều tốt đẹp cho họ. Kết quả cuối cùng là tâm bạn sẽ trong sáng hơn, an tĩnh hơn, tập trung và tỉnh giác hơn và bạn phát triển được khả năng giúp đỡ người khác bằng vô lượng phương cách, trực tiếp cũng như gián tiếp.

Có một câu chuyện cổ dân gian Tây Tạng minh họa sự lợi ích của tâm từ bi phổ quát này. Có một người dân du mục ngày ngày phải băng đèo vượt núi, nhưng không có giày để mang nên luôn chịu đau đớn vì chông gai đá sỏi. Trong lúc di chuyển như thế, ông bắt đầu thu lượm da của những con thú đã chết để trải lên những con đường núi, phủ lên đá sỏi và gai góc. Nhưng mặc dầu khổ công như thế, diện tích mặt đất trải da cũng chẳng được là bao. Cuối cùng ông chợt hiểu rằng chỉ cần một vài mảnh da nhỏ để làm một đôi giày, ông có thể đi hàng trăm dặm đường mà không chút đớn đau. Chỉ cần lấy da bọc đôi chân thì cũng giống như đã trải da lên khắp nơi trên mặt đất này.

Cũng thế, nếu bạn cố gắng hóa giải từng xung đột, từng cảm xúc hay từng vọng niệm mỗi khi chúng khởi sinh, bạn sẽ giống người dân du mục kia cố trải da trên toàn trái đất.

Nếu thay vào đó, bạn tu tập để phát triển một tâm thức từ mẫn và an bình, bạn có thể áp dụng cùng một giải pháp này cho tất cả mọi bất ổn trong cuộc đời bạn.

CẤP ĐỘ THỨ BA

Người nào đã đánh thức năng lực từ bi chân chính sẽ có khả năng đem thân khẩu ý của mình để phụng sự chúng sinh.

Ngài Jamgon Kongtrul

Liễu nghĩa cự
(The Torch of Certainty)

Judith Hanson dịch sang Anh ngữ

Việc tu tập tâm Bồ-đề - tâm giác ngộ - có thể thấy như là mầu nhiệm, vì khi bạn quyết định đối xử với mọi người như thể họ đã giác ngộ viên mãn, họ sẽ có khuynh hướng phản ứng theo cách tích cực hơn, tự tin hơn và ôn hòa hơn so với cung cách thông thường của họ. Nhưng thật ra không có gì là mầu nhiệm trong quá trình này cả. Bạn chỉ đơn giản là nhìn nhận và cư xử với mọi người trên bình diện tiềm năng trọn vẹn của họ, và họ cũng đáp lại bằng cách ấy với tất cả khả năng của mình.

Như đã nói trên, có hai khía cạnh của tâm Bồ-đề: tuyệt đối và tương đối. Tâm Bồ-đề tuyệt đối là sự hiểu biết trực tiếp về bản chất của tâm. Trong tâm Bồ-đề tuyệt đối, hay tâm giác ngộ tuyệt đối, không có sự phân biệt giữa chủ thể và khách thể, giữa ta và người khác; tất cả mọi chúng sinh được nhận biết một cách tự nhiên như sự hiển lộ toàn hảo của tánh Phật. Tuy nhiên, rất hiếm người có được khả năng tức thời kinh nghiệm tâm Bồ-đề tuyệt đối. Tôi thì chắc chắn là không rồi. Cũng giống như hầu hết mọi người, tôi cần phải tu tập theo con đường tuần tự của tâm Bồ-đề tương đối.

Có nhiều lý do để con đường tu tập này được gọi là "tương đối". Trước hết, nó tương quan với tâm Bồ-đề tuyệt đối trong ý nghĩa là cả hai [con đường tu tập] đều hướng đến cùng một mục đích: sự trực nghiệm tánh Phật, hay tánh giác.

Lấy một thí dụ so sánh, tâm Bồ-đề tuyệt đối giống như tầng lầu cao nhất của một tòa nhà, trong khi tâm Bồ-đề tương đối giống như các tầng thấp hơn bên dưới. Tất cả các tầng lầu đều là các phần của cùng một tòa nhà, nhưng mỗi tầng bên dưới đều có một tương quan tương đối so với tầng cao nhất. Muốn lên đến tầng lầu cao nhất, chúng ta phải đi qua tất cả các tầng thấp hơn bên dưới.

Lý do thứ hai là, khi chúng ta thành tựu tâm Bồ-đề tuyệt đối thì không còn có sự phân biệt giữa các chúng sinh, mỗi một chúng sinh đều được xem như sự hiển lộ toàn hảo của tánh Phật. Tuy nhiên, trong khi tu tập tâm Bồ-đề tương đối chúng ta vẫn hành xử trong vòng đối đãi giữa chủ thể và khách thể, hay giữa ta và người khác.

Lý do cuối cùng là, theo lời dạy của rất nhiều vị đại sư, chẳng hạn như ngài Jamgon Kontrul trong quyển "Liễu nghĩa cự" (Ngọn đuốc xác quyết), thì sự phát triển tâm Bồ-đề tuyệt đối tùy thuộc vào sự phát triển tâm Bồ-đề tương đối.[1]

---

[1] Xem Jamgon Kongtrul, The Torch of Certainty, Judith Hanson dịch sang Anh ngữ, (Boston: Shambhala, 1977), trang 60-61.

Sự phát triển tâm Bồ-đề tương đối luôn bao hàm hai khía cạnh: phát khởi mong muốn giác ngộ (hay Bồ-đề tâm nguyện) và thực sự hành trì hướng đến giác ngộ (hay Bồ-đề tâm hành).

Trong *Bồ-đề tâm nguyện*, ta nuôi dưỡng sự khát khao tha thiết nâng tất cả chúng sinh lên một trình độ cho phép họ nhận thức được tánh Phật của họ. Chúng ta bắt đầu bằng ý nguyện: "Tôi muốn đạt giác ngộ viên mãn để giúp tất cả chúng sinh hữu tình cũng đạt được giác ngộ." Bồ-đề tâm nguyện chú trọng đến phần "quả", hay kết quả, của sự hành trì. Trong ý nghĩa này, Bồ-đề tâm nguyện giống như sự chú trọng vào mục tiêu chuyên chở tất cả mọi người đến một nơi chốn nào đó, thí dụ như London, Paris hay Washington. Trong trường hợp Bồ-đề tâm nguyện, dĩ nhiên "nơi đến" ở đây là sự giác ngộ viên mãn của tâm thức, hay tâm Bồ-đề tuyệt đối.

Bồ-đề tâm hành thường được các bản kinh luận ví như việc thực sự cất bước lên đường để đi đến một mục tiêu đã định. Bồ-đề tâm hành chú trọng đến con đường tu tập để đạt được mục tiêu của Bồ-đề tâm nguyện: Sự giải thoát tất cả chúng sinh hữu tình ra khỏi mọi hình thức và nguyên nhân của khổ đau thông qua sự nhận biết được tánh Phật của họ.

Như đã nói, trong khi tu tập tâm Bồ-đề tương đối, chúng ta vẫn còn vướng mắc phần nào trong cái nhìn nhị nguyên về mọi chúng sinh khác, như thể sự hiện hữu của họ là trong tương quan tương đối với sự hiện hữu của ta. Nhưng khi chúng ta phát khởi tâm nguyện đưa chính bản thân mình cũng như tất cả chúng sinh lên đến trình độ nhận biết hoàn toàn về tánh Phật, một điều lạ lùng sẽ xảy ra: cái nhìn nhị nguyên phân biệt giữa "ta" và "người" bắt đầu tan biến dần rất chậm chạp, và chúng ta sẽ tăng trưởng trí tuệ cùng với khả năng giúp đỡ người khác cũng như chính mình.

Xét từ góc độ phương cách sống, việc nuôi dưỡng tâm Bồ-đề tương đối chắc chắn sẽ là một sự hoàn thiện trong cách ứng xử thông thường của chúng ta với người khác, tuy là cần có những cố gắng nhất định. Việc lên án những người không đồng quan điểm với ta là điều quá dễ dàng, phải không? Hầu hết chúng ta đều làm điều ấy một cách dễ dàng và không cần suy nghĩ, cũng giống như đập một con muỗi, con gián hay con ruồi. Điểm cốt yếu trong sự phát triển tâm Bồ-đề tương đối là nhận biết được rằng, về cơ bản thì ý muốn đạp chết một con bọ và sự thôi thúc lên án kẻ bất đồng ý kiến với mình cũng đều giống nhau. Đó là kiểu phản ứng "chống hoặc chạy" đã khắc sâu vào lớp não bò sát nằm trong não bộ của chúng ta, hay nói trắng ra thì đó là bản chất cá sấu của chúng ta.

Vì thế, bước đầu tiên trên con đường tu tập phát triển tâm Bồ-đề tương đối là phải quyết định: "Tôi muốn làm cá sấu hay làm người?"

Dĩ nhiên làm cá sấu cũng có những lợi điểm của nó. Cá sấu khôn lanh hơn kẻ thù và rất giỏi trong việc sinh tồn. Nhưng chúng không biết thương yêu hay thể nghiệm cảm giác được thương yêu. Chúng không có bạn hữu. Chúng không bao giờ biết đến hạnh phúc của sự nuôi dưỡng con cái. Chúng hầu như không biết thưởng thức âm nhạc hay nghệ thuật. Chúng không biết cười. Và phần đông chúng kết thúc cuộc đời dưới dạng những đôi giày [bằng da cá sấu].

Nếu bạn đã đọc đến trang này của quyển sách, có nhiều khả năng bạn không phải là cá sấu. Nhưng chắc hẳn bạn đã gặp một số người hành xử như loài cá sấu. Bước đầu tiên trong việc phát triển tâm Bồ-đề tương đối là buông bỏ sự ghét bỏ của mình đối với những kẻ mang "tính cá sấu" và nuôi dưỡng đôi chút bi mẫn đối với họ, vì họ không biết rằng họ đã bỏ lỡ đi biết bao nhiêu vẻ đẹp và sự phong phú của đời sống.

Làm được điều này rồi, thì bạn có thể dễ dàng mở rộng tâm Bồ-đề tương đối đến tất cả chúng sinh hữu tình, bao gồm cả loài cá sấu thực sự và bất kỳ sinh vật nào vốn có thể làm cho bạn bực mình, sợ hãi hay nhờm tởm. Chỉ cần dành một chút thì giờ để nghĩ đến tất cả những gì mà chúng thiếu thốn, bạn sẽ gần như tự động mở rộng tấm lòng đối với chúng.

Thật ra *Bồ*-đề tâm nguyện và *Bồ*-đề tâm hành giống như hai mặt của một đồng xu. Mặt này không thể tồn tại nếu không có mặt kia. *Bồ-đề tâm nguyện* là sự nuôi dưỡng ý nguyện sẵn sàng giúp đỡ không giới hạn để tất cả chúng sinh đều đạt được trạng thái hạnh phúc viên mãn và thoát khỏi mọi đớn đau khổ não. Dù bạn có thực sự giải thoát cho tất cả chúng sinh được hay không, điều đó không quan trọng. Điều quan trọng là ý nguyện của bạn. *Bồ-đề tâm hành* là những hành động cần thiết để thực hiện ý nguyện ấy. Việc hành trì một trong hai khía cạnh của tâm Bồ-đề đều sẽ giúp củng cố khả năng tăng trưởng khía cạnh còn lại.

Có nhiều cách để tu tập Bồ-đề tâm hành: chẳng hạn như, nỗ lực hết sức để tránh những việc như trộm cắp, nói dối, nói lời vô nghĩa, hoặc chủ ý gây khổ đau bằng hành động hay lời nói; [và thực hiện những việc như] mở rộng lòng bố thí, hòa giải mọi bất hòa, nói năng từ hòa, điềm đạm thay vì đùng đùng nổi giận, và tùy hỷ với những điều tốt đẹp xảy đến cho người khác thay vì để mình chìm ngập trong sự ganh ghét, đố kỵ. Cư xử như thế là một phương tiện để mở rộng kinh nghiệm tu thiền đến mọi khía cạnh của đời sống hằng ngày.

Không một tâm nguyện nào cao cả hơn và dũng mãnh hơn tâm nguyện đưa tất cả chúng sinh lên bờ giải thoát và đem đến sự an vui trọn vẹn qua sự nhận biết được chân tâm. Cho dù bạn có thành tựu được tâm nguyện này hay không, điều đó không quan trọng. Chỉ riêng tâm nguyện này thôi đã có một năng lực lớn đến mức, càng nuôi dưỡng tâm nguyện ấy, tâm thức bạn sẽ càng mạnh mẽ hơn, các phiền não sẽ giảm thiểu, bạn sẽ càng thiện xảo hơn trong việc cứu giúp người khác; và khi làm như thế, bạn sẽ tạo nhân duyên cho sự an vui hạnh phúc của chính mình.

14. CÁCH THỨC, THỜI GIAN VÀ NƠI CHỐN HÀNH TRÌ

Một tín tâm thanh tịnh và dũng mãnh phải được kiến lập qua từng giai đoạn.

Ngài Tai Situ Rinpoche Đời thứ 12

Đôi nét về cuộc đời Đại sư Tilopa (Tilopa: Some Glimpses of His Life)

Ken Holmes dịch sang Anh ngữ

Nhiều người thường hỏi tôi: "Tại sao có quá nhiều phương pháp hành trì, và phương pháp nào thích hợp cho tôi?"

Nếu nhìn xung quanh, chắc chắn bạn sẽ thấy là không bao giờ có hai người hoàn toàn giống nhau về tính khí và khả năng. Có người rất giỏi về ngôn từ. Họ nhận hiểu thật dễ dàng những giáo pháp khẩu truyền và thoải mái trong việc giảng giải bằng lời nói với người khác. Một số người khác có năng khiếu dùng thị giác nhiều hơn. Họ nhận hiểu sự việc tốt nhất khi được trình bày bằng đồ hình, tranh ảnh. Một số khác nữa có một thính giác tinh nhạy hơn, và có những người có tị giác phát triển hơn. Có người có óc phân tích và những phương trình toán học rắc rối được họ diễn giải một cách dễ dàng. Người khác thì sẵn có "máu thi sĩ", với năng khiếu tuyệt vời trong việc giải bày về thế giới cho chính mình và người khác qua những ẩn dụ, thí dụ.

HÃY CHỌN ĐIỀU GÌ CÓ HIỆU QUẢ VỚI BẠN

Lấy chánh niệm làm lính canh,
và buông thư.

Ngài Gyalwa Yang Gonpa

Elizabeth M. Callahan dịch sang Anh ngữ

Những hoàn cảnh khác nhau đòi hỏi những biện pháp xử trí khác nhau. Vì vậy, việc sẵn có được một số tùy chọn sẽ luôn là điều hữu ích. Nguyên tắc này có thể áp dụng gần như cho mọi khía cạnh trong cuộc đời. Chẳng hạn, trong các mối quan hệ công việc hay riêng tư, đôi khi việc dành thì giờ để soạn thảo, xem lại và truyền đạt các ý tưởng của bạn qua điện thư là tốt hơn, nhưng có những lúc khác thì việc gọi điện thoại hay một cuộc gặp mặt trực tiếp lại có thể hiệu quả hơn.

Tương tự, đối với thiền quán thì phương pháp thích hợp nhất tùy thuộc rất nhiều vào tình huống cụ thể cũng như vào tính khí và khả năng của bạn. Chẳng hạn, nếu phải đương đầu với những cảm xúc như sự buồn bã, giận dữ, sợ hãi thì việc dùng áp dụng pháp tu *tonglen* đôi khi có thể là phương pháp tốt nhất. Nhưng cũng có khi chỉ đơn giản là dùng chính cảm xúc ấy làm đối tượng quán niệm trong thiền *shinay (thiền chỉ)* lại hiệu nghiệm hơn. Thường thì cách tốt nhất để tìm ra phương pháp thích hợp nhất cho bạn chính là thông qua sự thử nghiệm và sửa chữa sai lầm.

Điểm chính yếu là nên chọn phương thức nào bạn thích

nhất và tu tập theo phương thức ấy một thời gian. Nếu bạn là người thiên về "thị giác", hãy chọn tập thiền quán sắc tướng khi bắt đầu tu tập định tâm. Nếu bạn là người nhạy cảm với các cảm giác của thân thể, hãy thử dùng phương thức quán chiếu luân chuyển khắp thân thể, hoặc chú tâm vào hơi thở. Nếu bạn là người thiên về khoa ăn nói, hãy thử thiền niệm thần chú. Bản thân phương pháp tự nó không quan trọng. Điều quan trọng là học cách an định tâm - sai khiến được nó thay vì để nó sai khiến bạn.

Tuy nhiên, vì tâm quá năng động nên rất dễ nhàm chán nếu chỉ dùng mỗi một phương thức. Sau một vài ngày, vài tuần hay vài tháng tu tập với một phương thức nhất định nào đó, bạn rất dễ phát sinh ý nghĩ: "Nữa! Lại phải ngồi thiền rồi!" Giả sử bạn bắt đầu bằng thiền quán sắc tướng. Lúc đầu, pháp tu tập này có vẻ rất hay ho, dễ chịu. Thế rồi một ngày, không biết vì sao bạn bỗng cảm thấy nhàm chán phương thức này. Bạn ghét luôn cả ý nghĩ thiền quán về sắc tướng. Không sao cả. Bạn không cần thiền quán niệm sắc tướng nữa. Bạn có thể thử một phương pháp khác, như thiền quán về âm thanh chẳng hạn.

Trong một khoảng thời gian, phương pháp mới này có vẻ rất tươi mát và thật là lý thú. Có thể bạn sẽ tự nghĩ: "Ái chà! Ta chưa bao giờ cảm thấy sáng suốt như thế này!" Rồi sau một thời gian, bạn sẽ dần dần cảm thấy nhàm chán phương pháp mới được chọn này. Điều này cũng không sao. Nếu bạn nhàm chán thiền quán về âm thanh, bạn có thể thử một phương thức mới, như thiền quán về mùi hương, hay quan sát các niệm tưởng, hay đặt sự chú ý của mình vào hơi thở.

Bây giờ, hẳn bạn đã rõ vì sao đức Phật chỉ dạy rất

nhiều phương thức thiền quán khác nhau. Ngay cả khi chưa có những phát minh như đài truyền hình, internet, máy truyền thanh, máy đọc MP3 và điện thoại, đức Phật đã biết tâm thức con người hiếu động như thế nào, và nó cần được giải trí tiêu khiển tới mức nào! Vì thế, Ngài đã dạy cho chúng ta rất nhiều phương thức để đối trị bản chất hiếu động của tâm.

Bất kỳ bạn chọn phương thức nào, điều rất quan trọng là trong mỗi thời khóa thiền đều phải luân phiên thay đổi giữa sự chú tâm vào một đối tượng và hoàn toàn buông thư tâm trong thiền không đối tượng. Mục đích của đối tượng quán niệm là giúp ta đạt đến một mức độ định tâm nhất định đủ để ý thức được chính tâm thức mình trong khi nó đang nhận biết sự vật. Việc luân phiên định tâm trong thiền không đối tượng và thiền có đối tượng giúp bạn có cơ hội tiêu hóa, hấp thụ những gì vừa trải nghiệm. Khi xen kẽ hai lối hành trì, bất luận bạn đang ở trong tình trạng nào, đang đối phó với niệm tưởng và cảm xúc của chính mình hoặc với một con người, hay một hoàn cảnh tợ hồ như "bên ngoài", bạn sẽ dần dần nhận biết được rằng bất kỳ điều gì đang diễn ra cũng đều có một mối tương quan mật thiết với chính sự tỉnh giác nhận biết của bạn.

NGẮN HẠN NHƯNG NHIỀU LẦN

Hãy tránh sự nỗ lực thái quá.

Ngài TILOPA

Hằng hà Đại thủ ấn
(Elizabeth M. Callahan dịch sang Anh ngữ)

Thiết lập thời khóa tu tập là một trong những phương cách hữu hiệu nhất để cắt đứt cuộc chuyện gẫu từ lâu đời giữa các nơ-ron vốn đã tạo ra cảm nhận [sai lầm] về một "cái ta" độc lập hay tự nó tồn tại cùng với những gì "không phải ta" cũng tồn tại do tự tính vốn có hay hoàn toàn độc lập. Khi bạn xác định thời biểu cho việc thiền tập, bạn sẽ phát triển một thói quen có lợi, không những sẽ làm suy yếu đi những mô thức thần kinh cũ, mà còn thành công và hiệu nghiệm trong việc cấu tạo những mô thức mới cho phép bạn ý thức được sự tham gia của chính tâm thức bạn trong việc nhận biết [đối tượng] theo cách như thế nào.

Mặc dầu bạn có thể xếp thời khóa thiền tập vào bất kỳ thời điểm nào trong ngày, nhưng theo như tôi đã học thì thời điểm tốt nhất để thiền tập là sáng sớm, ngay khi vừa thức dậy sau một đêm ngon giấc, vì lúc ấy tâm ta rất tươi sáng và thư giãn, trước khi bắt đầu mọi công việc hằng ngày. Việc dành thời gian thiền tập trước khi rời nhà đi làm, hay trước khi làm bất cứ công việc cần thiết nào, sẽ tạo ảnh hưởng tốt đến trọn ngày, và còn củng cố ý chí tu tập trong suốt ngày hôm ấy.

Tuy nhiên, đối với một số người, việc xếp thời khóa

thiền tập vào đầu ngày là hoàn toàn không thể được, và nếu cố gắng sức để đưa việc thiền tập sáng sớm vào thời khóa biểu sẽ làm cho họ nghĩ rằng ngồi thiền là một khổ dịch! Nếu bạn thấy mình là người như thế, đừng ngại gì mà không chọn một lúc khác thuận lợi hơn, như giờ ăn trưa, sau bữa ăn chiều hay ngay trước khi đi ngủ chẳng hạn.

Không có những "quy luật" phải tuân theo trong việc thiền tập theo thời khóa. Nhưng có một chỉ dẫn rất thực tiễn mà cha tôi đã liên tục nhấn mạnh với tất cả đồ đệ của ngài theo cách rất dễ nhớ: "Ngắn hạn nhưng nhiều lần."

Khi tôi mới bắt đầu giảng dạy, tôi thấy nhiều đệ tử lúc mới học thiền có khuynh hướng tự đặt cho mình những mục tiêu không thực tiễn. Họ nghĩ rằng, để tập thiền thì phải giữ tư thế hoàn hảo trong thời gian lâu nhất mà con người có thể chịu đựng được. Thế là họ ngồi đấy, tự giam mình trong thiền tập và tự áp chế mình phải đạt được trạng thái an tĩnh. Trong mấy giây đầu, phương pháp này dường như có hiệu quả: họ thực sự có đôi chút cảm giác an tĩnh. Nhưng tâm thức bao giờ cũng luôn vận động, không ngừng xử lý những tư tưởng mới, cảm thọ mới, cảm giác mới. Đó là việc của nó. Thiền tập là học cách vận dụng tâm thức trong trạng thái tự nhiên của nó, chứ không phải cố cưỡng bức tâm thức vào một kiểu khuôn khổ trói buộc cứng nhắc nào đó [mà cho là] của Phật giáo.

Khi ngồi xuống tập thiền một mạch hàng giờ liền, chúng ta nghĩ là mình đang chuyên cần. Nhưng sự chuyên cần thực sự không có nghĩa là tự ép buộc mình vượt quá những giới hạn tự nhiên. Chuyên cần thực sự có nghĩa là chỉ nỗ lực hết sức mình, thay vì chú tâm đến kết quả của những gì mà bạn đang cố đạt được. Thế có nghĩa là tìm một con đường trung dung thoải mái giữa sự quá buông thả và quá căng thẳng.

Trong kinh văn còn có một câu chuyện khác về một nhạc công chơi đàn si-ta lỗi lạc, và cũng là một vị đệ tử được dẫn dắt bởi chính đức Phật. Đức Phật thấy người đệ tử này đặc biệt khó hóa độ, vì tâm ông hoặc quá căng hoặc quá lơi lỏng. Khi quá căng thẳng không những ông không ngồi thiền được, mà còn không bao giờ nhớ được những câu kinh rất đơn giản mà đức Phật đã dạy cho ông. Khi để cho tâm quá buông thả, ông bỏ luôn cả việc hành trì và ngủ gục.

Cuối cùng đức Phật hỏi ông:

- Khi về nhà ông làm gì? Ông có chơi đàn không?

Người đệ tử đáp:

- Thưa có, con có chơi đàn.

- Ông chơi đàn giỏi không? Đức Phật hỏi.

Người nhạc công đáp:

- Thưa, thật ra con là người chơi đàn giỏi nhất nước.

Đức Phật hỏi:

- Vậy ông chơi như thế nào? Khi chơi nhạc, ông lên dây đàn như thế nào? Ông có làm cho dây đàn quá căng hoặc quá chùng không?

Vị đệ tử đáp:

- Thưa không. Nếu con lên dây quá căng, dây đàn sẽ phát ra âm thanh quá cao và sắc. Nếu không đủ độ căng thì dây đàn sẽ phát ra âm thanh quá trầm và đục. Thang âm chỉ đúng khi con đạt được điểm quân bình, nghĩa là không quá căng mà cũng không quá chùng.

Đức Phật mỉm cười và cùng người nhạc sĩ trao đổi một cái nhìn thâm trầm. Cuối cùng ngài nói:

- Khi thiền tập, ông cũng phải làm y hệt như thế.

Câu chuyện này nói lên tầm quan trọng của việc tránh căng thẳng quá đáng khi mới bắt đầu thiền tập. Xét theo sự bận rộn trong thời biểu của hầu hết mọi người thời nay, việc dành ra dù chỉ 15 phút mỗi ngày lúc mới bắt đầu ngồi thiền theo thời khóa đã là một sự bó buộc lớn lao. Cho dù bạn có chia ra thành 3 lần thiền tập với mỗi lần 5 phút hay 5 lần thiền tập với mỗi lần 3 phút thì cũng không thay đổi gì.

Nhất là lúc ban sơ, điều vô cùng thiết yếu là bạn dành bất kỳ khoảng thời gian nào có thể được để thiền tập mà không cố gắng quá mức. Lời khuyên tốt nhất của tôi là hãy tiếp cận thiền tập theo cách như người ta tiếp cận thể thao. Tập thể thao 15 phút tốt hơn là không tập. Chỉ dành 15 phút cho việc ngồi thiền đã tốt hơn là không dành phút nào cho việc ấy. Một số người cử được tạ 10 cân, trong khi người khác có thể cử 50 cân không chút khó khăn. Đừng nhấc 50 cân khi bạn chỉ đủ sức nhấc 10 cân, nếu không bạn sẽ quá gắng sức và rất có thể phải bỏ ngang. Và cũng giống như việc tập thể thao, khi thực hành thiền quán bạn hãy nỗ lực hết sức mình. Đừng vượt quá những giới hạn của chính bạn. Thiền không phải để tranh giải. 15 phút thư thái ngồi thiền của bạn rồi ra có thể lợi ích hơn so với nhiều giờ đồng hồ của những người cố gắng quá sức trong việc ngồi thiền cho thật lâu hơn. Trong thực tế, nguyên tắc tốt nhất là nên ngồi thiền ít hơn so với thời gian bạn nghĩ là mình có thể ngồi được. Nếu bạn nghĩ mình có thể thiền 4 phút thì ngừng lại ở 3 phút. Nếu bạn nghĩ có thể thiền trong 5 phút, thì ngừng lại ở 4 phút. Thực hành thiền như thế, bạn sẽ thấy mình hăm hở muốn ngồi thiền trở lại. Thay vì nghĩ rằng bạn đã đạt chỉ tiêu, hãy giữ ý muốn làm hơn thế nữa.

Có một cách khác nữa để giúp cho buổi thiền tập ngắn của bạn trôi qua thậm chí là mau hơn nữa. Đó là dành một ít thời gian để phát tâm Bồ-đề, tức là tâm nguyện cầu đạt đến một trình độ giác ngộ nào đó vì lợi ích cho chúng sinh. Đừng lo là tâm nguyện đó có mãnh liệt hay không, chỉ riêng sự phát tâm là đủ rồi, và sau một thời gian tu tập, hẳn là bạn sẽ nhận ra rằng sự phát tâm ấy mang một ý nghĩa thực sự quan trọng và sâu sắc đối với chính mình.

Sau một lúc phát khởi khuynh hướng cởi mở chân thành ấy, hãy để tâm buông thư một lúc trong trạng thái thiền không đối tượng. Điều này rất quan trọng, bất luận bạn đã chọn phương pháp nào cho một buổi thiền tập nào đó.

Giữa thời gian buông thư tâm và phát tâm Bồ-đề, ít nhất một phút đã trôi qua. Bây giờ, bạn có hơn một phút rưỡi để vận dụng bất kỳ phương pháp nào bạn đã chọn, cho dù là chú tâm vào một hình ảnh, một mùi hương, hay một âm thanh; quan sát niệm tưởng và cảm xúc của mình; hoặc là thực hành một dạng thiền quán từ bi nào đó. Sau đó, hãy an trụ tâm trong trạng thái thiền không đối tượng khoảng chừng nửa phút.

Cuối buổi thiền tập, bạn còn khoảng 30 giây để hồi hướng công đức. Có một câu hỏi được đặt ra với tôi rất nhiều lần trong những buổi thuyết giảng chung cũng như những buổi tham vấn riêng của các đệ tử tôi, đó là: “Tại sao phải mất công kết thúc bằng việc hồi hướng công đức?”

Hồi hướng công đức vào lúc kết thúc mọi buổi thiền tập là nguyện rằng bất kỳ sức mạnh tâm lý hay cảm xúc nào mà bạn đạt được nhờ sự tu tập đều sẽ được truyền đến người khác. Không những đây là một pháp thực hành từ bi ngắn ngủi nhưng tuyệt vời, mà nó còn là một phương thức vô cùng tinh tế để làm tan rã sự phân biệt giữa "ta" và "người". Việc hồi hướng công đức cần khoảng 30 giây, dầu bạn tụng bằng tiếng Tây Tạng hay bằng ngôn ngữ của mình. Câu tụng bằng Tạng ngữ được tạm dịch như sau:

Nhờ vào năng lực tu tập,
Con nguyện cho tất cả chúng sinh,
Sau khi tích lũy sức mạnh và tuệ giác,
Thành tựu hai trạng thái trong sáng,
Vốn khởi sinh từ sức mạnh và tuệ giác.

Một số trường phái tư tưởng Tây Tạng - tôi thú nhận là không có một chứng minh khoa học nào cho điều này - cho rằng những sóng âm của tiếng tụng niệm lời nguyện này bằng Tạng ngữ đã vang vọng qua hằng bao nhiêu thế kỷ, nên nếu tụng câu này bằng Tạng ngữ thì năng lực sẽ được tăng cường nhờ sự nối kết với những sóng âm từ xa xưa. Vì nghĩ đến điều này nên tôi xin cống hiến một câu tụng theo âm tiếng Tây Tạng:

Gewa di yee eke wo kun
Sonam ye shay tsok dsok nay
Sonam ye shay lay jung wa
Tampa ku nyee top par shok

Dầu bạn chọn kết thúc buổi thiền tập của mình bằng cách tụng câu này trong tiếng Tây Tạng theo nghi thức hay với bản dịch ít trang trọng hơn của nó, vẫn có một lý do thực tiễn để kết thúc bằng câu tụng hồi hướng công đức. Công đức, tiếng Tạng là *"sonam"*, có nghĩa là *"sức mạnh tinh thần"*, hay *"khả năng phát huy sức mạnh tinh thần"*.

Khi chúng ta làm điều gì tốt, chúng ta tự nhiên có khuynh hướng nghĩ rằng: *"Tôi là người tốt quá chừng! Tôi vừa mới ngồi thiền. Tôi vừa phát nguyện cho tất cả chúng sinh ở mọi nơi đều được hạnh phúc chân thật và thoát khỏi khổ đau. Tôi sẽ được gì khi làm việc này? Cuộc đời của tôi sẽ thay đổi để trở nên tốt đẹp hơn như thế nào? Tác dụng của việc này đối với tôi là gì?"*

Có lẽ những câu trên đây không hoàn toàn chính xác như những gì bạn nghĩ, nhưng rất có thể là bạn đã nghĩ những điều tương tự, đại loại như vậy.

Và thực sự là bạn đã làm một việc tốt.

Điều bất ổn duy nhất là, khi tự khen thưởng mình, bạn nhấn mạnh sự khác biệt giữa bạn và người khác. Những tư tưởng như "tôi vừa làm một việc thiện", "tôi là một người tốt quá chừng" hay "cuộc đời tôi sẽ thay đổi"... sẽ tăng cường một cách vi tế ý nghĩ về bạn như là một thực thể cách biệt với chúng sinh khác, và ý nghĩ này, đến lượt nó, sẽ làm xói mòn lòng từ bi, cảm giác tự tin và an toàn đã có thể sinh khởi nhờ sự tu tập của bạn.

Bằng vào việc hồi hướng công đức tu tập - hay nói cách khác là sự chủ tâm khởi lên ý nguyện rằng, cho dù có ý thức được hay không thì mỗi người chúng ta đều có cùng một khát vọng an bình và mãn nguyện giống như tất cả chúng sinh hữu tình - bạn sẽ làm rã tan một cách rất vi tế tập quán nhận thức về bất kỳ sự khác biệt nào giữa tự thân chúng ta và người khác vốn được tạo thành bởi các nơ-ron.

THIỀN TẬP KHÔNG THEO THỜI KHÓA

Trong lúc làm việc, hãy nhớ nhận biết bản chất tinh túy của tâm.

Ngài Tulku Urgyen Rinpoche

Như thị - Quyển 1
(As It Is, Volume 1)

Erik Pema Kunsang dịch sang Anh ngữ

Đôi khi ta không thể sắp xếp được thì giờ để ngồi thiền theo thời khóa mỗi ngày. Có thể bạn phải làm việc từ giờ này sang giờ khác để chuẩn bị một buổi họp vô cùng thiết yếu trong công ty, hay là bạn phải tham gia một sự kiện quan trọng, như một lễ cưới hay tiệc sinh nhật. Có khi bạn đã hứa làm một chuyện gì đó với các con, với người bạn đời hay với bạn bè. Có khi bạn cảm thấy mệt mỏi với tất cả những gì phải làm trong tuần nên chỉ muốn suốt ngày nằm trên giường hoặc xem TV thôi.

Việc bỏ qua một, hai ngày thiền tập theo thời khóa đã định có biến bạn thành một người xấu không? Không. Điều này có làm đảo ngược bất kỳ thay đổi nào bạn đã đạt được khi thiền tập theo thời khóa trước đó? Không. Liệu việc bỏ qua một, hai (hay ba) ngày thiền tập theo thời khóa có nghĩa là bạn phải bắt đầu lại từ đầu sự tu tập với tâm bất thuần? Cũng không.

Việc thiền tập theo thời khóa là rất tuyệt, vì 5, 10 hay 15 phút ngồi thiền mỗi ngày sẽ tạo điều kiện làm thay đổi cách nhìn của bạn. Nhưng hầu hết những đệ tử đầu tiên của đức Phật đều là những người làm ruộng, chăn cừu hay dân du mục. Trong lúc làm việc ruộng vườn hay chăm sóc gia súc và công việc gia đình, họ không có nhiều thì giờ để ngồi chỉnh tề, hai chân tréo lại, hai tay duỗi thẳng và mắt nhìn đúng hướng, dầu chỉ trong năm phút để thiền tập theo thời khóa. Thế nào cũng có tiếng gia súc kêu đâu đó, hay một đứa trẻ khóc, nếu không thì cũng là ai đó chạy xồng xộc vào lều để báo tin về một cơn mưa bất ngờ sắp đến sẽ làm hư hỏng lúa bắp [đang phơi]...

Đức Phật hiểu rõ những khó khăn ấy. Dầu người ta hay kể những câu chuyện truyền kỳ về sự đản sanh và thuở thiếu thời của ngài, miêu tả ngài như con trai của một bậc đế vương sang giàu và lớn lên trong cung vàng điện ngọc, nhưng thân thế ngài thật ra khiêm tốn hơn nhiều. Cha ngài chỉ là một trong nhiều vị thủ lĩnh của 16 bộ tộc cộng hòa, phải không ngừng tranh đấu để khỏi bị thôn tính bởi đế quốc Ấn Độ hùng cường. Mẹ ngài qua đời sau khi sinh ngài; cha ngài bắt ngài phải lấy vợ và sinh con thừa tự khi ngài chỉ là một thiếu niên. Ngài mất quyền thừa kế khi bỏ nhà ra đi để theo đuổi một cuộc sống có thể có ý nghĩa sâu sắc hơn là những kế hoạch chính trị hay quân sự.

Vì vậy, khi nói về đức Phật, chúng ta nói về một người đã hiểu rằng cuộc đời không luôn mang đến cơ hội hay sự nhàn rỗi để thiền theo thời khóa. Một trong những món quà lớn nhất mà ngài đã ban tặng nhân loại là dạy rằng: Chúng ta có thể thiền tập mọi lúc, mọi nơi. Thật ra, đưa thiền vào cuộc sống hằng ngày là một trong những mục đích chính của việc tu tập Phật pháp. Bất kỳ hoạt động nào trong ngày cũng có thể được dùng như một cơ hội để thiền quán. Bạn có thể quan sát niệm tưởng của mình trong suốt cả ngày khi đang làm việc và thỉnh thoảng chú tâm vào những kinh nghiệm như mùi hương, vị nếm, hình sắc hay âm thanh, hay chỉ đơn giản an trụ tâm một vài giây trên kinh nghiệm tuyệt vời là ý thức những gì đang đi ngang qua tâm bạn.

Tuy nhiên, khi thiền tập không theo thời khóa, điều quan trọng là phải đặt ra cho chính mình một mục tiêu - chẳng hạn như 25 lần thiền tập trong một ngày, mỗi lần không kéo dài quá một hay hai phút. Ghi nhớ số lần hành trì trong ngày cũng rất lợi ích. Các tu sĩ và dân du mục ở các nước chậm phát triển thường dùng xâu chuỗi để tính. Nhưng ở phương Tây người ta có rất nhiều phương thức: dùng máy tính bỏ túi, thiết bị kỹ thuật số hỗ trợ cá nhân (PDA) và ngay cả những chiếc máy đếm nhỏ dùng trong các cửa hàng thực phẩm. Bạn cũng có thể theo dõi số lần hành trì đơn giản bằng cách ghi vào một cuốn sổ tay. Mục đích chính ở đây là đếm hết số lần hành trì không theo thời khóa để bạn có thể so sánh với mục tiêu đã đề ra. Chẳng hạn như khi bạn đang thiền tập không đối tượng, hãy đếm một. Rồi khi bạn thất niệm và bắt đầu trở lại, hãy đếm hai...

Một trong những lợi ích lớn lao của việc tổ chức thiền tập theo cách này là sự thuận tiện và linh hoạt. Bạn có thể hành trì bất cứ ở đâu - trên bãi biển, trong rạp hát, sở làm, tiệm ăn, trên xe buýt hay xe điện ngầm, hay trong lớp học - miễn là bạn luôn nhớ rằng, ý định thiền tập của bạn chính là thiền. Bất luận là bạn đánh giá như thế nào về sự tu tập của mình, điểm chính yếu là luôn nhận biết về những lần bạn có ý định thực tập. Khi phải chống chọi với sự miễn cưỡng không muốn ngồi thiền, hãy nhớ đến câu chuyện về con bò già vừa đi vừa tiểu tiện suốt trong ngày. Nghĩ như thế cũng đủ làm cho bạn mỉm cười và nhớ lại rằng, việc tập thiền cũng dễ dàng và cần thiết giống như là tiểu tiện.

Một khi bạn đã thấy thoải mái với mỗi ngày 25 lần

thiền tập ngắn ngủi không theo thời khóa, bạn có thể đưa mục tiêu lên đến 50 lần, rồi dần dần đến 100 lần. Điểm chính yếu là lập ra một kế hoạch, nếu không bạn sẽ hoàn toàn quên hẳn việc thiền tập. Những giây phút trong ngày bạn dành ra cho mình để buông thư hay chú tâm sẽ giúp cho bạn ổn định tâm, để cuối cùng khi bạn có được cơ hội thiền tập theo thời khóa, bạn sẽ không cảm thấy như ngồi xuống dùng cơm với một người xa lạ. Bạn sẽ thấy những niệm tưởng, cảm giác và nhận thức của mình quen thuộc hơn nhiều, như những người bạn thân mà bạn có thể ngồi chơi và trò chuyện chân thành.

Còn có một vài điểm lợi ích khác trong việc tu tập không theo thời khóa. Trước hết, khi bạn hòa nhập việc tu tập với đời sống hằng ngày, bạn sẽ tránh được việc rơi vào trường hợp khi ngồi thiền trong thời khóa thì rất an tĩnh nhưng khi đi làm ở văn phòng thì trở nên căng thẳng hay giận dữ. Thứ hai, và điểm này có thể quan trọng hơn, là khi thiền tập không theo thời khóa trong đời sống hằng ngày, bạn sẽ dần dần trừ bỏ được quan niệm sai lầm rất phổ biến là phải có một nơi tuyệt đối yên tĩnh mới thiền tập được.

Xưa nay chưa ai tìm được một nơi như thế cả. Ở đâu cũng có sự xáo động. Dầu cho bạn có trèo lên tận đỉnh núi, ban đầu bạn có thể cảm thấy nhẹ nhõm trong sự im lặng tương đối trên ấy so với với những ồn ào của thành phố hay trong công sở. Nhưng khi tâm bạn lắng xuống, chắc chắn bạn sẽ bắt đầu nghe được những tiếng động nhỏ như tiếng dế kêu, tiếng gió thổi qua lá cây, tiếng chim muông hay những con thú nhỏ sột soạt đâu đó, hay tiếng nước róc rách giữa các hốc đá, và sự yên lặng tuyệt đối mà bạn tìm kiếm bỗng nhiên bị gián đoạn.

Thậm chí nếu bạn cố ngồi thiền trong nhà, cửa đóng then cài, chắc chắn cũng sẽ có những điều khiến bạn phân tâm: cảm giác ngứa ngáy, đau lưng, muốn nuốt nước bọt, tiếng nhỏ giọt từ vòi nước, tiếng đồng hồ tíc tắc, hay tiếng chân ai đi ở tầng trên. Dù bạn đi đâu đi chăng nữa, cũng luôn có sự xáo động. Lợi ích lớn nhất của việc thiền tập không theo thời khóa nằm ở chỗ là, bạn sẽ học được cách đối phó với những xáo động ấy, bất kể chúng đến dưới hình thức nào và khó chịu đến đâu.

MỌI LÚC, MỌI NƠI

Hãy kết hợp tất cả những gì bạn gặp với thiền tập.

Jamgon Kongtrul

Giác tỉnh đại đạo (The Great Path of Awakening)

Ken McLeod dịch sang Anh ngữ

Với những suy nghĩ như trên, hãy xem xét một vài phương cách giúp bạn thiền tập trong cuộc sống hằng ngày, thậm chí vận dụng những gì thông thường có vẻ như xáo động thành những trợ duyên cho việc an trụ tâm. Trong các bản văn xưa gọi đó là: "sống bình thường là đạo".

Chỉ đơn giản bước đi trên đường phố cũng có thể là một cơ hội tuyệt vời để phát triển chánh niệm. Đã bao lần bạn thấy mình bắt đầu một việc gì đó, như hướng đến tiệm thực phẩm hoặc đi bộ đến nhà hàng dùng cơm trưa, và rồi thấy mình đến nơi mà không biết mình đã đi đến như thế nào? Đó là một thí dụ điển hình của việc thả lỏng cho "con khỉ điên" chạy lung tung, bày đặt đủ trò xáo trộn, không những không cho bạn thể nghiệm sự trọn vẹn của giây phút hiện tại, mà còn cướp đi của bạn cơ hội chú tâm và thực tập chánh niệm. Cơ hội tu tập ở đây là hãy quyết định tỉnh giác hướng sự chú tâm của mình đến sự vật chung quanh. Hãy nhìn tòa nhà mà bạn đi ngang, nhìn những người khác đi trên lề, dòng xe cộ trên đường và hàng cây dọc con đường bạn đi. Khi bạn chú tâm vào những gì bạn nhìn thấy, con khỉ điên sẽ thuần lại. Tâm bạn trở nên bớt xáo động, và bạn sẽ bắt đầu cảm thấy an tĩnh.

Bạn cũng có thể chú tâm đến cảm thọ của thân thể khi đang đi, đến cảm giác của đôi chân đang bước, của bàn chân chạm mặt đất, của nhịp thở và nhịp tim đập. Phương thức này cũng hiệu quả ngay cả khi bạn đang vội, và thực sự là một phương pháp tuyệt vời để đối trị với sự nôn nao nóng nảy thường đi kèm với sự hối hả gấp gáp. Bạn có thể bước nhanh mà vẫn chú ý đến cảm giác của thân thể hoặc đến những con người, nơi chốn hay sự vật trên đường bạn đi qua. Chỉ cần tự nghĩ rằng: *"Bây giờ tôi đang đi trên đường... bây giờ tôi thấy một tòa nhà... một người mặc áo thun và quần jeans... Bây giờ bàn chân trái tôi đang chạm đất... Bây giờ bàn chân phải tôi đang chạm đất..."*

Khi bạn hướng sự tỉnh giác nhận biết vào mọi hoạt động của mình, những xáo động và âu lo sẽ giảm dần và tâm bạn trở nên an bình, thư giãn hơn. Và khi bạn thực sự đến nơi rồi, bạn sẽ ở trong một tâm trạng thư thái, cởi mở hơn để giải quyết phần tiếp theo của những việc phải làm.

Bạn cũng có thể thực tập giống như thế trong lúc lái xe, hay trong những công việc hằng ngày lúc ở nhà hay trong công sở, đơn giản chỉ bằng cách hướng sự chú ý đến những đối tượng trong tầm mắt, hoặc dùng âm thanh để quán chiếu. Ngay cả những việc đơn giản như nấu bếp hay ăn cơm cũng là những cơ hội để tu tập. Khi đang thái rau chẳng hạn, bạn có thể hướng sự chú tâm đến hình dạng hay màu sắc của mỗi đoạn rau được thái ra, hay đến tiếng nước sôi trong nồi canh. Khi ăn, hãy để ý đến hương vị của thức ăn. Để thay đổi, bạn cũng có thể thực tập thiền không đối tượng trong bất kỳ tình huống nào, và để cho tâm thức buông thư một cách đơn giản và rộng mở khi làm bất cứ việc gì, không tham cầu mà cũng không khó chịu.

Thậm chí trong giấc ngủ hay giấc mơ bạn cũng có thể thực hành thiền được. Khi bắt đầu ngủ, bạn có thể hoặc an trụ tâm trong trạng thái thiền không đối tượng, hoặc nhẹ nhàng chú ý đến cảm giác buồn ngủ. Bạn cũng có thể biến giấc mơ thành kinh nghiệm thiền quán bằng cách thầm lặp đi lặp lại lúc sắp ngủ: "Tôi sẽ nhận biết những giấc mơ của tôi... Tôi sẽ nhận biết những giấc mơ của tôi... Tôi sẽ nhận biết những giấc mơ của tôi..."

KẾT LUẬN

Khi bạn bắt đầu cảm thấy hoàn toàn cô độc, đó là khi bạn bắt đầu tự cứu được mình, tự tạo ra sự an vui tự tại.

Chogyam Trungpa

Trò chơi huyễn tưởng (Illusion's Game)

Thiền tập không phải là một sự tu tập có cùng khuôn thước thích hợp cho tất cả mọi người. Mỗi cá nhân biểu hiện một sự kết hợp độc đáo về tính khí, nền tảng giáo dưỡng và khả năng. Đức Phật đã nhận biết điều này nên truyền dạy rất nhiều phương pháp khác nhau để giúp chúng sinh thuộc mọi tầng lớp và trong mọi hoàn cảnh đều có thể nhận biết bản thể của tâm thức mình và sự giải thoát chân thật lìa khỏi ba độc: tham, sân, si. Một số trong những phương pháp này có thể có vẻ như rất đời thường, nhưng thật ra chúng biểu thị tinh túy của sự tu tập Phật pháp.

Cốt lõi giáo pháp của đức Phật là, trong khi sự tu tập hành trì theo thời khóa có thể giúp chúng ta phát triển sự trực nghiệm về tánh Không, trí tuệ và từ bi, nhưng những kinh nghiệm như thế lại chẳng có ý nghĩa gì nếu như ta không thể vận dụng chúng vào mọi khía cạnh của cuộc sống hằng ngày. Bởi vì chính trong khi đối diện với những thách thức của cuộc sống hằng ngày mà ta mới có thể thực sự đo lường được mức phát triển sự trầm tĩnh, tuệ giác và tâm từ bi của mình.

Tuy vậy, đức Phật khuyến khích chúng ta hãy tự mình thử nghiệm các giáo pháp. Trong một quyển kinh, Ngài đã thúc giục các đệ tử hãy thử nghiệm những giáo pháp của Ngài qua việc hạ thủ công phu thay vì chấp nhận chỉ hoàn toàn qua những giá trị bề ngoài:

"Như người ta phải nung, cắt
và mài đập để thử vàng,
Cũng thế, một tỳ-kheo có trí tuệ
sẽ khảo sát giáo pháp của ta.
Hãy khảo sát kỹ càng giáo pháp của ta,
Đừng chấp nhận chỉ bằng vào lòng tin."

Cũng trên tinh thần đó, tôi đề nghị quý vị hãy tự mình thử nghiệm giáo pháp xem có hiệu quả đối với mình hay không. Một vài pháp tu có thể là hữu ích với quý vị, nhưng một số khác có thể không hiệu quả. Một số trong quý vị có thể sẽ tức thời cảm thấy thích thú đối với một hay một vài phương thức, trong khi những phương thức khác đòi hỏi phải hành trì nhiều hơn một chút. Thậm chí một số người trong quý vị có thể thấy rằng việc thực hành thiền quán không đem lại chút lợi ích nào cho mình cả. Điều này cũng không sao cả. Điều quan trọng nhất là phải tìm thấy và hành trì theo một pháp tu nào có thể làm sinh khởi một cảm giác an tịnh, trong sáng, tự tin và an bình. Nếu làm được như thế, bạn sẽ làm lợi ích không chỉ cho riêng mình mà còn cho cả mọi người quanh bạn nữa. Và đó cũng là mục đích của tất cả những thực hành khoa học cũng như tâm linh, phải không? Đó là tạo ra một thế giới an toàn hơn, hài hòa hơn, một thế giới tốt đẹp, không những cho chính mình mà còn cho những thế hệ mai sau.

PHẦN BA
KẾT QUẢ TU TẬP

Kinh nghiệm chuyển hóa não bộ.

Jerome Kagan
- Ba khái niệm lôi cuốn
(Three Seductive Ideas)

15. VẤN ĐỀ VÀ KHẢ NĂNG TÍNH

Ban đầu tâm thức của chúng ta không thể duy trì sự ổn định và thư thái được lâu. Tuy nhiên với sự bền bỉ và kiên định, sự tĩnh lặng và an định sẽ dần dần phát triển.

Bokar Rinpoche

Thiền quán: Lời khuyên cho kẻ sơ cơ (Meditation: Advice to Beginners)

Christiane Buchet dịch sang Anh ngữ

Những kinh nghiệm tuyệt vời có thể sinh khởi khi bạn an trụ tâm trong thiền quán. Đôi khi phải mất một thời gian chúng mới sinh khởi, nhưng có khi chúng lại sinh khởi ngay lần đầu tiên bạn ngồi xuống tĩnh tọa. Những kinh nghiệm thông thường nhất là sự hỷ lạc, trong sáng và siêu việt khái niệm.

Theo như tôi từng được nghe giải thích, hỷ lạc là một cảm giác thuần túy hạnh phúc, thư thái và nhẹ nhàng trong cả thân và tâm. Khi kinh nghiệm này phát triển mạnh mẽ hơn thì dường như tất cả những gì bạn nhìn thấy đều là do tình thương cấu thành. Thậm chí những kinh nghiệm đau đớn thể xác cũng dịu đi rất nhiều và hầu như không còn cảm nhận được nữa.

Sự trong sáng là khả năng thấy được bản chất của sự vật hiện hữu như thể toàn bộ thực tại là một phong cảnh ngời sáng trong một ngày nắng đẹp không mây. Mọi thứ đều hiển hiện một cách phân minh, và mọi thứ đều trở nên có ý nghĩa. Ngay cả những niệm tưởng và cảm xúc phiền não cũng có chỗ của chúng trong phong cảnh rực sáng ấy.

Siêu việt khái niệm là một kinh nghiệm của tâm hoàn toàn rộng mở. Nhận thức của bạn là trực tiếp và không bị che mờ bởi sự phân biệt do những khái niệm như "ta" và "người khác", chủ thể và khách thể, hay bởi sự giới hạn dưới bất kỳ dạng thức nào. Đó là kinh nghiệm của một tâm thức thanh tịnh và vô hạn như không gian, không có khởi đầu, chặng giữa và kết thúc. Cũng giống như bạn thức tỉnh trong cơn mộng và nhận biết được rằng tất cả những gì trải qua trong mộng không hề tách biệt với tâm thức người nằm mộng.

Tuy nhiên, tôi rất thường nghe những người mới học thiền kể rằng họ ngồi đó và chẳng có gì xảy ra. Đôi khi họ có được cảm giác an tĩnh nhưng rất mờ nhạt và rất ngắn ngủi. Nhưng trong hầu hết các trường hợp thì họ không cảm thấy sự khác biệt gì với trước khi ngồi thiền hay sau khi đứng dậy. Đó có thể là một sự thất vọng thực sự.

Tệ hơn nữa, một số người còn cảm thấy mất phương hướng, như thể cái thế giới quen thuộc của những niệm tưởng, cảm xúc và cảm giác của họ hơi bị nghiêng đổ, điều này có thể dễ chịu hay khó chịu.

Như tôi đã đề cập trước, dầu bạn có thể nghiệm sự hỷ lạc, trong sáng, mất phương hướng hay chẳng có gì cả, thì ý định ngồi thiền vẫn là quan trọng hơn so với những gì xảy ra khi bạn ngồi thiền. Vì sự tỉnh thức vốn luôn hiện hữu, nên chỉ riêng nỗ lực nối kết với nó cũng đủ làm phát triển sự nhận biết của bạn về nó. Nếu bạn tiếp tục tu tập, dần dần bạn sẽ cảm nhận được đôi chút về một điều gì đó, một cảm giác tĩnh lặng hay an bình của tâm thức, hơi khác trạng thái tâm thức thông thường của bạn. Khi bắt đầu thể nghiệm điều này rồi, bạn sẽ nhận hiểu được bằng trực giác sự khác biệt giữa một tâm thức bị xáo trộn và tâm thức không bị xáo trộn khi ngồi thiền.

Ban đầu, hầu hết chúng ta không có khả năng trụ tâm được lâu trong sự tỉnh giác đơn thuần. Nếu bạn trụ tâm được trong một thời gian rất ngắn cũng đã là rất tốt. Chỉ cần làm theo những chỉ dẫn đã được trình bày ở phần trước để lặp lại nhiều lần khoảng thời gian thư thái ngắn ngủi ấy trong suốt bất kỳ buổi thiền tập nào. Thậm chí việc trụ tâm trong khoảng thời gian một hơi thở vào và một hơi thở ra đã vô cùng lợi lạc rồi. Hãy làm như thế một lần nữa, một lần nữa và một lần nữa...

Mọi điều kiện quanh ta luôn biến đổi, và sự an bình thực sự nằm ở khả năng thích nghi với những thay đổi. Thí dụ, bạn đang ngồi đó, an tĩnh chú tâm vào hơi thở của mình, và rồi người láng giềng ở lầu trên bắt đầu dùng máy hút bụi, hay một con chó bắt đầu sủa ở gần đó. Có thể bạn bắt đầu đau lưng hay đau chân, hoặc là bạn có cảm giác ngứa. Hay có thể là ký ức về một cuộc tranh cãi xảy ra cách đây vài hôm không biết vì sao bỗng hiện ra trong đầu bạn. Những điều như vậy vẫn thường xảy ra, và đó là một lý do khác nữa giải thích việc đức Phật đã dạy chúng ta nhiều phương pháp thiền đến thế.

Khi những xáo trộn như trên khởi sinh, hãy biến chúng thành một phần của sự hành trì. Kết nối sự tỉnh thức nhận biết của bạn với sự xáo trộn. Nếu đang tu tập với hơi thở mà bị gián đoạn bởi tiếng chó sủa hay tiếng máy hút bụi, hãy chuyển sang thiền quán âm thanh, hướng sự chú tâm vào tiếng động. Nếu bạn thấy đau lưng hay đau chân, hướng sự chú ý của mình vào cái tâm đang cảm giác đau. Nếu cảm thấy ngứa thì cứ gãi. Nếu bạn có dịp đến chùa tham dự một buổi thuyết pháp hay một thời tụng kinh, chắc hẳn bạn đã thấy các thầy không ngừng gãi ngứa, đổi chỗ trên gối hay ho hen nữa. Thế nhưng, rất có khả năng là, nếu các vị hành trì nghiêm túc thì họ sẽ làm những điều ấy với một sự tỉnh thức và hướng sự chú tâm vào cảm giác ngứa, cảm giác khi gãi ngứa, và vào cảm giác dễ chịu sau khi gãi được chỗ ngứa.

Nếu bạn bị xáo trộn bởi những cảm xúc mạnh mẽ, bạn có thể cố gắng tập trung, như đã chỉ dẫn ở trước, vào cái tâm thức đang thể nghiệm cảm xúc ấy. Hoặc là bạn có thể chuyển sang phép tu tập *tonglen*, sử dụng bất cứ điều gì bạn đang cảm nhận - sự giận dữ, buồn rầu, ganh tức, ham muốn - như là cơ sở cho sự tu tập.

Trong trường hợp hoàn toàn ngược lại, tôi được biết một số người cảm thấy tâm mơ hồ và buồn ngủ mỗi khi ngồi thiền. Đối với họ, chỉ giữ được cho mắt mở và hướng sự chú tâm vào những gì đang làm đã là cả một nỗ lực ghê gớm. Họ bị thôi thúc mãnh liệt bởi ý muốn buông xuôi tất cả và nhảy lên giường ngủ.

Có vài phương pháp đối trị cho trường hợp này. Phương pháp thứ nhất chỉ đơn giản là một biến thể của sự tỉnh thức nhận biết những cảm giác của thân thể. Đó là hướng sự chú ý của bạn vào chính cái cảm giác mờ mịt hay sự buồn ngủ. Nói cách khác, hãy sử dụng tâm mờ mịt của mình thay vì để cho nó sai sử. Nếu bạn không thể ngồi dậy thì cứ nằm mà vẫn giữ xương sống càng thẳng càng tốt.

Một phương thức khác là ngước mắt nhìn lên. Bạn không cần ngẩng mặt hay hất cằm lên, chỉ ngước mắt thôi.

Làm như thế thường có tác dụng đánh thức tâm. Trong khi đó, hạ tầm nhìn xuống có tác dụng xoa dịu khi tâm bạn quá náo động.

Khi cả hai phương thức đối trị sự chán nản hay xáo động này đều vô hiệu, tôi thường khuyên đệ tử hãy ngừng một chút để nghỉ giải khuây, như đi dạo một vòng, làm một điều gì đó trong nhà, tập thể thao, đọc sách hay làm vườn. Khi cả thân và tâm của bạn đều từ chối hợp tác, tự bắt buộc mình ngồi thiền là điều vô nghĩa. Nếu bạn cố gắng áp đảo sự phản kháng, cuối cùng bạn sẽ chán ghét tất cả những gì liên quan tới thiền và quyết định tìm hạnh phúc trong cuộc vui phù phiếm nào đó. Những lúc đó, tất cả các kênh truyền hình thu qua vệ tinh hay truyền hình cáp đều có vẻ vô cùng hấp dẫn.

TRÌNH TỰ TU TẬP THIỀN QUÁN

Hãy để ly nước [tâm] bị vẩn đục
bởi tạp niệm được lắng trong.

Ngài Tilopa

Hằng hà Đại thủ ấn
(Ganges Mahamudra)

Elizabeth M. Callahan dịch sang Anh ngữ

Khi mới bắt đầu tập thiền, tôi đã hãi hùng nhận thấy mình có nhiều niệm tưởng, cảm xúc và cảm giác hơn cả trước khi tu tập. Dường như tâm tôi đang trở nên náo loạn hơn thay vì an tĩnh hơn. Quý thầy bảo tôi: "Đừng lo, không phải tâm con trở nên tệ hơn trước đâu. Điều thực sự xảy ra là con đang nhận biết nhiều hơn những hoạt động liên tục diễn ra của tâm, mà trước đây con không để ý."

KINH NGHIỆM THÁC ĐỔ

Quý ngài ví kinh nghiệm này với hình ảnh một thác nước đột nhiên tăng nhanh lượng nước khi trời xuân trở ấm. Các ngài nói, khi những dòng nước từ băng tuyết tan ra trên các ngọn núi ào ạt đổ xuống, mọi thứ đều bị khuấy động, xáo trộn. Có hàng trăm viên đá, sỏi và đủ mọi thứ khác bị cuốn trôi theo dòng nước, nhưng ta không thể nhìn thấy hết vì nước ào ạt chảy quá nhanh và có quá nhiều cặn bẩn làm cho nước đục ngầu. Cũng vậy, ta rất dễ bị tán loạn bởi tất cả những cặn bẩn tinh thần và cảm xúc như thế. Các ngài dạy tôi một bài nguyện ngắn có tên là *Dorjé Chang Tungma*. Bài này đã giúp tôi rất nhiều những khi tâm tôi dường như bị chế ngự bởi những niệm tưởng, cảm xúc và cảm thọ. Một phần của bài nguyện này có thể tạm dịch như sau:

Pháp thân thiền thể không tán loạn.
Muôn ngàn niệm tưởng thảy không hư.
Nguyện con an trụ trong thực thể,
Niệm niệm tâm tâm tự như như.

Khi hướng dẫn cho rất nhiều đệ tử trên khắp thế giới, tôi nhận thấy rằng kinh nghiệm "thác đổ" như trên thường là điều họ gặp trước tiên khi mới vào thiền. Quả thật có nhiều loại phản ứng thường gặp đối với kinh nghiệm này, và tôi đã từng trải qua tất cả. Trong một ý nghĩa nào đó, tôi nghĩ mình thật may mắn, vì việc trải qua tất cả những giai đoạn này giúp tôi phát triển được khả năng cảm thông nhiều hơn với các đệ tử của tôi. Tuy nhiên, vào thời điểm đó thì kinh nghiệm "thác đổ" đối với tôi dường như là một thử thách khủng khiếp.

Phản ứng thứ nhất là tìm cách chặn đứng "dòng thác" bằng cách cố ngăn những tư tưởng, cảm xúc và cảm thọ, nhằm đạt được một cảm giác an tĩnh, rộng mở và bình an. Nỗ lực chặn đứng kinh nghiệm như thế là phản tác dụng, vì nó tạo ra một sự căng thẳng về mặt tinh thần hay trong cảm xúc mà cuối cùng sẽ biểu lộ thành sự căng thẳng nơi thân thể, nhất là phần thân trên: mắt trợn ngược, tai vểnh, vai và cổ cứng lại một cách bất thường. Tôi thường gọi giai đoạn thực tập này là "thiền cầu vồng" vì sự an tĩnh có được sau khi ngăn chặn "dòng thác tư tưởng" là hão huyền và phù du chẳng khác gì cái cầu vồng.

Một khi bạn buông bỏ ý định tự áp đặt cảm giác an tĩnh giả tạo, bạn sẽ phải đương đầu với kinh nghiệm thác nước "thô", nghĩa là tâm bạn sẽ bị cuốn trôi bởi nhiều niệm tưởng, cảm giác và cảm thọ khác nhau mà lúc trước bạn đã cố ngăn chặn. Nói chung, đây cũng là kiểu kinh nghiệm của những cái *"ủa"* [tỉnh giác] đã được miêu tả ở Phần 2 - khi bạn bắt đầu cố gắng quan sát niệm tưởng, cảm xúc và cảm thọ, và rồi bị chúng cuốn trôi đi. Bạn nhận biết mình đã bị cuốn trôi, và bạn cố gắng bắt mình trở về bằng cách đơn giản là quan sát những gì đang diễn ra trong tâm thức. Tôi gọi đây là dạng "móc câu" của thiền, vì ta cố "móc dính vào" những kinh nghiệm của mình rồi cảm thấy hối tiếc khi thay vào đó đã để mình bị chúng cuốn trôi.

Có hai phương thức để đối trị tình trạng "móc câu" này. Nếu sự hối tiếc của bạn là thực sự mạnh mẽ vì đã để cho mình bị những xáo động cuốn trôi, thì chỉ nên nhẹ nhàng hướng tâm vào kinh nghiệm hối tiếc ấy. Nếu sự hối tiếc của bạn không quá mạnh mẽ, hãy buông bỏ những xáo động và hướng sự tỉnh giác nhận biết của bạn vào những kinh nghiệm hiện tại. Chẳng hạn, bạn có thể chú ý đến những cảm thọ của thân thể: có thể đầu bạn hơi nóng một chút, tim đập hơi nhanh hơn , hay cổ hoặc vai hơi cứng. Chỉ cần tỉnh thức nhận biết những điều đó hoặc những kinh nghiệm khác đang diễn ra trong hiện tại. Bạn cũng có thể cố gắng buông thư tâm trong một sự chú ý đơn thuần - như đã đề cập ở Phần 1 và Phần 2 - vào chính sự tuôn chảy ào ạt của dòng thác [tư tưởng].

Dầu bạn đối trị như thế nào đi nữa, kinh nghiệm "thác đổ" cũng mang lại một bài học quan trọng, đó là sự buông bỏ những định kiến về thiền định. Những kỳ vọng của bạn khi đến với thiền thường là những chướng ngại lớn nhất cho sự tu tập. Điều quan trọng là hãy để mình giản dị nhận biết những gì đang diễn ra trong tâm trí, đúng thật như bản chất của chúng.

Một khả năng khác nữa có thể xảy ra là, những kinh nghiệm đến và đi quá nhanh chóng khiến bạn không nhận thức được chúng. Như thể mỗi niệm tưởng, cảm giác và cảm thọ là một giọt nước rơi vào một cái hồ to rộng và hòa tan ngay trong đó. Thật ra, đó là một kinh nghiệm rất tốt. Đó là một loại thiền không đối tượng, dạng *thiền chỉ* tốt nhất. Vì thế, nếu bạn không hứng được từng "giọt nước", cũng đừng tự trách mình, mà hãy hoan hỷ tự chúc mừng, vì bạn đã tự nhiên đạt đến một trạng thái thiền mà hầu hết những người khác đều thấy là rất khó đạt đến.

Sau một thời gian tu tập, bạn sẽ thấy dòng chảy ào ạt của những tư tưởng, cảm giác v.v... bắt đầu chậm dần, và bạn có thể phân biệt rõ ràng hơn những kinh nghiệm của mình. Những điều ấy vốn luôn có đó, nhưng cũng như trường hợp thác nước, khi con nước lũ khuấy động quá nhiều cặn bẩn, bạn không thể nhìn thấy gì. Cũng thế, khi những quán tính và xáo động thường che mờ tâm bắt đầu lắng xuống nhờ thiền tập, bạn sẽ bắt đầu nhận thấy được những hoạt động vốn không ngừng diễn ra ngay dưới cấp độ nhận biết thông thường.

Tuy vậy, có thể là bạn vẫn không thể quan sát từng tư tưởng, từng cảm giác hay cảm thọ khi chúng đi qua, nhưng chỉ thoáng thấy chúng, khá giống với kinh nghiệm khi vừa lỡ một chuyến xe buýt, như đã miêu tả ở phần trước. Điều này cũng tốt. Cái cảm giác vừa bỏ lỡ không quan sát được một tư tưởng hay cảm giác chính là dấu hiệu của sự tiến bộ, cho thấy là tâm bạn tự nó đang trở nên sắc bén để nắm bắt những dấu vết của mọi động tĩnh, như cách của một thám tử bắt đầu nhận ra được những manh mối.

Khi tiếp tục tu tập, bạn sẽ thấy mình có khả năng nhận thức ngày càng rõ rệt hơn mỗi một kinh nghiệm khi chúng vừa sinh khởi. Các bậc thầy của tôi đã dùng một hình ảnh thí dụ để mô tả hiện tượng này như là lá cờ bay phần phật trong cơn gió mạnh. Lá cờ không ngừng phất tới phất lui tùy theo hướng gió thổi. Chuyển động của lá cờ cũng giống như những sự kiện đang trôi nhanh qua tâm thức bạn, trong khi cột cờ biểu thị tâm tỉnh giác bản nhiên: thẳng đứng và vững chãi, cắm chặt vào lòng đất, không bao giờ nghiêng ngả, bất kể gió mạnh đến đâu đang thổi lá cờ về hướng này hay hướng khác.

KINH NGHIỆM DÒNG SÔNG

Dần dần, khi cứ tiếp tục tu tập, thế nào rồi bạn cũng sẽ đến lúc có thể phân biệt một cách rõ ràng những chuyển động của niệm tưởng, cảm xúc và cảm thọ khi chúng đi qua tâm bạn. Vào lúc này, bạn bắt đầu chuyển từ kinh nghiệm "thác đổ" sang những gì mà các bậc thầy của tôi gọi là "kinh nghiệm dòng sông", trong đó mọi thứ vẫn chuyển động, nhưng chậm chạp, nhẹ nhàng hơn. Một trong những dấu hiệu đầu tiên biểu hiện rằng bạn đã đi vào giai đoạn "kinh nghiệm dòng sông" trong thiền tập là thỉnh thoảng bạn có thể an trụ trong chánh niệm mà không cần quá cố gắng, và tỉnh thức nhận biết một cách tự nhiên tất cả những gì đang diễn ra trong nội tâm hay bên ngoài bạn. Và khi ngồi thiền theo thời khóa, bạn sẽ cảm thấy ba kinh nghiệm: hỷ lạc, trong sáng và siêu việt khái niệm xuất hiện một cách rõ rệt hơn.

Đôi khi cả ba kinh nghiệm này xảy ra đồng thời, và cũng có khi một kinh nghiệm mạnh mẽ hơn hai kinh nghiệm kia. Bạn có thể cảm giác thân thể nhẹ nhàng hơn và bớt căng thẳng. Bạn có thể thấy những cảm nhận của mình sáng rõ hơn và dường như "trong suốt" hơn ở chỗ chúng không còn có vẻ quá nặng nề hay đè nén như trước. Tư tưởng và cảm giác không còn có vẻ như quá mạnh mẽ nữa; chúng như đã được thấm nhuần cam lộ của trí tuệ trong thiền định. Chúng xuất hiện như những ấn tượng thoáng qua hơn là những sự thật tuyệt đối. Khi bạn được tắm trong "kinh nghiệm dòng sông", bạn sẽ thấy tâm an tĩnh hơn. Bạn sẽ không thấy những chuyển động của nó là nghiêm trọng, và kết quả là bạn sẽ thể nghiệm một cảm giác tự tin hơn, rộng mở hơn, và cảm giác này sẽ không bị lay chuyển bởi những người bạn gặp, những gì bạn trải nghiệm hay những nơi bạn đến. Cho dù những kinh nghiệm như thế có thể đến rồi đi, nhưng bạn sẽ bắt đầu cảm nhận được vẻ đẹp của thế giới quanh bạn.

Một khi điều này xảy ra, bạn cũng sẽ bắt đầu nhận biết rõ những khoảng trống rất ngắn giữa hai niệm tưởng. Ban đầu, những khoảng trống này rất chớp nhoáng, như một thoáng hoàn toàn không khái niệm, không kinh nghiệm. Nhưng với thời gian, khi tâm bạn an tĩnh hơn, khoảng trống này sẽ ngày càng dài hơn. Đây thực sự là tâm yếu của việc tu tập thiền an trụ *shinay*: đó là khả năng nhận biết và an trụ vào những khoảng trống giữa các niệm tưởng, cảm xúc hay sự kiện tinh thần nào khác.

KINH NGHIỆM MẶT HỒ

Trong kinh nghiệm dòng sông, tâm của bạn có thể vẫn còn gặp lắm thăng trầm. Ở giai đoạn tiếp theo mà các bậc thầy của tôi gọi là kinh nghiệm “mặt hồ”, tâm bạn sẽ có cảm giác rất tĩnh lặng, mênh mông và thoáng đãng, như một mặt hồ không có sóng. Bạn sẽ cảm nhận hạnh phúc đích thực, không còn bất cứ sự thăng trầm nào nữa. Bạn hoàn toàn tự tin, vững chãi và thể nghiệm được một cảnh giới giác tính trong thiền định, gần như không gián đoạn, ngay cả trong lúc ngủ. Bạn vẫn còn gặp những bất ổn trong cuộc sống, như tư tưởng bất thiện hay cảm xúc mãnh liệt v.v... nhưng thay vì là chướng ngại, chúng sẽ là những cơ hội tốt để giác tính trong thiền định trở nên sâu sắc hơn, như một vận động viên điền kinh chấp nhận thách thức chạy thêm nửa dặm đường để nhờ đó vượt qua “bức tường” của sự miễn cưỡng và tăng cường sức mạnh cũng như kỹ năng của mình thậm chí còn hơn trước đó nữa.

Đồng thời thân thể của bạn sẽ cảm nhận được sự khinh an của niềm hỷ lạc, sự trong sáng tăng trưởng khiến mọi nhận thức của bạn bắt đầu trở nên nhạy bén hơn, gần như trong suốt, như tấm gương phản chiếu hình ảnh sự vật. Trong giai đoạn "dòng sông", con khỉ điên còn phá phách một đôi chút, nhưng khi bạn đạt đến giai đoạn "mặt hồ", nó đã hoàn toàn rút lui.

Một điển dụ truyền thống trong Phật giáo so sánh sự tiến triển qua ba giai đoạn [thiền định] này với hình ảnh một hoa sen vươn lên khỏi bùn nhơ. Sen bắt đầu mọc trong bùn và những cặn bẩn dưới đáy ao hồ, nhưng khi hoa sen nở trên mặt nước, nó không còn mang dấu vết nào của bùn nhơ. Trong thực tế, những cánh sen thực sự có vẻ như không hề bám bẩn. Cũng vậy, khi tâm bạn nở hoa trong kinh nghiệm mặt hồ, bạn sẽ không còn dấu vết nào của sự chấp trước hay bám víu, không còn bất ổn nào liên quan đến luân hồi sinh tử. Thậm chí bạn còn có thể phát triển - như chư vị đại sư xưa kia - những năng lực nhận thức rất cao, chẳng hạn như thiên nhãn thông hay thần giao cách cảm. Nhưng khi điều này thực sự xảy ra cho bạn, tốt nhất là đừng khoe khoang và đừng nói cho ai biết, trừ vị thầy của bạn và những đệ tử thân tín của ngài.

Trong truyền thống Phật giáo, người ta không nói nhiều đến những kinh nghiệm hoặc chứng ngộ của bản thân mình, chủ yếu là vì sự khoe khoang như thế có khuynh hướng làm tăng trưởng tâm kiêu mạn và có thể dẫn đến sự sử dụng sai lầm những năng lực này để đạt được quyền lực thế tục hay gây ảnh hưởng đối với người khác, vốn là điều gây hại cho chính mình cũng như cho người khác. Vì lý do này, người học thiền mặc nhiên chấp nhận một sự cam kết hay một lời nguyện - tiếng Phạn là *samaya* - là không sử dụng một cách bất thiện những khả năng đạt được qùa việc thực hành thiền quán. Sự cam kết này cũng giống như hiệp ước không sử dụng vũ khí hạt nhân một cách bất chính. Hệ quả của việc phản bội cam kết này là sẽ mất đi bất cứ thành tựu hay khả năng nào đã đạt được qua công phu tu tập.

NHẦM LẪN KINH NGHIỆM VỚI SỰ CHỨNG NGỘ

Hãy buông bỏ những gì mình đang tham luyến.

Ngài Gyalwang Karmapa Đời thứ 9

Đại thủ ấn: Liễu nghĩa hải (Mahamudra: The Ocean of Definitive Meaning)

Elizabeth M. Callahan dịch sang Anh ngữ

Mặc dầu kinh nghiệm "mặt hồ" có thể được xem như tuyệt đỉnh của phép thiền an trụ *shinay*, nhưng tự nó không phải là một sự chứng ngộ hay giác ngộ viên mãn. Đó là một bước tiến quan trọng trên con đường đạo, nhưng không phải là bước cuối cùng. Chứng ngộ là sự nhận biết hoàn toàn tánh Phật của mình, nền tảng của luân hồi và Niết-bàn: vượt thoát mọi tư tưởng, cảm xúc và những kinh nghiệm hiện tượng đến từ các thức của giác quan cũng như ý thức, buông bỏ được kinh nghiệm nhị nguyên phân biệt ta và người, chủ thể và khách thể; và phát triển vô hạn các phẩm tính trí tuệ, từ bi và năng lực.

Có lần cha tôi kể lại một câu chuyện xảy ra lúc ngài còn ở Tây Tạng. Một vị đệ tử xuất gia của ngài lên một hang động trên núi để tu tập. Một hôm, thầy gửi cho cha tôi một thông điệp khẩn cấp xin ngài lên thăm thầy. Khi cha tôi đến, thầy háo hức thưa :

- Con đã giác ngộ viên mãn rồi! Con bay được, con biết. Nhưng con cần sư phụ cho phép.

Cha tôi nhận biết vị tăng này chỉ vừa thoáng thấy được - một kinh nghiệm - bản tâm thôi, nên thẳng thừng đáp:

- Quên chuyện đó đi. Ông không biết bay.

- Được mà! Vị tăng vẫn phấn khích trả lời. Nếu con nhảy từ đỉnh hang động này xuống...

- Không được! Cha tôi ngắt lời.

Hai người cãi qua cãi lại một hồi, và cuối cùng vị tăng đầu hàng:

- Thôi được, nếu sư phụ đã bảo không, con sẽ không làm.

Vì lúc đó gần đến giờ ăn trưa, vị thầy thỉnh cha tôi dùng cơm. Sau khi hầu cơm cho cha tôi xong, vị thầy rời khỏi động và sau đó một thời gian rất ngắn, cha tôi nghe có tiếng động lạ như tiếng “huych” và tiếng gào từ phía dưới vọng lên:

- Cứu tôi với! Tôi gãy chân rồi!

Cha tôi leo xuống chỗ vị thầy đang nằm dài và hỏi:

- Ông nói ông đã giác ngộ. Vậy kinh nghiệm giác ngộ của ông đâu?

Vị thầy rên rỉ:

- Sư phụ đừng nhắc đến nữa! Con đang đau quá!

Bẩm chất vốn từ mẫn, cha tôi cõng vị thầy lên động của ông, bó chỗ xương gãy và cho ông một liều dược thảo Tây Tạng để trị vết thương. Nhưng đó là một bài học mà vị tăng ấy sẽ không bao giờ quên.

Cũng như cha tôi, các bậc thầy khác luôn cẩn thận chỉ rõ khác biệt giữa sự chứng ngộ chân thật với một kinh nghiệm nhất thời. Kinh nghiệm luôn luôn thay đổi, như những áng mây bay trên bầu trời. Chứng ngộ - tuệ giác vững chãi về bản thể tự tâm - thì giống như chính bầu trời, một nền tảng không thay đổi để các kinh nghiệm đổi thay có thể diễn ra trên đó.

Để đạt đến chứng ngộ, điều quan trọng là tự mình tu tập theo một tiến trình tuần tự: bắt đầu bằng những thời khóa rất ngắn và lặp lại nhiều lần trong ngày. Khi những kinh nghiệm an tĩnh, thanh thản và trong sáng mà bạn trải nghiệm được gia tăng trong những thời khóa tu tập ngắn như thế, điều này tự nhiên sẽ khuyến khích bạn tiếp tục với những thời khóa kéo dài hơn. Đừng tự ép mình thiền tập khi quá mệt mỏi hay tâm trí quá xáo trộn. Cũng đừng tránh né việc ngồi thiền khi tự tâm bạn lên tiếng thầm thì nhắc nhở rằng đã đến giờ.

Một điều quan trọng khác là hãy buông xả tất cả những cảm giác hỷ lạc, trong sáng hoặc siêu việt khái niệm mà bạn có thể đã trải nghiệm. Đó là những kinh nghiệm dễ chịu và là những dấu hiệu rõ ràng chứng minh bạn đã nối kết một cách thâm sâu với chân tánh của tự tâm. Nhưng khi có những trải nghiệm như thế, ta dễ bị cám dỗ muốn nắm chặt lấy chúng, muốn chúng kéo dài. Chúng ta có quyền nhớ nghĩ và trân quý những kinh nghiệm này, nhưng nếu bạn cố gắng bám giữ hay tìm cách lặp lại, cuối cùng bạn sẽ nhận lấy sự thất vọng. Tôi biết điều đó vì tôi cũng đã từng là nạn nhân của sự cám dỗ, và mỗi khi sa vào sự cám dỗ ấy, tôi đều phải thất vọng. Mỗi khoảnh khắc chớp nhoáng của hỷ lạc, trong sáng và siêu việt khái niệm là một kinh nghiệm hoàn toàn tự nhiên của tâm trong trạng thái như thật của nó ở thời điểm nhất định ấy.

Khi ta cố bám víu vào một kinh nghiệm như sự hỷ lạc hay trong sáng, kinh nghiệm ấy liền mất đi phẩm chất sinh động và tự nhiên để trở thành một khái niệm, một kinh nghiệm chết. Dầu có cố gắng tới đâu để kéo dài, chúng cũng dần dần nhạt nhòa đi. Nếu sau đó bạn cố gắng tái tạo chúng, bạn có thể nếm lại hương vị của cảm giác cũ, nhưng đó chỉ là một ký ức chứ không phải bản thân sự trực nghiệm.

Bài học quan trọng nhất mà tôi được học là không nên chấp thủ vào những kinh nghiệm tốt đẹp nếu chúng đem đến sự an lạc. Như tất cả những kinh nghiệm tinh thần khác, sự hỷ lạc, trong sáng và siêu việt khái niệm cũng đến và đi một cách tự nhiên. Bạn không tạo ra chúng, không phải là nhân của chúng, và không thể điều khiển chúng. Chúng hoàn toàn chỉ là những phẩm tính tự nhiên của tâm thức bạn. Tôi được dạy rằng khi một kinh nghiệm tốt đẹp như thế phát khởi thì phải ngừng thiền quán ngay ở đó, trước khi các cảm giác nhòa đi. Ngược lại với sự chờ đợi của tôi, khi tôi ngừng thực tập ngay khi hỷ lạc, trong sáng hay một kinh nghiệm tuyệt vời nào khác phát sinh, thì tác động của chúng sẽ kéo dài hơn so với khi tôi cố bám víu vào chúng. Và đến thời khóa thiền tập tiếp theo, tôi thấy mình hăng hái hơn rất nhiều.

Quan trọng hơn nữa, tôi phát hiện rằng nếu ngừng thiền quán đúng lúc tôi đạt được cảm giác hỷ lạc, trong sáng hay siêu việt khái niệm, thì đó là một thực tập rất tốt để học buông xả cái tập khí *dzinpa*, hay là chấp thủ. Chấp thủ hay bám chặt vào một kinh nghiệm tuyệt diệu là một trong những mối nguy hiểm lớn nhất của thiền quán, vì người ta quá dễ dàng tưởng rằng kinh nghiệm tuyệt diệu đó là dấu hiệu của sự chứng ngộ. Nhưng trong hầu hết các trường hợp, đó chỉ là một giai đoạn thoáng qua, một chút lóe sáng của chân tánh bản tâm, vốn cũng dễ bị che mờ như mây che mặt trời. Một khi khoảnh khắc ngắn ngủi của tuệ giác thuần tịnh ấy qua rồi, bạn sẽ phải đối mặt với những kinh nghiệm bình phàm như sự chán nản, tán tâm hay bực dọc. Và bạn sẽ có nhiều sức mạnh, nhiều tiến bộ khi tu tập trong những điều kiện này hơn là cố gắng bám víu vào những kinh nghiệm hỷ lạc, trong sáng hay siêu việt khái niệm.

Hãy dùng chính kinh nghiệm của mình làm người dẫn đường và tạo nguồn cảm hứng. Hãy để mình tận hưởng những phong cảnh trên con đường tu tập. Phong cảnh đó chính là tâm thức của bạn, và vì tâm bạn vốn đã sẵn tánh giác ngộ, nếu bạn biết tận dụng cơ hội để thỉnh thoảng nghỉ ngơi một chút trên con đường, cuối cùng bạn sẽ nhận ra rằng nơi bạn muốn đến chính là nơi bạn đang đứng.

16. MỘT VIỆC NỘI BỘ

Sự giác ngộ chỉ có thể đạt được bằng một cách duy nhất: đó là từ nội tâm.

Ngài Tai Situ Rinpoche Đời thứ 12

Liễu nghĩa Đại thủ ấn kỳ thỉnh văn - Trích từ Shenpen Osel 2, số 1 (tháng 3 năm 1998)

("A Commentary on the Aspiration Prayer of Mahamudra, the Definitive Meaning," in Shenpen Osel 2, no. 1 - March 1998)

Một trong những điều tuyệt vời của việc đi giảng pháp trên khắp thế giới là cơ hội để thu thập những từ ngữ trong nhiều ngôn ngữ khác nhau. Tôi rất thích một thành ngữ tiếng Mỹ dùng để nói đến kiểu phạm tội [ở một công ty] khi thủ phạm chính là người của công ty đó: *inside job* (việc nội bộ). Những kẻ phạm tội thuộc loại này thường có cảm giác an toàn vì nghĩ rằng họ đã rõ biết tất cả những biện pháp ngăn ngừa tội phạm được áp dụng bởi bất kỳ công ty nào mà họ đến làm việc. Nhưng thực tế lại hóa ra là họ thường không biết hết được mọi việc, và chính hành vi của họ đã tố giác họ.

Theo một cách hiểu thì việc để cho phiền não chế ngự mình là một kiểu *"inside job"*. Sự khổ đau mà ta chịu đựng khi mất đi một vật gì mà ta tham luyến, hay khi phải đương đầu với những gì ta muốn tránh né, đều là những kết quả trực tiếp của việc không biết hết được mọi việc mà lẽ ra ta có thể biết hay cần phải biết về bản tâm của chính mình. Chúng ta bị giam giữ bởi chính sự vô minh của mình, và nỗ lực tìm giải thoát bằng một phương tiện bên ngoài nào đó - vốn chỉ là những phản ánh của sự vô minh nhị nguyên đã đẩy ta vào bất ổn ngay từ đầu - chỉ có tác dụng làm cho ngục tù quanh ta càng chật hẹp hơn và kiên cố hơn.

Tất cả những gì tôi đã học về tiến trình sinh lý của tư tưởng và nhận thức cho tôi biết rằng, phương thức duy nhất để tự giải thoát ra khỏi ngục tù của khổ đau là lặp lại những hoạt động cùng bản chất với những hoạt động đã giam cầm chúng ta ngay từ đầu. Khi ta vẫn chưa nhận thức được rằng sự an lạc đã hiện diện tự nhiên trong chính tâm thức ta, ta sẽ không bao giờ tìm được sự thỏa mãn lâu dài từ những đối tượng hay hoạt động bên ngoài.

Nói cách khác, hạnh phúc và khổ đau là những "việc nội bộ" [của mỗi chúng ta].

SỐNG CÒN HAY THĂNG HOA, ĐÓ CHÍNH LÀ VẤN ĐỀ

Tất cả mọi hạnh phúc đều sinh khởi từ thiện hạnh.

Ngài Gampopa

Lời giáo huấn của Gampopa (The Instructions of Gampopa)

Lama Yeshe Gyamtso dịch sang Anh ngữ

Khi còn nhỏ, tôi được dạy rằng có hai loại hạnh phúc: hạnh phúc tạm bợ và hạnh phúc vĩnh hằng. Hạnh phúc tạm bợ như một viên aspirin (thuốc giảm đau) cho tâm thức, chỉ đem lại một vài giờ thuyên giảm những đau đớn của cảm xúc. Hạnh phúc vĩnh hằng đến từ việc chữa trị những căn nguyên tiềm ẩn của khổ đau. Sự khác biệt giữa hạnh phúc tạm bợ và vĩnh hằng có nhiều điểm tương tự với sự khác biệt - như đã nói ở Phần 1 - giữa những tâm trạng và tính khí của cá nhân. Về mặt di truyền học, dường như loài người được "lập trình" sẵn để đi tìm những trạng thái hạnh phúc tạm bợ thay vì tạo ra những tính cách [tích cực có tác dụng] lâu dài. Những hoạt động như ăn, uống, giao hợp... làm tiết ra những nội tiết tố (hormone) có công năng đem lại những cảm giác dễ chịu và sảng khoái trên bình diện sinh lý và tâm lý. Qua việc tiết ra các nội tiết tố như vậy, những hoạt động có tính chất sinh tồn này giữ một vai trò quan trọng trong việc đảm bảo sự sống còn của chúng ta như một cá nhân và sự di truyền cho các thế hệ tương lai.

Tuy nhiên, theo tôi được biết, những khoái lạc mà chúng ta cảm nhận thông qua những hoạt động nói trên rất ngắn ngủi, do cấu trúc di truyền. Nếu những việc ăn, uống, giao hợp v.v... có thể đem lại cho ta một cảm giác hạnh phúc dài lâu, hẳn ta chỉ làm những việc này một lần thôi, rồi sau đó ngồi sẽ chơi xơi nước và tận hưởng hạnh phúc trong khi kẻ khác lo gánh vác trách nhiệm duy trì chủng loại. Theo quan điểm sinh vật học thuần túy, bản năng sinh tồn luôn đẩy chúng ta về phía khổ đau mạnh mẽ hơn là về phía hạnh phúc.

Đó là tin buồn.

Nhưng tin vui ở đây là, có một "biến thể" sinh lý trong cấu trúc của bộ não giúp ta có khả năng chế ngự được những khuynh hướng di truyền của mình. Thay vì lặp lại một cách máy móc cùng một loại hoạt động nhằm được trải nghiệm trở lại những trạng thái hạnh phúc tạm bợ, chúng ta thực sự có thể tự mình tu tập để nhận biết, chấp nhận và an trụ trong một kinh nghiệm an bình và mãn nguyện lâu bền hơn. "Biến thể" nói trên thực sự chính là vùng não mới (neocortex), vùng não đã phát triển cao độ, có chức năng xử lý những suy tưởng, luận lý và khái niệm.

Tất nhiên, việc có một bộ não mới lớn và phức tạp cũng có những điểm bất lợi. Rất nhiều người quá mải miết trong sự suy đi tính lại, cân nhắc thiệt hơn tất cả mọi việc, từ việc chia tay với người bạn đời cho đến việc chọn đúng lúc để đến cửa hàng thực phẩm, cho đến nỗi họ chẳng bao giờ có được một quyết định nào cả. Thế nhưng, khả năng chọn lựa giữa nhiều điều khác nhau vẫn là một lợi điểm phi thường, vượt xa tất cả các nhược điểm khác.

ĐỊNH HƯỚNG NÃO BỘ

Củi dùng để đốt
nhưng tự nó không phải là lửa.

Bồ Tát Long Thụ

Trung quán cơ sở trí tuệ
(The Fundamental Wisdom of the Middle Way)

Ari Goldfield dịch sang Anh ngữ

Ngày nay, ai cũng biết rằng bộ não được chia làm hai phần, bán cầu não phải và bán cầu não trái. Mỗi bán cầu có vẻ hơi giống như hình ảnh phản chiếu của bán cầu kia, đều có đầy đủ các phần như hạch hạnh nhân (amygdale), hồi hải mã và một thùy trán to lớn có chức năng xử lý hầu hết các tiến trình lý luận của vỏ não mới. Người ta thường dùng cách nói một cách dễ duôi như người "não trái" hay người "não phải" với một ý tưởng rất phổ biến là người nào có bán cầu não trái hoạt động nhiều hơn sẽ thiên về sự phân tích hay tri thức, còn người có bán cầu não phải hoạt động nhiều hơn sẽ thiên về sự sáng tạo hay nghệ thuật. Tôi không biết điều đó có đúng không. Nhưng theo những gì tôi học hỏi được thì các nghiên cứu khoa học trong những năm qua đã xác định rằng, ở loài người và những động vật tiến hóa bậc cao (như anh bạn khỉ điên của chúng ta chẳng hạn) thì hai thùy trán có vai trò khác nhau trong việc hình thành và trải nghiệm cảm xúc.

Trong cuộc hội thảo của Viện Tâm thức và Đời sống vào năm 2001 ở Dharamsala, giáo sư Richard Davidson trình bày những kết quả của một cuộc nghiên cứu tại Phòng nghiên cứu Waisman, nghiên cứu về hình ảnh và ứng xử của não bộ *(Waisman Laboratory for Brain Imaging and Behavior)*, thuộc trường Đại học Wisconsin, bang Madison.

Trong cuộc nghiên cứu này, các đối tượng được cho xem những tấm ảnh được chọn lựa để gợi lên nhiều loại cảm xúc khác nhau. Các tấm ảnh này bao gồm từ hình ảnh người mẹ âu yếm ôm đứa con sơ sinh cho đến hình ảnh các nạn nhân bị tai nạn xe hơi, bị phỏng nặng. Các đối tượng được khảo sát nhiều lần trong tiến trình kéo dài hai tháng, với thời gian nghỉ khoảng vài tuần giữa mỗi lần khảo sát. Kết quả cho thấy rõ ràng có sự tăng gia hoạt động trong vùng thùy trán bên não trái khi các đối tượng khảo sát được nhìn thấy một tấm hình vốn thường được liên kết với những cảm xúc tốt đẹp như niềm vui, sự trìu mến và lòng từ mẫn, trong khi các hoạt động trong vùng thùy trán bên não phải lại gia tăng khi các đối tượng khảo sát được cho xem những tấm ảnh làm khởi sinh những cảm xúc tiêu cực như sự sợ hãi, giận giữ và ghê tởm.[1]

Nói cách khác, có một chỉ báo mạnh mẽ cho thấy rằng những cảm xúc tích cực như hạnh phúc, bi mẫn, tính hiếu kỳ và niềm vui đều có liên quan đến hoạt động của thùy trán bên não trái, trong khi những cảm xúc tiêu cực như sự giận dữ, sợ hãi, ganh ghét, oán thù đều sản sinh trong thùy trán bên não phải. Việc xác định được mối liên hệ này là một bước tiến lớn dẫn đến sự hiểu biết nền tảng sinh lý của hạnh phúc và khổ đau, và về lâu dài có thể sẽ cung cấp nền tảng căn bản để phát triển một khoa học thực hành về hạnh phúc. Nhưng cấp thời hơn, đây là một yếu tố then chốt để có thể hiểu được những kết quả nghiên cứu mà giáo sư Davidson và giáo sư Antoine Lutz sẽ tiến hành một thời gian sau đó, với sự tham gia của những người đã tu tập thiền định ở những trình độ khác nhau và những đối tượng đối chứng vốn không hề có chút kinh nghiệm thiền quán nào cả.

[1] Daniel Goleman, Destructive Emotions: How Can We Overcome Them? (New York: Bantam Dell, 2003), trang 194-195.

Cuộc nghiên cứu đầu tiên trong số đó tiến hành vào năm 2001, mà tôi được nghe mô tả như là một "cuộc nghiên cứu thí điểm", nghĩa là một kiểu dự án thử nghiệm nhằm giúp các nhà khoa học phát triển những dự án nghiên cứu lâm sàng được thực hiện với nhiều tiêu chí cụ thể hơn và được kiểm soát chặt chẽ hơn. Đối tượng của cuộc nghiên cứu thí điểm là một vị tăng sĩ đã tu tập hơn 30 năm dưới sự dẫn dắt của một số bậc thầy vĩ đại nhất của Phật giáo Tây Tạng. Điểm quan trọng cần lưu ý là những kết quả của cuộc nghiên cứu thí điểm này không thể được xem như là một kết luận.

Tất nhiên, điều trước tiên và quan trọng hơn hết là cần phải có thời gian để xem xét lại những kết quả nghiên cứu nhằm rút ra những bất ổn ngoài dự kiến về kỹ thuật. Thứ hai là việc xem xét lại những kết quả của một cuộc nghiên cứu thí điểm sẽ giúp các nhà khoa học phân biệt và chọn lọc những thông tin nào có thể liên quan đến cuộc nghiên cứu. Thứ ba, khi làm việc với các vị tăng sĩ Tây Tạng, có những khó khăn nhất định về mặt ngôn ngữ thường trở ngại cho sự giao tiếp sáng tỏ giữa các nhà nghiên cứu và đối tượng. Cuối cùng, như đã đề cập ở gần cuối Phần 2, có một sự dè dặt tự nhiên về phía các hành giả Tây Tạng, xuất phát từ lời nguyện *(samaya)* của họ là không nói rõ cho ai biết về những gì mình trải nghiệm, trừ phi đó là một vị đạo sư đức độ.

Cuộc nghiên cứu thí điểm ở Madison có mục đích xác định xem liệu các pháp môn điều phục tâm mà vị tăng sĩ, đối tượng được nghiên cứu, đã tu học trong hơn 30 năm qua có tạo ra được những thay đổi - có thể đo lường một cách khách quan - trong hoạt động ở nhiều vùng khác nhau trong bộ não của ngài hay không. Vì mục đích thử nghiệm nên vị tăng sĩ này được yêu cầu thực hành nhiều phương thức thiền quán khác nhau, bao gồm các pháp chú tâm vào một đối tượng cụ thể, khởi tâm từ và an trụ trong thiền *shinay* không đối tượng. Vị tăng sĩ này gọi pháp thiền *shinay* là *"thiền hiện hữu rộng mở"*, tức là hoàn toàn an trụ trong sự hiện hữu rộng mở của tâm thức mà không chú tâm vào một đối tượng cụ thể nào. Vị này sẽ thay đổi giữa một trạng thái trung chuyển trong 60 giây rồi đi vào một phương thức thiền quán nhất định nào đó trong 60 giây tiếp theo.

Trong tiến trình nghiên cứu thí điểm, bộ não của vị tăng sĩ được theo dõi qua máy quét fMRI (đồ hình cộng hưởng từ trường) và tiếp theo là hai chu kỳ EEG (điện não đồ), chu kỳ thứ nhất sử dụng [thiết bị EEG] với 128 điện cực và chu kỳ thứ hai dùng một số lượng nhiều đến 256 điện cực, vượt xa số [điện cực] thụ cảm của các thiết bị EEG được dùng trong các bệnh viện, vốn [chỉ có 16 điện cực và] chỉ có thể đo được các hoạt động xung điện hay sóng não ngay bên dưới da đầu mà thôi. Những hình ảnh của các thí nghiệm EEG mà tôi được thấy thực sự rất buồn cười. Trông giống như là có hàng trăm con rắn được gắn vào đầu vị tăng! Nhưng thông tin thu thập được từ tất cả những "con rắn" ấy, khi được phân tích bởi các chương trình điện toán rất hiện đại, được phát triển riêng cho phòng nghiên cứu ở Madison, sẽ cung cấp một đồ hình về hoạt động của những vùng nằm rất sâu trong bộ não của vị tăng.[1]

Mặc dầu phải mất đến mấy tháng để các máy điện toán xử lý tất cả các dữ kiện phức tạp thu thập được từ nhiều lần quét não bộ khác nhau, nhưng những khảo sát sơ bộ của cuộc nghiên cứu thí điểm đã cho thấy có những thay đổi trong các tổ hợp lớn của các mạch nơ-ron trong bộ não của vị tăng sĩ. Điều này ít nhất cũng chỉ ra một sự tương quan giữa những thay đổi trong hoạt động của bộ não ngài

[1] Sách đã dẫn, trang 4-27.

với các phương thức thiền quán mà ngài được đề nghị thực hành. Ngược lại, việc quét não bộ tương tự được thực hiện với những đối tượng đối chứng không tu tập thiền quán cho thấy một khả năng hạn hẹp hơn nhiều trong việc chủ động điều khiển hoạt động của bộ não khi thực hành một hoạt động tinh thần nhất định.

Khi tôi đề cập đến cuộc thử nghiệm này trong một chuyến đi Anh quốc gần đây, nhiều người đã cho tôi biết rằng một cuộc kiểm tra do các nhà khoa học của Đại học London (University College London) thực hiện với kỹ thuật đồ hình cộng hưởng từ (MRI) đã cho thấy rằng các tài xế taxi ở Luân Đôn - những người bắt buộc phải trải qua một khóa huấn luyện từ hai đến bốn năm có tên là "kiến thức lái xe", qua đó họ được học cách luồn lách lái xe đi trong mạng lưới đường xá phức tạp của London - có một sự phát triển đáng kể trong vùng hồi hải mã của bộ não, là vùng não có tương quan điển hình nhất với ký ức thuộc không gian. Nói một cách thật giản dị, cuộc nghiên cứu này bắt đầu xác nhận rằng một kinh nghiệm lặp lại nhiều lần có thể thực sự làm thay đổi cấu trúc và chức năng của bộ não.

Khả năng nhận biết những tình cảm và cảm thọ của người khác là một đặc tính chỉ có ở loài động vật có vú, nhờ vùng hệ viền trong bộ não.[1] Rõ ràng là khả năng này đôi khi dường như có thể gây nhiều bất ổn hơn so với lợi ích của nó. Giá như có thể ứng xử với mọi tình huống theo cùng một cách đơn giản, đen trắng rạch ròi theo kiểu "giết hay bị giết", "ăn hay bị ăn", chẳng phải là tốt đẹp hơn sao? Nhưng

[1] Tìm hiểu thêm về đề tài này ở bản luận văn "Homo homini lupus? Morality, the Social Instincts, and Our Fellow Primates," trong tác phẩm Neurobiology of Human Values (Heidelberg: Springer-Verlag, 2005) của J.-P. Changeux, A. R. Damasio, W. Singer, and Y. Christen.

một phương cách sống đơn giản như thế hẳn sẽ là một sự mất mát lớn lao biết nhường nào! Vùng hệ viền trong bộ não giúp chúng ta có khả năng yêu thương và nhận biết khi được yêu thương. Nó giúp chúng ta thể nghiệm được tình thân hữu và hình thành những cấu trúc nền tảng của xã hội giúp mang lại cho ta một mức độ lớn lao hơn về sự an toàn và khả năng sống còn, đồng thời cũng giúp đảm bảo cho thế hệ con cháu ta sẽ lớn mạnh và phồn thịnh.

Vùng hệ biên của bộ não cho chúng ta khả năng sáng tạo và hân thưởng những cảm xúc vi tế do nghệ thuật, thi ca và âm nhạc mang đến. Tất nhiên là những khả năng này phức tạp và phiền toái; nhưng lần tới đây, khi nhìn thấy một con kiến hay con gián hấp tấp bò trên sàn nhà, hãy tự hỏi xem bạn muốn có một cuộc sống chỉ một chiều là sợ hãi và trốn chạy, hay một cuộc sống phức tạp hơn với những cảm xúc tinh tế như yêu thương, tình bạn, khao khát và biết hân thưởng cái đẹp?

Hai chức năng khác biệt nhưng có quan hệ với nhau của vùng hệ viền đều liên quan đến sự phát triển tâm từ và tâm bi. Chức năng thứ nhất, được các nhà khoa học thần kinh xác định như là "cộng hưởng hệ viền"[1] - một loại khả năng giữa não bộ với não bộ giúp nhận biết những trạng thái cảm xúc của người khác qua nét mặt, các hoạt chất tương tác *(pheromone)* và tư thế của thân thể hay cơ bắp của họ. Vùng hệ viền của não có khả năng xử lý những dấu hiệu tinh tế này một cách nhanh chóng đến mức kỳ diệu biết bao, giúp ta không những có thể nhận biết trạng thái cảm xúc của người khác mà còn điều chỉnh các phản ứng

[1] Thomas Lewis, M.D., Fari Amini, M.D., and Richard Lannon, M.D., A General Theory of Love (New York: Random House, 2000), xem từ trang 62 về sau.

cơ thể của chính mình một cách tương ứng. Trong hầu hết các trường hợp, nếu ta chưa từng rèn luyện việc chú ý đơn thuần vào những thay đổi hay chuyển hoá trong sự quán chiếu tâm mình thì tiến trình cộng hưởng hệ viền sẽ xảy ra trong vô thức. Sự điều chỉnh tức thời này là một biểu hiện mầu nhiệm sự linh hoạt của não bộ.

Chức năng thứ hai là khả năng xét lại của hệ viền, nói một cách giản dị hơn là khả năng thay đổi hay xét lại mạch nơ-ron trong vùng hệ viền, hoặc thông qua kinh nghiệm trực tiếp với một người, như một vị đạo sư hay một y sĩ, hoặc là thông qua sự trực tiếp tương tác với một loạt những chỉ dẫn liên quan, chẳng hạn như về cách sửa xe hay cách đóng một cái xích đu.[1] Nguyên tắc cơ bản của sự xét lại của hệ viền là mạch nơ-ron trong vùng não này đủ khả năng linh hoạt để có thể thay đổi. Lấy một thí dụ thật đơn giản, giả sử bạn kể cho một người bạn nghe về một người mà bạn cảm thấy rất cuốn hút về mặt tình cảm, và khi đang kể chuyện về người này, người bạn ấy buông ra một câu đại loại như: "Trời đất ơi! Đừng! Lần trước anh cũng đã thương đúng loại người như vậy, hãy nhớ lại xem, khi chia tay anh đã khổ sở biết bao!" Có thể không phải những lời của người bạn ấy đã khiến bạn xét lại ý muốn tiến tới trong cuộc tình mới, mà đúng hơn là giọng nói hay nét mặt của người ấy đã tác động vào một cấp độ nhận biết không nhất thiết là có ý thức.

Dường như thiền quán - đặc biệt là quán từ bi - tạo ra những lộ trình nơ-ron mới làm tăng cường sự giao tiếp giữa những vùng khác nhau của não bộ, dẫn đến điều mà một số nhà khoa học gọi là "sự vận hành toàn diện của não bộ".

---

[1] Sách đã dẫn, xem từ trang 176 về sau.

Tuy nhiên, từ quan điểm của một người Phật tử, tôi có thể nói là thiền quán từ bi nuôi dưỡng một tuệ giác rộng mở hơn về bản chất của kinh nghiệm, vốn có được nhờ đã tháo gỡ tập khí của tâm thức trong việc phân biệt giữa ta và người khác, chủ thể và khách thể - một sự kết hợp cả hai khía cạnh phân tích và trực giác của tâm thức cho ta cảm giác cực kỳ thích thú và tự do.

Thông qua sự tu tập quán niệm tâm từ bi hướng về người khác, ta có thể kết hợp những tiến trình của vùng hệ viền với một sự nhận biết tỉnh giác hơn. Một trong những khám phá từ các nghiên cứu rà quét não bộ ban đầu được hướng dẫn bởi hai giáo sư Antoine Lutz và Richard Davidson (mà tôi có tham gia) là thiền quán "vô duyên từ bi" - một pháp thiền dựa trên sự hợp nhất giữa tính Không và tâm từ bi - làm tăng mạnh cái thường được gọi là sóng gamma, tức là những dao động của các hoạt động xung điện trong não bộ, được đo bằng những lần quét điện não đồ (EEG), vốn phản ánh một sự kết hợp thông tin giữa nhiều vùng khác nhau của bộ não.[1] Sóng gamma là một sóng não có tần số rất cao, thường kết hợp với sự chú ý, sự nhận biết, ý thức và những hoạt động đồng bộ của các nơ-ron như đã nói ở Phần 1. Nhiều nhà khoa học thần kinh nhận hiểu về sóng gamma như là sự biểu hiện hoạt động xảy ra khi có nhiều nơ-ron khác nhau giao tiếp một cách đồng thời và tự nhiên trong những vùng não rộng lớn.

Nghiên cứu sơ bộ cho thấy trong não của các hành giả tu thiền lâu năm tự nhiên xuất hiện hoạt động sóng

[1] Xem A. Lutz và các tác giả khác trong: "Long-Term Meditators Self-Induce High-Amplitude Gamma Synchrony During Mental Practice," Proceedings of the National Academy of Science 101 (2004): 16369-73.

gamma ở những cấp độ cao, có nghĩa là não bộ đã đạt đến một trạng thái ổn định hơn, hợp nhất hơn trong lúc thiền định. Tuy nhiên, vì khoa học thần kinh và kỹ thuật hiện có để nghiên cứu còn tương đối mới mẻ, nên chúng ta không thể nói chắc chắn rằng việc thực hành thiền quán làm gia tăng sự giao tiếp nơ-ron trong những vùng rộng lớn hơn của não bộ. Dù vậy, cuộc nghiên cứu với các bác tài xế taxi ở Luân Đôn đã đề cập ở trước dường như nói lên rằng, một kinh nghiệm được lặp đi lặp lại thực sự làm thay đổi cấu trúc bộ não, và điều này hàm ý là sự chú tâm vào tính chất không ngăn ngại của các niệm tưởng, cảm xúc và các kinh nghiệm giác quan rất có khả năng sẽ làm chuyển đổi những vùng não tương ứng.

HOA TRÁI TỪ BI

Cho dù là thiện hạnh nhỏ nhặt cũng đem lại hạnh phúc lớn lao.

Cụ nghĩa biểu đạt tập
(The Collection of Meaningful Expressions)

Elizabeth M. Callahan dịch sang Anh ngữ

Như đã đề cập trước đây, thực hành *thiền chỉ* cũng giống như nạp điện vào "pin" tinh thần và cảm xúc của bạn. Tâm từ bi là "công nghệ" tinh thần và cảm xúc sử dụng "pin" đã được nạp điện đúng cách. Khi dùng chữ "đúng cách", ý tôi muốn nói là luôn luôn có nguy cơ bạn sử dụng sai lầm những khả năng mà bạn đã phát triển được qua sự thực hành thiền an trụ *(shinay)*, chỉ nhằm phát huy sự ổn định tinh thần và cảm xúc để có thể khống chế hoặc thậm chí làm tổn hại người khác. Tuy nhiên, khi bạn đã có được đôi chút kinh nghiệm thì các pháp thiền quán tâm từ bi và thiền an trụ *(shinay)* thường được thực hành kết hợp với nhau. Khi bạn kết hợp thiền quán tâm từ bi với thiền an trụ *(shinay)*, bạn không chỉ đạt được lợi ích cho riêng mình mà còn là cho những người khác nữa. Sự tiến bộ chân chính trên đường tu tập bao hàm một nhận thức về việc đồng thời làm lợi ích cho chính mình và người khác.

Trong tâm từ bi có sự hỗ tương qua lại. Khi bạn phát triển sự an định tinh thần và cảm xúc, rồi mở rộng sự an định này thông qua sự hiểu biết đầy bi mẫn về người khác và ứng xử với họ một cách nhân hậu, cảm thông, những mục đích và tâm nguyện của bạn sẽ được thành tựu mau chóng và dễ dàng hơn. Tại sao như thế? Vì nếu bạn đối đãi với người khác bằng từ tâm, với sự hiểu biết là họ cũng có cùng khát vọng được hạnh phúc và xa lánh khổ đau giống như bạn, thì những người quanh bạn sẽ có một cảm giác bị lôi cuốn, muốn giúp bạn như bạn đã giúp họ. Họ sẽ lắng nghe bạn nhiều hơn và sẽ tin cẩn bạn, kính trọng bạn. Những người có thể đã từng cạnh tranh với bạn sẽ bắt đầu kính trọng bạn và quan tâm đến bạn hơn, giúp bạn hoàn thành những công việc khó khăn mau chóng hơn. Những xung đột tự chúng sẽ được giải tỏa dễ dàng hơn, và bạn sẽ tiến triển nhanh chóng hơn trên con đường sự nghiệp. Bạn có thể bắt đầu những quan hệ tình cảm mới mà không rơi vào buồn khổ như trước. Thậm chí bạn có thể lập gia đình hoặc cải thiện những mối quan hệ trong gia đình hiện nay một cách dễ dàng hơn, tất cả đều nhờ vào việc bạn đã "nạp điện vào pin" thông qua tu tập thiền an trụ *(shinay)* và mở rộng sự "nạp điện" đó qua việc phát triển mối quan hệ nhân hậu hơn, hiểu biết hơn và thông cảm hơn với những người khác. Trong một ý nghĩa, việc thực hành tâm từ bi biểu hiện được sự vận hành của chân lý duyên khởi. Bạn càng mở rộng lòng với người khác thì họ càng mở rộng lòng hơn với bạn.

Khi tâm từ bi bắt đầu được đánh thức trong tim, bạn sẽ có khả năng thành thật với chính mình hơn. Nếu phạm lỗi, bạn có khả năng nhận lỗi và cố gắng sửa lỗi. Đồng thời bạn cũng sẽ bớt khuynh hướng tìm lỗi của người khác. Nếu có ai đó làm điều gì xúc phạm bạn, nếu họ đột nhiên quát tháo hay đối xử tồi tệ với bạn, bạn sẽ nhận thấy (có lẽ với một chút kinh ngạc) là bạn không phản ứng theo cách như xưa nữa.

Một vài năm trước đây, lúc đang hoằng pháp ở châu Âu, tôi đã gặp một phụ nữ. Bà đến gặp tôi để kể cho tôi nghe một vấn đề bất ổn giữa bà với người láng giềng. Nhà họ nằm sát bên nhau, chỉ cách mảnh vườn nhỏ của mỗi người. Dường như người hàng xóm luôn tìm cách làm cho bà bực mình bằng những hành vi nhỏ nhen như ném vật gì qua sân nhà bà, làm hư cây cỏ v.v... Khi bà hỏi tại sao ông lại làm như thế, ông đã trả lời "vì tôi thích chọc phá người khác".

Tất nhiên, khi những trò công kích vụn vặt này cứ thế tiếp tục, người phụ nữ bắt đầu nổi giận và không cưỡng nổi ý muốn trả đũa cũng bằng những cách nhỏ nhen như vậy. Dần dần, những "cuộc chiến trong vườn" trở nên gay cấn hơn và mối oan cừu giữa hai nhà càng trầm trọng thêm.

Người phụ nữ bộc lộ rõ sự bực bội và hỏi tôi xem bà nên làm gì để giải quyết vấn đề ngỏ hầu có thể sống một cuộc sống an ổn hơn. Tôi khuyên bà nên quán từ bi với người hàng xóm. Bà trả lời:

- Con đã thử cách đó rồi, nhưng không hiệu quả.

Sau khi hỏi bà một lúc về cách hành trì của bà, tôi giải thích rằng thiền quán tâm từ bi không phải chỉ để khơi dậy một cảm giác nồng nhiệt và tử tế đối với một người mà ta thấy là khó thương và đáng giận. Thật ra, nó đòi hỏi một chút tìm hiểu và phân tích động cơ của đối phương, cũng như cố gắng tìm cách thấu hiểu những cảm xúc của người ấy - thấu hiểu rằng, cũng giống như ta, mọi người đều có cùng một khát vọng cơ bản là đạt được hạnh phúc và né tránh khổ đau.

Khi tôi trở lại châu Âu một năm sau đó, bà lại đến gặp tôi, nhưng lần này với nụ cười tươi rất vui vẻ. Bà cho tôi biết mọi việc đã thay đổi. Khi tôi hỏi bà điều gì đã xảy ra, bà kể:

- Con hành trì theo phương pháp thầy dạy năm ngoái, suy nghĩ đến những cảm xúc và động cơ của ông hàng xóm, nghĩa là ông chỉ muốn được hạnh phúc và tránh né khổ đau giống như con. Sau một thời gian, bỗng nhiên con nhận thấy mình không còn sợ ông nữa. Con nhận thấy dù ông có làm gì cũng không thể tổn hại đến con. Dĩ nhiên, ông ta vẫn tiếp tục chọc phá con, nhưng những gì ông làm thực sự không khiến cho con bực bội được nữa. Có vẻ như là nhờ thực hành thiền quán tâm từ bi hướng đến ông ta, con đã phát huy được sự tự tin vào chính mình. Con chẳng cần phải trả đũa hay nổi giận, vì những gì ông ta làm dường như hết thảy đều vô hại và vụn vặt.

Rồi bà kể tiếp:

- Sau một thời gian, ông ấy bắt đầu lúng túng. Khi ông ấy nhận ra rằng không một điều gì ông làm có thể khiến con phản ứng, không những ông thôi không tìm cách chọc phá con, mà ông còn thực sự có vẻ xấu hổ mỗi khi gặp con, và cuối cùng ông thay đổi từ chỗ xấu hổ trở thành rất lịch sự. Một hôm, ông đến nhà con để xin lỗi vì đã quấy nhiễu con. Con nghĩ, theo một cách nào đó, có vẻ như nhờ việc thiền quán tâm từ bi đối với ông, con cảm thấy tự tin hơn và đồng thời chính ông ta cũng dần dần phát triển được sự tự tin. Ông ấy không cần phải làm gì để chứng tỏ quyền lực và khả năng gây hại của mình.

Hầu hết chúng ta không sống cách biệt. Chúng ta sống trong một thế giới phụ thuộc lẫn nhau. Nếu bạn muốn cải thiện điều kiện sống của riêng mình, bạn phải phụ thuộc vào người khác để giúp bạn trên con đường tiến triển. Nếu không có mối quan hệ phụ thuộc lẫn nhau như thế, bạn sẽ không có thức ăn, không có nhà ở hay một công việc để làm - thậm chí bạn sẽ không thể đi mua cà-phê ở Starbucks! Vì thế, nếu bạn đối xử với người khác một cách bi mẫn và cảm thông, bạn nhất định có thể cải thiện cuộc sống của chính mình.

Khi bạn quan sát mối quan hệ của bạn với thế giới này và cuộc sống của riêng bạn theo cách như vừa nói, bạn sẽ thấy là tâm từ bi có một uy lực cực kỳ mạnh mẽ.

Một lợi ích lớn lao khác của việc phát triển tâm từ bi là thông qua sự hiểu biết về những nhu cầu, sự sợ hãi và khát vọng của người khác, bạn sẽ phát triển một khả năng sâu sắc hơn để hiểu được chính tự thể của bạn, bạn hy vọng được điều gì và né tránh điều gì, cũng như sự thật về bản thể của chính bạn. Và điều này sẽ trở lại có tác dụng hóa giải bất kỳ cảm giác cô đơn hay tự ti nào của bạn. Khi bạn bắt đầu hiểu rằng ai cũng thèm khát hạnh phúc và ghê sợ khổ đau, bạn cũng sẽ bắt đầu thấy mình không còn cô đơn trong những sợ hãi, nhu cầu và khát vọng. Và khi nhận ra điều này, bạn sẽ không còn e sợ người khác, bất cứ ai cũng có thể trở thành bạn hữu, anh em hoặc chị em của mình, vì bạn cùng chia sẻ với họ những sợ hãi, những mong ước, những mục tiêu như nhau. Với sự hiểu biết này, sự giao tiếp thực sự với người khác trên bình diện "từ tâm đến tâm" trở nên dễ dàng hơn rất nhiều.

Một trong những điển hình hay nhất về sự giao tiếp cởi mở này được một người bạn Tây Tạng làm nghề lái taxi ở thành phố New York kể lại cho tôi nghe. Một hôm, ông rẽ nhầm vào một con đường một chiều và chạy ngược chiều vào một giờ đông xe. Một người cảnh sát chặn ông lại, đưa ông một tờ giấy phạt và bảo ông phải lên hầu tòa.

Khi ông đến tòa án, một người khác đến trước ông đang giận dữ quát tháo với quan tòa, với người cảnh sát đã ghi giấy phạt ông ta, và cả với những vị luật sư chung quanh nữa. Thái độ xúc phạm của ông ta không giúp ông có được sự cảm thông của tòa án, ông bị thua kiện và phải trả một khoản tiền phạt rất lớn.

Khi đến lượt bạn tôi ra trước quan tòa, ông thư thái mỉm cười, thân thiện chào người cảnh sát đã ghi giấy phạt ông hôm qua và lịch sự hỏi thăm sức khỏe của người này. Ban đầu, người cảnh sát hơi ngạc nhiên, nhưng rồi anh ta đáp lại: "Cám ơn, tôi khoẻ. Còn ông thế nào?" Rồi bạn tôi cũng chào vị quan tòa theo cách lịch sự như thế. Khi phiên tòa bắt đầu, vị quan tòa hỏi bạn tôi:

- Tại sao ông lại rẽ vào đường một chiều?

Bạn tôi giải thích - vẫn rất lịch sự - rằng hôm đó kẹt xe quá, ông đã không thể làm khác hơn được. Vị quan tòa quay sang hỏi người cảnh sát xem lời giải thích đó có đúng hay không. Người cảnh sát thừa nhận là hôm ấy rất kẹt xe và trong hoàn cảnh đó, lầm lỗi của bạn tôi hoàn toàn có thể hiểu được. Thế là vị quan tòa hủy bỏ lời buộc tội và cho bạn tôi đi. Sau đó trong hành lang, người cảnh sát đến trước mặt bạn tôi và bảo: "Anh làm như vậy rất đúng!"

Đối với bạn tôi - và cả với tôi nữa - kinh nghiệm ở phiên tòa ấy là một điển hình thú vị về lợi ích của sự tử tế và tâm từ bi, và sự đối đãi với người khác giống như cách ta muốn được đối đãi chứ không phải như một địch thủ. Ở bất kỳ địa vị xã hội nào, dầu là một tài xế taxi, một nhà chính trị có uy thế, một người lãnh đạo điều hành cao cấp trong công ty... cơ may được hạnh phúc của bạn sẽ tăng lên rất nhiều nếu bạn biết đối xử những người bạn gặp như một người bạn, như một người có cùng những hy vọng và sợ hãi giống như bạn. Hiệu quả của cung cách cư xử này tăng theo cấp số nhân: nếu bạn chỉ có thể gây ảnh hưởng [làm thay đổi] khuynh hướng cư xử hay quan điểm của một người, thì người này sẽ có thể truyền lại hiệu quả thay đổi đó cho một người khác. Nếu bạn có thể chuyển hóa khuynh hướng cư xử của ba người và nếu mỗi người trong số họ lại có thể làm thay đổi thái độ của ba người khác nữa, như vậy là bạn đã thay đổi được cuộc đời của mười hai người. Và phản ứng dây chuyền này sẽ cứ thế mà tiếp tục tăng lên mãi.

17. SINH VẬT HỌC CỦA HẠNH PHÚC

Hãy tin sâu nhân quả từ tận đáy lòng.

Ngài Patrul Rinpoche

Lời vàng của Thầy tôi
(The Words of My Perfect Teacher)

Nhóm phiên dịch Padmakara dịch sang Anh ngữ

Một thử nghiệm khoa học thực sự thành công đem lại bao nhiêu câu trả lời thì cũng sẽ khơi dậy bấy nhiêu nghi vấn. Và một trong những nghi vấn lớn được đặt ra trong cuộc khảo sát các vị thiền sư lão luyện là: Liệu khả năng điều khiển tâm thức của các ngài có phải là hệ quả của những yếu tố như cấu trúc di truyền tương đồng, có cùng một nền tảng văn hóa và môi trường; hay do những phương pháp tu tập giống nhau? Nói cách khác, liệu một người bình thường, không tu tập từ thơ ấu trong môi trường đặc biệt như một tu viện Phật giáo Tây Tạng, có thể đạt được lợi ích từ việc tu tập bất kỳ pháp môn thiền nào đó của Phật giáo hay không?

Vì những nghiên cứu lâm sàng mà đối tượng là những thiền sư Phật giáo còn rất mới mẻ, có lẽ phải còn lâu lắm ta mới có thể trả lời những câu hỏi này một cách xác quyết. Tuy nhiên, ta có thể nói rằng đức Phật đã giáo hóa cho hàng trăm, có lẽ đến hàng ngàn người bình thường - những nông dân, người chăn bò, vua chúa, thương nhân, lính tráng, người ăn mày và cả những tội phạm - biết cách điều khiển tâm thức họ, nhằm tạo ra những thay đổi vi tế trong chức năng sinh lý, nhờ thế họ có thể siêu việt điều kiện sinh vật học và môi trường để đạt đến một trạng thái hạnh phúc lâu dài. Nếu những điều Ngài dạy không hiệu quả thì sẽ không ai biết đến tên Ngài, sẽ không có truyền thống nào mang tên là Phật giáo và bạn cũng sẽ không cầm quyển sách này trên tay.

THỪA NHẬN TIỀM NĂNG CỦA MÌNH

Những gì là nhân duyên trói buộc thì đó cũng chính là con đường giải thoát của ta.

Ngài Gyalwang Karmapa Đời thứ 9

Đại thủ ấn: Liễu nghĩa hải (Mahamudra: The Ocean of Definitive Meaning)

Elizabeth M. Callahan dịch sang Anh ngữ

Bạn không cần phải là một người đặc biệt dễ thương từ trước mới có thể bắt đầu "việc nội bộ" là sống hạnh phúc. Một trong những vị đạo sư Phật giáo Tây Tạng vĩ đại nhất qua mọi thời đại từng là một kẻ sát nhân. Hiện nay người ta tôn ngài lên bậc thánh, và tranh ảnh luôn luôn vẽ ngài với một bàn tay khum lại phía sau vành tai để lắng nghe những lời nguyện cầu của người đời.

Tên ngài là Milarepa. Ngài là con trai duy nhất trong một gia đình giàu có và sinh vào khoảng thế kỷ 10. Khi cha ngài đột ngột qua đời, ông bác ngài chiếm đoạt hết gia tài và bắt mẹ con ngài phải sống cảnh bần hàn, một sự thay đổi mà cả hai mẹ con đều không cam tâm. Không một người nào trong họ hàng lên tiếng bênh vực hai mẹ con. Vào thời ấy, số phận mẹ góa con côi là phải chấp nhận quyết định của những người đàn ông trong gia đình, thế thôi.

Chuyện xảy ra sau đó là, khi Milarepa lớn lên, mẹ ngài gửi ngài đến một thầy phù thủy để học một phép trù ếm nào đó nhằm trả thù những người họ hàng. Khích động bởi lòng căm hờn và ý muốn làm vui lòng mẹ, ngài Milarepa trở nên tinh thông tà thuật, và trong ngày đám cưới của người anh họ, ngài đã dùng một phép trù ếm làm sập nhà người bác, giết chết một lúc 35 người trong dòng họ của mình.

Có thể vẫn còn phải tranh cãi về việc liệu ngài Milarepa có thực sự dùng tà thuật hay đã dùng một cách nào khác để giết những người trong dòng tộc của mình. Nhưng sự thật là ngài đã giết những người trong họ, và sau đó bị chìm ngập trong mặc cảm tội lỗi và sự hối hận triền miên. Nếu như chỉ một lời nói dối với ai đó có thể làm bạn phải mất ngủ cả đêm, thì hãy tưởng tượng xem việc giết chết 35 người trong gia tộc mình sẽ làm cho bạn có cảm giác như thế nào.

Để chuộc lại lỗi lầm, ngài Milarepa đã bỏ nhà ra đi và nguyện hiến trọn cuộc đời để chăm sóc người khác. Ngài đến miền nam Tây Tạng để tu học dưới sự hướng dẫn của ngài Marpa, người đã ba lần đi Ấn Độ để thu thập những tinh hoa Phật pháp đem về Tây Tạng. Trên nhiều bình diện, ngài Marpa là một người bình thường, một "cư sĩ" theo cách gọi trong Phật giáo, nghĩa là ngài có vợ con, làm chủ một nông trại và bận rộn với những công việc hằng ngày cũng như chuyện gia đình. Nhưng ngài cũng là một người tin sâu Phật pháp, và lòng tin này giúp ngài trở nên can đảm phi thường. Việc đi bộ từ Tây Tạng băng qua dãy Hy Mã Lạp Sơn để đến Ấn Độ không phải là việc dễ dàng và hầu hết những ai cố làm việc đó đều phải bỏ xác trong cuộc hành trình. Thời điểm thực hiện các chuyến đi của ngài cũng thật phi thường, vì sau chuyến đi cuối cùng của ngài không bao lâu thì Ấn Độ bị đánh bại bởi các đạo quân xâm lăng và tất cả thư viện Phật giáo cũng như các tu viện, chùa chiền đều bị hủy hoại, đồng thời hầu hết chư tăng và các bậc thầy truyền thừa Phật pháp đều bị sát hại.

Ngài Marpa đã trao truyền tất cả những hiểu biết mà ngài đem từ Ấn Độ về cho người con trai trưởng là Dharma Dode. Nhưng Dharma Dode đã ngã ngựa mà chết, và ngay lúc còn đang thương tiếc đứa con mới mất, ngài đã lo tìm một người kế thừa để truyền lại những giáo pháp mà ngài đã nhận được từ Ấn Độ. Vừa nhìn qua ngài Milarepa khi mới gặp, ngài đã thấy ngay ở vị này những phẩm chất cần thiết không những để thông hiểu mọi chi tiết của Phật pháp, mà còn để nắm được những tinh yếu của giáo pháp này và truyền lại cho thế hệ sau. Tại sao? Vì cõi lòng ngài Milarepa đã tan nát bởi chính những gì ngài đã làm, và nỗi ân hận của ngài quá lớn đến nỗi ngài sẵn sàng làm bất cứ việc gì để chuộc tội.

Chỉ qua kinh nghiệm thôi mà ngài Milarepa đã nhận biết một trong những giáo pháp cơ bản nhất của đức Phật: Tất cả những gì bạn suy nghĩ, nói ra hay thực hiện đều sẽ phản ánh trong bạn như là kinh nghiệm của chính bạn. Nếu bạn gây đau khổ cho ai đó, bạn cũng sẽ đau khổ gấp 10 lần tệ hại hơn. Nếu bạn giúp đem lại hạnh phúc và an lạc cho người khác, bạn cũng sẽ được hạnh phúc hơn gấp 10 lần. Nếu chính tâm bạn an bình, những người quanh bạn cũng sẽ cảm thấy một sự an bình tương tự.

Nhân loại đã hiểu biết được điều này từ lâu, và nó được diễn đạt theo nhiều cách khác nhau trong những nền văn hóa khác nhau. Ngay cả nguyên lý bất định nổi tiếng của Heisenberg cũng thừa nhận là có một tương quan mật thiết giữa kinh nghiệm nội tâm và những biểu hiện của cơ thể. Nhưng sự phát triển thực sự thú vị của thời đại chúng ta là các các kỹ thuật hiện đại đã bắt đầu cho phép các nhà nghiên cứu có thể chứng minh sự hiện hành của nguyên lý ấy. Các nhà nghiên cứu hiện nay đã bắt đầu cung cấp những bằng chứng khách quan chứng minh rằng việc học biết cách làm an định tâm thức và phát triển một khuynh hướng từ mẫn sẽ đem lại cho chính mình niềm vui ở những mức độ cao hơn, cũng như có thể thực sự chuyển hóa cấu trúc và chức năng của não bộ theo hướng đảm bảo duy trì hạnh phúc được dài lâu.

Để kiểm tra hiệu quả của việc thực hành thiền quán Phật giáo ở những người bình thường, Richard Davidson và các đồng nghiệp của ông đã thiết kế một cuộc nghiên cứu với sự tham gia của các nhân viên một công ty ở miền Trung Tây (Midwestern).[1] Mục đích của ông là xác định xem những kỹ năng thiền tập có thể giúp hóa giải những ảnh hưởng về mặt tinh thần và thể chất của sự căng thẳng trong công việc hay không. Ông mời các nhân viên của công ty đăng ký tham dự một khóa thiền tập, và sau khi thực hành những kiểm tra sơ bộ như thử máu và đo điện não đồ (EEG), ông phân chia ngẫu nhiên những người tham gia thành 2 nhóm: một nhóm sẽ được thực hành thiền tập ngay, và một nhóm đối chứng sẽ được thực hành thiền tập

[1] Xem chi tiết vấn đề này trong: "Alterations in Brain and Immune Function Produced by Mindfulness Meditation," của R. Davidson và các tác giả khác, Psychosomatic Medicine 65 (2004): trang 564-570.

sau khi các ảnh hưởng trên nhóm thứ nhất được khảo sát cặn kẽ.

Khóa dạy thiền kéo dài mười tuần, do Tiến sĩ Jon Kabat-Zinn đảm nhận. Ông là Giáo sư y khoa ở Đại học Massachussets và là người sáng lập *Stress Reduction Clinic* (Dưỡng đường Giảm căng thẳng) ở Memorial Medical Center (Trung tâm Y khoa Memorial) thuộc Đại học Massachussets.

Giáo sư Davidson và cộng sự tiếp tục theo dõi các đối tượng nghiên cứu qua nhiều tháng sau khi họ đã hoàn tất khóa học thiền, và phát hiện rằng trong vòng 3 hay 4 tháng sau khóa học, các điện não đồ EEG bắt đầu cho thấy một sự tăng dần đáng kể các hoạt động điện não trong vùng thùy trước trán bên trái, là vùng não liên quan đến những cảm xúc tốt đẹp. Cũng trong giai đoạn ba hay bốn tháng ấy, tự thân các đối tượng của cuộc nghiên cứu cũng bắt đầu báo cáo kinh nghiệm của mình: giảm bớt căng thẳng, được an tĩnh hơn và một cảm giác sảng khoái phổ quát hơn.

Nhưng có một kết quả thậm chí còn thú vị hơn nữa sắp được phát hiện.

TÂM VUI, THÂN KHOẺ

Những phẩm chất đặc biệt của thân, khẩu và ý cho chúng ta năng lực độc đáo để thành tựu thiện nghiệp.

Jamgon Kongtrul

Ngọn đuốc xác tín (The Torch of Certainty)

Judith Hanson dịch sang Anh ngữ

Giữa Phật giáo và các nhà khoa học hiện đại rất hiếm có bất đồng về tác động của trạng thái tâm thức đối với cơ thể. Lấy một thí dụ thông thường, nếu bạn cãi cọ với ai đó trong ngày hay nhận một thư báo sẽ bị cắt điện vì chưa thanh toán hóa đơn tiền điện, chắc hẳn đêm đó bạn sẽ không thể nào ngủ ngon giấc. Hoặc khi bạn sắp phải thuyết trình về công việc hay báo cáo với sếp về một bất ổn trong công việc bạn phụ trách, có thể là bạn sẽ căng thẳng cơ bắp, cảm thấy cồn cào trong ruột hoặc bỗng nhiên đau đầu như búa bổ.

Cho tới gần đây, không có nhiều bằng chứng khoa học xác nhận mối liên quan giữa trạng thái tâm thức và thể trạng của một người. Cuộc nghiên cứu của Richard Davidson với các nhân viên công ty ở miền Trung Tây (Midwestern) đã được thiết kế cẩn thận sao cho khóa thiền tập kết thúc vào cùng thời điểm với chương trình tiêm chủng ngừa bệnh cảm cúm hằng năm mà công ty ấy tổ chức cho nhân viên. Sau khi thử máu lại những đối tượng đã tham gia vào cuộc nghiên cứu, Richard Davidson đã thấy rằng những người được dự khóa tập thiền có một mức độ miễn dịch đối với bệnh cảm cúm cao hơn những người khác. Nói cách khác, những người đã cho thấy có một sự thay đổi đo lường được trong hoạt động của thùy trước trán bên trái thì cũng bộc lộ một khả năng miễn dịch cao hơn.

Những kết quả thuộc loại này là một tiến bộ vĩ đại của khoa học hiện đại. Nhiều nhà khoa học nói với tôi là từ lâu họ đã ngờ rằng có một mối tương quan giữa thân và tâm. Nhưng trước khi có cuộc nghiên cứu này thì mối tương quan ấy chưa bao giờ được chứng minh rõ rệt đến thế.[1]

Trong quá trình lịch sử dài lâu và đáng chú ý của mình, khoa học gần như chỉ chú tâm đến những vận hành sai lệch của thân và tâm hơn là để ý đến những phát triển tốt đẹp, có lợi. Nhưng gần đây khuynh hướng đó đã bắt đầu có phần thay đổi, và đến nay thì dường như nhiều người trong giới khoa học hiện đại đã có được cơ hội để khảo sát kỹ càng hơn về cấu trúc thân thể cũng như chức năng sinh lý của những người mạnh khoẻ và hạnh phúc.

Trong nhiều năm qua, một số đề án nghiên cứu đã chứng minh được những liên hệ rất mật thiết giữa các trạng thái tinh thần tích cực với sự giảm thiểu nguy cơ hay cường độ của nhiều chứng bệnh nơi thân thể. Chẳng hạn như, Tiến sĩ Laura D. Kubzansky, Phó Giáo sư thuộc Khoa Xã hội - Phát triển nhân loại và Sức khoẻ ở Trường Sức khoẻ cộng đồng Harvard, đã khởi xướng một cuộc nghiên cứu gồm việc theo dõi bệnh sử của khoảng 1.300 người trong thời gian 10 năm.[2] Đối tượng chính yếu của cuộc

[1] Xem Daniel Goleman, Destructive Emotions: How Can We Overcome Them? (New York: Bantam Dell, 2003), trang 334.

[2] Xem chi tiết trong "Is the Glass Half Empty or Half Full? A Prospective

nghiên cứu này là những cựu quân nhân vốn được hưởng một chế độ chăm sóc y tế mà ít người có được, do đó mà bệnh sử của họ khá đầy đủ và dễ theo dõi trong một thời gian dài đến thế. Bởi vì "hạnh phúc" và "không hạnh phúc" là những từ ngữ [có hàm nghĩa] quá rộng, nên vì mục đích nghiên cứu mà bác sĩ Kubzansky đã [giới hạn] tập trung vào các biểu hiện cụ thể của những cảm xúc ấy, đó là sự lạc quan và bi quan. Những tính cách này được xác định qua một cuộc kiểm tra cá tính theo tiêu chuẩn hóa,[1] trong đó người lạc quan được cho là người có niềm tin rằng tương lai sẽ được vừa ý vì ta có thể tác động ít nhiều lên kết quả của các sự kiện quan trọng; còn người bi quan là những người tin rằng bất kỳ khó khăn nào mà ta đang gánh chịu đều không thể tránh được, vì ta không thể kiểm soát được số mệnh của mình.

Kết thúc cuộc nghiên cứu, bác sĩ Kubzansky nhận ra rằng, sau khi điều chỉnh lại các số liệu thống kê tùy theo các yếu tố như tuổi tác, giới tính, địa vị xã hội và kinh tế, có tập thể dục, có uống rượu hoặc có hút thuốc lá hay không, thì tỷ lệ mắc phải một số bệnh tim mạch ở nhóm người được xác định là lạc quan thấp hơn gần 50% so với ở các đối tượng được xem là bi quan. Tiến sĩ Kubzansky nói trong một cuộc phỏng vấn gần đây: *"Tôi là người lạc quan, nhưng tôi đã không mong đợi những kết quả [tốt đẹp đến] như thế."*[2]

Study of Optimism and Coronary Heart Disease in the Normative Aging Study," của L. Kubzansky và các tác giả khác, Psychosomatic Medicine 63 (2001): trang 910 - 916.

[1] Theo "The Minnesota Multiphasic Personality Inventory".

[2] Xem Michael D. Lemonick, "The Biology of Joy," Time, January 17, 2005.

Một cuộc nghiên cứu khác đứng đầu là Tiến sĩ Laura Smart Richman, Phó Giáo sư nghiên cứu Tâm lý học ở Đại học Duke, theo dõi những tác động đến thể trạng của hai cảm xúc tích cực khác đi kèm với trạng thái hạnh phúc, đó là sự hy vọng và tính hiếu kỳ.[1] Gần 1.050 bệnh nhân ở một bệnh viện đa khoa đã đồng ý tham gia bằng cách trả lời một bảng câu hỏi về trạng thái cảm xúc của họ, phản ứng của thân thể và những thông tin khác như là thu nhập và trình độ học vấn.

Tiến sĩ Richman và cộng sự của bà đã theo dõi hồ sơ y tế của những bệnh nhân này trong hai năm. Một lần nữa, sau khi điều chỉnh các số liệu thống kê tùy theo các yếu tố có góp phần [trong cuộc nghiên cứu] như đã trình bày ở trên, Tiến sĩ Richman nhận thấy rằng những mức độ cao hơn của sự hy vọng và hiếu kỳ luôn đi kèm với một tỷ lệ thấp hơn về nguy cơ mắc các bệnh tiểu đường, cao huyết áp và nhiễm khuẩn đường hô hấp. Với sự thận trọng vẫn thường thấy trong ngôn từ khoa học, nhằm giảm thấp [nguy cơ bị biến thành] những tuyên bố giật gân, cuộc nghiên cứu của Tiến sĩ Richman đã đưa ra kết luận rằng những kết quả nghiên cứu cho thấy *"những cảm xúc tích cực có thể có một tác dụng phòng ngừa sự phát triển của bệnh tật"*.[2]

---

[1] Xem: "Positive Emotion and Health: Going Beyond the Negative," của L. Richman và các tác giả khác, Health Psychology 24, no. 4 (2005): trang 422-429.

[2] Sách đã dẫn trên.

SINH VẬT HỌC CỦA SỰ HỶ LẠC

Sở y là cái thân người vô thượng và quý báu.

Ngài Gampopa

Giải thoát trang nghiêm bảo man
(The Jewel Ornament of Liberation)

Khenpo Konchg Gyaltsen Rinpoche
dịch sang Anh ngữ

Điều buồn cười của tâm thức là nếu bạn đặt một câu hỏi rồi lặng lẽ lắng nghe, thường thì câu trả lời sẽ xuất hiện. Vì thế, tôi tin chắc rằng sự phát triển kỹ thuật có khả năng khảo sát tác động của tâm thức đối với thân thể là có liên quan đến sự quan tâm ngày càng nhiều hơn của các nhà khoa học hiện đại vào việc nghiên cứu mối quan hệ thân-tâm. Cho đến nay, các nhà khoa học đã đặt ra những câu hỏi khá thận trọng ở mức độ hợp lý, và đã nhận được những câu trả lời phấn khích nhưng chưa hoàn toàn xác định. Vì công cuộc nghiên cứu khoa học về hạnh phúc và những tính chất của nó hãy còn khá non trẻ, chúng ta buộc phải chấp nhận có phần nào nào đó chưa xác quyết. Chúng ta phải dành thời gian để công cuộc nghiên cứu này vượt qua những bất ổn của giai đoạn phát triển ban đầu.

Trong khi đó, các nhà khoa học đã bắt đầu thiết lập được những mối liên kết có thể giúp đưa ra những giải thích khách quan về tính hiệu quả của sự tu tập theo Phật giáo. Thí dụ, những kết quả thử máu mà Richard Davidson đã thực hiện trên những đối tượng nghiên cứu của ông cho thấy là, những người có hoạt động não ở thùy trước trán liên kết với những cảm xúc tích cực thì cũng có một tỷ lệ cortisol thấp hơn [những người khác]. Cortisol là một nội tiết tố (hormone) do tuyến thượng thận (adrenal glands) tiết ra một cách tự nhiên [khi cơ thể] phản ứng với sự căng thẳng.[1] Vì cortisol có khuynh hướng triệt tiêu chức năng của hệ miễn dịch, nên có thể có một tương quan nào đó giữa mức độ cảm nhận sự tự tin, hạnh phúc, khả năng kiểm soát phần nào cuộc sống của mình với một hệ miễn dịch khoẻ và lành mạnh hơn. Ngược lại, một cảm giác chung chung về trạng thái khổ đau, mất khả năng tự chủ hay bị phụ thuộc vào những tình huống bên ngoài sẽ có khuynh hướng tạo ra những mức độ cortisol cao hơn, và điều này có thể làm suy yếu hệ miễn dịch khiến thân thể ta dễ mắc bệnh hơn.

LỢI ÍCH CỦA SỰ NHẬN BIẾT TÍNH KHÔNG

Hãy tự mình là Giáo pháp sống động.
Hãy tự mình là Phật pháp sống động.

Ngài Chogyam Trungpa

Trò chơi huyễn ảo
(Illusion's Game)

Bất kỳ pháp thiền nào đã được mô tả ở Phần 2 đều có thể giúp làm giảm bớt cảm giác "mất khả năng tự chủ" thông qua sự kiên trì theo dõi những tư tưởng, cảm

[1] Xem Lemonick, "Biology of Joy".

xúc và cảm giác mà ta trải nghiệm bất kỳ lúc nào, và từ đó ta dần dần hiểu được là tự thân chúng không hề có thật. Nếu mỗi tư tưởng hay cảm giác mà bạn trải nghiệm đều tự chúng là có thật, thì bộ não của bạn hẳn sẽ bẹp dí dưới sức nặng mà chúng tích lũy.

Một trong các đệ tử của tôi có lần nói :

- Nhờ tu tập, con đã hiểu rằng tình cảm không phải là điều có thật. Chúng sinh ra và diệt mất tùy theo trạng thái xáo trộn hay an bình của con, vào bất kỳ lúc nào. Nếu là điều có thật, hẳn chúng đã không thay đổi, bất luận con ở trong trạng thái nào.

Câu này có thể ứng dụng cho niệm tưởng, nhận thức và những cảm giác của thân thể, vì tất cả những điều này, theo Phật pháp đều là những biểu thị nhất thời cho khả năng tính vô hạn của tính Không. Chúng giống như những người đang đi qua sân bay để bay đến một thành phố khác. Nếu bạn hỏi mục đích của họ là gì, họ sẽ nói rằng họ "chỉ đi ngang qua đây thôi".

Vậy thì bằng cách nào mà sự nhận biết tính Không làm giảm thiểu được mức độ căng thẳng (stress), một nhân tố vốn góp phần gây bệnh cho thân thể? Trước đây chúng ta đã quan sát những cách thức mà tính Không có thể được ví với những kinh nghiệm trong giấc mộng, với thí dụ cụ thể của một chiếc xe. Chiếc xe chúng ta nhận biết trong mộng không "thật" theo ý nghĩa quy ước, là được hình thành nhờ những bộ phận vật chất khác nhau được ráp lại trong một xưởng chế tạo xe. Tuy nhiên, bao lâu mà bạn vẫn còn trong mộng thì kinh nghiệm lái xe đi đây đó dường như vẫn là rất thật. Chúng ta tận hưởng một niềm vui "thật" khi lái chiếc xe và khoe với bạn bè, hàng xóm.

Chúng ta cũng trải nghiệm một sự buồn khổ cũng “thật” nếu gặp tai nạn. Nhưng chiếc xe trong mộng không thực sự tồn tại, phải không? Chỉ vì chúng ta đắm chìm trong vô minh sâu thẳm của trạng thái mộng mị nên bất kỳ trải nghiệm nào của chúng ta khi lái xe trong mộng cũng có vẻ như rất thật.

Tuy vậy, ngay cả trong mơ thì một số quy ước nào đó cũng làm tăng thêm lòng tin vào tính chất có thực của những kinh nghiệm trong mơ. Thí dụ, khi ta mơ về một thác nước thì nói chung là nước sẽ đổ từ cao xuống thấp. Khi ta mơ thấy lửa thì ngọn lửa bốc lên hướng trên. Khi giấc mơ của chúng ta biến thành ác mộng - thí dụ như gặp tai nạn xe hơi, hay thấy mình phải nhảy từ lầu cao và đâm sầm xuống mặt đường, hay bị buộc phải bước ngang qua ngọn lửa - thì những đau đớn mà chúng ta thể nghiệm trong mơ dường như rất thật.

Vậy xin cho tôi hỏi một câu, có lẽ hơi khó trả lời hơn một chút so với những câu tôi đã hỏi trước đây: *“Bạn có thể dùng phương pháp nào để thoát ra khỏi nỗi khổ đau trong giấc mơ mà không thức dậy?”*

Tôi đã hỏi câu này nhiều lần khi thuyết giảng trước công chúng và nhận được nhiều câu trả lời khác nhau. Một số câu trả lời rất khôi hài, như có một người đề nghị thuê một bà làm công có thần thông, có khả năng trực giác nhận biết sự khổ đau của bạn và bước vào giấc mơ để hướng dẫn bạn vượt qua những khó khăn. Tôi không biết liệu có được bao nhiêu người làm công có thần thông để mình thuê, và nếu ghi rõ trên hồ sơ xin việc là “có thần thông” như một kỹ năng đặc biệt, thì liệu cơ may được thuê của họ có khá hơn không?

Một số người khác gợi ý rằng việc dành thì giờ thiền quán trong lúc thức sẽ tự nhiên cải thiện những cơ may có được nhiều giấc mộng đẹp hơn. Thật không may, tôi chưa từng gặp được trường hợp nào như vậy trong số những người tôi đã gặp và tiếp chuyện trên khắp thế giới. Còn có người khác gợi ý rằng, nếu bạn mộng thấy nhảy từ lầu cao xuống, bạn có thể đột nhiên phát hiện là mình biết bay. Tôi không biết tại sao và bằng cách nào việc này có thể xảy ra, nhưng dường như đề nghị này khá nguy hiểm.

Thật hiếm hoi mới có ai đó gợi ý rằng giải pháp tốt nhất là nhận biết trong khi mơ rằng mình chỉ đang mơ mà thôi. Trong phạm vi những gì tôi đã học thì đây là câu trả lời hay nhất. Nếu khi vẫn còn trong một giấc mơ mà bạn nhận thức được rằng mình chỉ đang nằm mơ, thì bạn có thể làm bất kỳ điều gì bạn muốn trong giấc mơ ấy. Bạn có thể nhảy từ lầu cao xuống mà không hề hấn gì. Bạn có thể nhảy vào lửa mà không bị phỏng. Bạn có thể đi trên nước mà không bị chìm. Và nếu bạn đang lái chiếc xe trong mộng mà bị tai nạn, bạn có thể thoát ra một cách an toàn.

Tuy nhiên, điều chính yếu là qua sự tu tập để nhận biết tính Không của mọi hiện tượng, bạn có thể thành tựu những điều kỳ diệu cả trong đời sống thật. Hầu hết mọi người trong đời sống thật đều bị kẹt vào cùng những ảo giác mê lầm của sự giới hạn hay hư dối giống như họ đã thể nghiệm trong giấc mơ. Nhưng nếu bạn chỉ dành ra dầu chỉ vài phút trong ngày để quan sát tư tưởng và những cảm nhận của mình, bạn sẽ dần dần đạt được sự tự tin và tỉnh giác nhận biết rằng, những kinh nghiệm hằng ngày của bạn không phải là *chắc thật* hay *không thể thay thế* như bạn vẫn tưởng. Câu chuyện gẫu của các nơ-ron mà bạn vẫn tin là có thật sẽ dần dần thay đổi, và sự giao tiếp giữa các tế bào não với các tế bào cảm quan cũng sẽ thay đổi theo. Nhưng hãy luôn nhớ rằng, sự thay đổi đó hầu như bao giờ cũng sẽ diễn ra rất chậm chạp. Bạn phải cho mình cơ hội để sự chuyển hóa được diễn ra trong khoảng thời gian cần thiết của nó, tùy thuộc vào bản chất của chính bạn. Nếu bạn cố thúc đẩy tiến trình này thì giỏi lắm cũng chỉ nhận lấy sự thất vọng tràn trề, nhưng tồi tệ nhất là bạn sẽ gây tổn thương cho chính mình (thí dụ, hẳn là tôi sẽ không khuyên bạn thử bước qua lửa sau chỉ một vài ngày thiền quán tính Không).

Tôi không nghĩ ra được một thí dụ nào hay hơn nhằm diễn tả sự nhẫn nại và siêng năng cần thiết để thực sự nhận biết tiềm năng trọn vẹn, hay tánh Phật của bạn, cho bằng cuốn thứ nhất của bộ phim Ma trận (Matrix) mà hẳn là nhiều người trong các bạn đã xem trước tôi nhiều năm.

Cuốn phim gây ấn tượng cho tôi không chỉ vì cái sự thật tương đối được thể nghiệm bởi những người trong Ma trận cuối cùng được phát hiện chỉ là một ảo giác, mà còn vì nhân vật chính, Nero, mặc dầu được huấn luyện và có trong tay bao nhiêu là máy móc thiết bị, nhưng cũng phải thật lâu mới nhận ra rằng những giới hạn của bản thân mà ông từng nhận cho là thật trong gần suốt cuộc đời, thật ra chỉ là những phóng chiếu của chính bản tâm mình. Lần đầu tiên phải đối diện với những giới hạn ấy, ông đã sợ hãi, và tôi có thể dễ dàng tự đồng hóa mình với nỗi sợ hãi ấy của ông ta. Ngay cả cho dù đã được Morpheus làm thầy chỉ dạy và dẫn dắt, ông ta vẫn thấy khó tin vào những khả năng ông thực sự sẵn có - cũng giống y như tôi đã thấy khó tin vào sự thật của bản thể tự tâm khi lần đầu tiên các bậc thầy của tôi đã chỉ dạy cho tôi, mặc dù các ngài đã thực sự thể hiện tiềm năng trọn vẹn của chân tâm nơi các ngài. Chỉ ở đoạn cuối của cuốn phim, khi Nero phải tự mình thực nghiệm để thấy rằng những bài học đã nhận được là đúng thật, lúc ấy ông mới có khả năng chặn những viên đạn trong không khí, cất mình bay trong không gian và nhìn thấy các sự kiện trước khi chúng thực sự xảy ra.

Thế nhưng, Nero cũng đã phải học những điều này một cách tuần tự. Thế nên, xin đừng kỳ vọng rằng chỉ sau hai hay ba ngày thiền quán bạn sẽ có khả năng đi trên nước hay bay ra khỏi những tòa nhà. Điều rất có thể xảy ra là, thay đổi đầu tiên bạn cảm nhận được sẽ là một tâm thức mở rộng hơn, tự tin hơn và thành thật đối với chính mình hơn, cùng với một khả năng nhận biết những tư tưởng và động cơ của người khác xung quanh bạn nhanh chóng hơn trước đây. Thành tựu này không phải là nhỏ, đó là sự khởi đầu của tuệ giác.

Nếu kiên trì tu tập, tất cả những phẩm tính tuyệt vời của chân tâm bạn sẽ dần dần tự hiển lộ. Bạn sẽ nhận ra rằng chân tính cốt yếu của bạn không thể bị hư hoại hay hủy diệt. Bạn sẽ học biết cách "đọc" được tư tưởng và động cơ của người khác ngay cả trước khi chính họ tự nhận biết được. Bạn có thể nhìn về tương lai một cách rõ ràng hơn và thấy được hệ quả những hành vi của chính mình cũng như hành vi của những người khác chung quanh bạn. Và có lẽ quan trọng hơn hết là, bạn sẽ nhận ra rằng bất chấp những sợ hãi của riêng bạn, bất luận điều gì xảy ra cho thân thể bạn, bản chất chân tính của bạn vẫn là không thể hủy hoại.

18. TIẾN LÊN!

Hãy quán chiếu những lợi lạc của kiếp người quý hiếm này.

Jamgon Kongtrul

Liễu nghĩa cự (The Torch of Certainty)

Judith Hanson dịch sang Anh ngữ

Trong số tất cả các giống loài được các nhà khoa học hiện đại nghiên cứu cho đến nay, người ta có thể nói chắc là chỉ có loài người mới có sẵn khả năng chủ ý chọn lựa hướng đi của đời mình, và biết phân biệt để thấy rằng những chọn lựa này sẽ đưa họ đến thung lũng của một hạnh phúc tạm bợ hay đến cảnh giới của một sự an lạc vĩnh cửu. Mặc dù chúng ta có thể được "lắp đặt" về mặt di truyền hướng đến những hạnh phúc tạm bợ, nhưng chúng ta cũng sẵn có khả năng để nhận biết trong nội tâm của chính mình một cảm giác tự tin hơn, an bình hơn và sảng khoái sâu xa hơn, lâu dài hơn. Giữa các chúng sinh hữu tình, loài người dường như là loài duy nhất có khả năng nhận biết sự thiết yếu của việc liên kết lý trí, cảm xúc và bản năng sinh tồn, và trong tiến trình này, con người thiết lập một vũ trụ - không chỉ riêng cho chính họ và cho những thế hệ loài người kế tiếp, mà còn cho tất cả những sinh vật nào cảm nhận được sự đau đớn sợ hãi và khổ đau - trong đó tất cả muôn loài đều có thể sống chung mãn nguyện và an bình.

Một vũ trụ như thế vốn đã tồn tại, cho dù hiện nay chúng ta chưa nhận biết được. Mục đích của giáo pháp đạo Phật là giúp phát triển khả năng nhận biết rằng vũ trụ ấy - vốn thực sự chính là khả năng tính vô hạn hiện hữu trong chính bản thể của ta, không hơn không kém - đang tồn tại ngay bây giờ và ở đây. Tuy nhiên, để nhận biết nó ta nhất thiết phải học biết cách an trụ tâm thức. Chỉ bằng cách an trụ tâm thức trong sự tỉnh giác tự nhiên của nó, chúng ta mới bắt đầu nhận thức được rằng ta không phải là các niệm tưởng, cảm giác và cảm thọ của mình. Niệm tưởng, cảm giác và cảm thọ là những chức năng của thân thể. Và tất cả những gì tôi đã học được trong Phật pháp cũng như trong khoa học hiện đại đều chỉ ra cho tôi biết rằng: con người là những gì rộng lớn hơn nữa chứ không chỉ là cái thân thể này của mình mà thôi.

Những bài tập tôi trình bày trong sách này chỉ là giai đoạn đầu của con đường hướng đến sự giác ngộ viên mãn, tức là nhận hiểu hoàn toàn tánh Phật của mình. Các bài tập này, như là cách ổn định tâm thức, giúp thuần thục với tâm thức và phát triển tâm từ bi, tự thân chúng có thể đem lại những thay đổi vượt ngoài sức tưởng tượng trong cuộc đời bạn. Ai lại không muốn có được sự tự tin và an tĩnh khi đối mặt với khó khăn, giảm nhẹ hoặc loại trừ được cảm giác cô đơn, cách biệt, hay góp phần - dầu chỉ là gián tiếp - mang đến hạnh phúc và an lạc cho người khác, và nhờ thế tạo được một môi trường trong đó chính mình và những người mình thương yêu chăm sóc cũng như những thế hệ còn chưa ra đời đều có thể phát triển thịnh vượng? Để thành tựu những kỳ tích này, tất cả những gì cần làm lại chỉ là một chút kiên nhẫn, một chút siêng năng, một chút ý chí để buông bỏ những định kiến về chính bản thân bạn và thế giới chung quanh. Tất cả những gì cần làm chỉ là một chút công phu tu tập để thức tỉnh giữa giấc mơ cuộc đời và nhận ra được rằng không có gì khác biệt giữa kinh nghiệm về giấc mơ và tâm thức của người nằm mơ.

Cũng giống như phong cảnh trong giấc mơ có phạm vi không giới hạn, tánh Phật của bạn cũng thế. Chuyện kể về các bậc thầy Phật giáo trong quá khứ có rất nhiều giai thoại kỳ diệu về những con người đã bước đi trên mặt nước, hoặc đi xuyên qua lửa mà không cháy, và liên hệ với các đồ đệ bằng thần giao cách cảm qua những khoảng cách rất xa. Chính cha tôi đã có khả năng chịu đựng việc bác sĩ phẫu thuật cắt vào những lớp da thịt rất nhạy cảm xung quanh mắt [mà không được gây mê] nhưng không cảm thấy đau đớn.

Tôi cũng có thể chia sẻ với bạn một vài câu chuyện rất thú vị về một người ở thế kỷ 20 đã thành tựu tiềm năng trọn vẹn của mình, một chúng sinh hữu tình. Người ấy là đức Karmapa thứ 16, vị lãnh đạo tiền nhiệm dòng Kagyu của Phật giáo Tây Tạng. Ngay sau hàng loạt những khó khăn làm chấn động đất nước Tây Tạng vào cuối thập niên 1950, ngài và một số đông đồ đệ đã phải đến sinh sống ở Sikkim, miền bắc Ấn độ. Nơi đây ngài đã xây dựng một tu viện lớn, nhiều trường học và thành lập nhiều tổ chức khác nhau để giúp đỡ cộng đồng di dân Tây Tạng không ngừng phát triển. Khi cộng đồng ở Sikkim đã được thiết lập an ổn rồi, ngài Karmapa bắt đầu đi khắp thế giới, thuyết giảng cho những người chỉ vừa mới biết đến tính chất đặc biệt của Phật giáo Tây Tạng, lúc ấy đang phát triển ngày càng đông hơn. Trong những chuyến hoằng hóa của Ngài ở châu Âu và Bắc Mỹ, ngài đã thi triển những điều có thể gọi là thần thông, như để lại dấu chân trên một tảng đá cứng, làm mưa xuống những nơi bị hạn hán ở vùng Tây Nam nước Mỹ, và có một lần Ngài làm cho một dòng suối tự nhiên xuất hiện trong vùng sa mạc nơi những người da đỏ Hopi cư ngụ.

Nhưng chính phương cách nhập diệt của đức Karmapa đời thứ 16 mới cống hiến cho những ai được chứng kiến một sự thể hiện rất sinh động phẩm tính của bản tâm. Năm 1981, ngài điều trị bệnh ung thư trong một bệnh viện ở ngoại ô thành phố Chicago. Tiến trình bệnh lý của ngài làm cho tất cả các bác sĩ điều trị đều hoang mang. Những triệu chứng của ngài cứ đến rồi đi mà không có lý do rõ rệt nào cả, thỉnh thoảng chúng biến mất hoàn toàn, rồi lại chỉ xuất hiện sau đó trong một vùng mà trước kia chưa bị ảnh hưởng của bệnh trên thân ngài. Theo một lời kể lại thì điều này như thể là *"thân thể ngài đang đùa cợt với các thiết bị máy móc"*.[1] Trong suốt cuộc thử thách ấy, ngài Karmapa chưa từng một lần than đau. Ngài lưu tâm đến sự an vui của các nhân viên trong bệnh viện nhiều hơn. Nhiều người trong số ấy thường dừng lại trong phòng ngài đơn giản chỉ để nếm trải cái cảm giác vô cùng an tĩnh và từ mẫn tỏa ra từ ngài, bất chấp sự hoành hành của cơn bệnh.

Khi ngài nhập diệt, các vị Lạt-ma và những người Tây Tạng khác từng ở cạnh ngài trong suốt thời gian trị liệu đã xin cho di thể của ngài được giữ yên không khuấy động trong 3 ngày, theo truyền thống Tây Tạng sau khi một bậc đại sư nhập diệt. Vì ngài Karmapa đã để lại một ấn tượng quá sâu đậm trong lòng các nhân viên bệnh viện, ban quản trị đã chấp thuận lời yêu cầu của chư tăng: Thay vì lập tức chuyển di thể của ngài đến nhà xác của bệnh viện, họ đã

[1] Xem Ken Holmes, Kannapa (Forres, Scotland: Altea Publishing, 1995), trang 32.

đồng ý để ngài ở lại trong phòng bệnh, giữ nguyên trong tư thế thiền tọa lúc viên tịch.

Theo như tài liệu để lại bởi các vị bác sĩ đã theo dõi ngài trong suốt 3 ngày ấy, di thể ngài Karmapa không bao giờ cứng đờ [như trạng thái xác chết] và ở vùng quanh trái tim của ngài vẫn ấm áp gần giống như người sống. Hơn 20 năm sau, tình trạng di thể ngài sau khi chết vẫn thách thức sự giải thích của y khoa, và vẫn còn để lại một tác động sâu sắc đối với những người được chứng kiến.

Tôi nghĩ rằng, quyết định đến điều trị và để lại di thể trong một bệnh viện phương Tây của đức Karmapa thứ 16 hẳn phải là món quà cuối cùng và có lẽ là lớn nhất ngài ban cho nhân loại: Chứng minh cho giới khoa học phương Tây thấy rằng chúng ta quả thật sẵn có những khả năng không thể dùng ngôn ngữ bình thường mà giải thích được.

TÌM THẦY HỌC ĐẠO

Bạn nhất thiết phải được dẫn dắt bởi một vị thầy tâm linh chân chính.

Ngài Gyalwang Karmapa Đời thứ 9

Đại thủ ấn: Liễu nghĩa hải (Mahamudra: The Ocean of Definitive Meaning)

Elizabeth M. Callahan dịch sang Anh ngữ

Điều thú vị về các bậc thầy [Phật giáo] từ xưa nay là các ngài đều có cùng một tiến trình tu tập tương tự như nhau. Các ngài bắt đầu bằng cách tu tập nhiều pháp môn an định tâm thức và trưởng dưỡng tâm từ bi như đã được trình bày trong sách này, và rồi các ngài phát huy trọn vẹn tiềm năng của [tâm thức] mình bằng cách tu tập theo sự dẫn dắt của một bậc thầy thông tuệ hơn và có kinh nghiệm tu tập hơn bản thân các ngài.

Nếu bạn muốn tiến xa hơn [trên đường tu tập], muốn khám phá và thể nghiệm trọn vẹn tiềm năng của mình, bạn cần một người dẫn dắt. Bạn cần một vị thầy.

Những phẩm tính của một bậc thầy lý tưởng là gì? Trước hết, vị thầy ấy nhất thiết phải được đào luyện đúng theo một dòng truyền thừa nào đó - nếu không, vị ấy có thể vì kiêu mạn mà đặt ra các quy luật hay đường lối tu hành theo ý mình, hay duy trì sự hiểu lầm về một điều mà vị ấy đã học trong sách vở. Việc tu tập theo sự dẫn dắt của một vị thầy được đào luyện trong một dòng truyền thừa đã có từ xưa còn có một năng lực cực kỳ lớn lao nhưng tinh tế, đó là năng lực tương thuộc (hay duyên khởi) như đã đề cập trong Phần 1. Khi bạn học với một vị thầy được đào luyện trong một dòng truyền thừa, bạn trở thành một phần trong "đại gia đình" dòng truyền thừa ấy. Cũng giống như bạn đã học những bài học vô giá không nói ra thành lời từ gia đình mà bạn được sinh ra hay nuôi dưỡng, bạn cũng sẽ học được những bài học vô giá chỉ qua việc quan sát và giao tiếp với bậc thầy chân chính của một dòng truyền thừa.

Ngoài việc được đào luyện theo đúng luật tắc của một dòng truyền thừa cụ thể, vị thầy đủ phẩm tính còn phải biểu lộ tâm từ mẫn và đồng thời, hành vi của ngài thể hiện rõ một cách tinh tế sự chứng ngộ của chính ngài nhưng không bao giờ trực tiếp nói ra. Nên tránh các vị thầy tự nói về những thành tựu của riêng họ, vì những cách nói ra hay khoe khoang như thế là một dấu hiệu chắc chắn cho thấy rằng họ chẳng có chứng ngộ gì cả. Các bậc thầy đã có một phần kinh nghiệm [chứng ngộ] nào đó thì không bao giờ nói về những thành tựu của chính mình, thay vì thế, các ngài thường có khuynh hướng nói về những phẩm hạnh của các bậc thầy mà các ngài đã theo học. Mặc dù vậy, bạn vẫn có thể cảm nhận được phẩm hạnh của các ngài qua vầng hào quang uy nghi bao quanh, giống như ánh sáng được phản chiếu từ một khối vàng. Bạn không nhìn thấy tự thân khối vàng, mà chỉ thấy sự chói sáng của ánh hoàng kim.

CHỌN SỐNG HẠNH PHÚC

Tác ý là nghiệp của tâm thức.

Gunaprabha
A-tì-đạt-ma tạng
(The Treasury of Abhidharma)
Elizabeth M. Callahan dịch sang Anh ngữ

Chỉ cần quan sát một đứa trẻ đang chơi một trò chơi điện tử, mải mê trong việc bấm nút để giết quân địch và thắng điểm, bạn sẽ thấy ngay những trò chơi ấy có thể gây nghiện đến mức như thế nào. Và rồi hãy tĩnh tâm một chút để nhìn lại những "trò chơi" tài chánh, "trò chơi" tình ái hay những "trò chơi" khác mà bạn, một người lớn đã và đang chơi, để thấy chúng cũng gây nghiện cho ta không khác. Khác biệt chính giữa người lớn và trẻ con là người lớn có đủ kinh nghiệm và hiểu biết để tránh xa trò chơi. Một người lớn có thể quyết định việc nhìn một cách khách quan hơn vào tâm thức của mình, và khi làm như vậy họ sinh khởi tâm từ mẫn đối với những người khác không có khả năng quyết định làm như thế.

Như đã trình bày từ đầu sách đến đây, một khi bạn tự mình quyết tâm phát triển một sự nhận biết về tánh Phật của mình, thì điều tất yếu là bạn sẽ bắt đầu nhận thấy những thay đổi trong kinh nghiệm hằng ngày. Những chuyện trước đây thường làm bạn phiền muộn sẽ mất dần khả năng "làm khó" cho bạn. Về mặt trực giác, bạn trở nên khôn ngoan hơn, thanh thản hơn và chân thành, cởi mở hơn. Bạn sẽ bắt đầu xem các chướng ngại là những cơ hội để bạn trưởng thành hơn. Và vì cái ảo giác về sự giới hạn và dễ thương tổn của bạn đã dần dần mất đi, bạn sẽ khám phá từ sâu thẳm trong nội tâm mình sự vĩ đại chân chính của tự thể: Bạn là ai và là những gì?

Và tuyệt vời nhất là, khi bạn bắt đầu thấy được tiềm năng của chính mình, bạn cũng sẽ bắt đầu nhận thấy tiềm năng ấy ở tất cả mọi người quanh bạn. Tánh Phật không là một phẩm tính đặc biệt chỉ dành riêng cho một số ít người được ưu tiên. Dấu hiệu chân thật của việc nhận biết tánh Phật nơi mình là nhận ra rằng tánh Phật ấy thực sự bình thường đến mức nào - đó là khả năng nhận biết được tánh Phật ở tất cả mọi hữu tình, cho dù không phải mọi hữu tình đều nhận biết được tánh Phật nơi chính họ. Vì thế, thay vì khép kín lòng mình trước những người quát tháo bạn hay có hành vi nào đó khác hơn gây hại cho bạn, bạn sẽ thấy mình trở nên cởi mở hơn. Bạn nhận biết rằng họ không phải là những kẻ điên khùng, mà cũng là những người giống như bạn thôi, cũng mong muốn được hạnh phúc và an bình; họ xử sự như những kẻ điên khùng là vì họ chưa nhận biết được bản thể chân thật của họ và đang bị chế ngự bởi những cảm giác yếu đuối và sợ hãi.

Bạn có thể bắt đầu tu tập với niềm hứng khởi đơn giản là để hoàn thiện chính mình, để làm tất cả mọi việc một cách tỉnh thức hơn và để rộng mở cõi lòng với người khác một cách sâu sắc hơn. Động cơ thúc đẩy là yếu tố riêng lẻ quan trọng nhất quyết định kinh nghiệm của bạn là an lành hay đau khổ. Chánh niệm và từ bi thật ra luôn phát triển song hành. Càng có chánh niệm, bạn càng thấy dễ khởi tâm từ mẫn. Và càng mở rộng cõi lòng đối với người khác, bạn càng trở nên tỉnh thức hơn trong tất cả những việc bạn làm.

Bất cứ khi nào bạn cũng có thể chọn lựa, hoặc là theo đuổi chuỗi tư tưởng, cảm xúc và cảm giác vốn củng cố nhận thức về bản thân mình như là yếu đuối và giới hạn, hoặc là luôn ghi nhớ rằng bản thể chân thật của mình vốn là thanh tịnh, không do tạo tác và không thể bị tổn hại. Bạn có thể tiếp tục chìm trong giấc ngủ vô minh, hoặc nhớ lại rằng bạn vẫn đang và vốn thường tỉnh giác. Dù chọn cách nào thì bạn cũng đang thể hiện bản chất vô giới hạn trong thực thể của mình. *Vô minh, yếu đuối, sợ hãi, oán giận và tham muốn đều là những biểu hiện từ tiềm năng vô hạn của tánh Phật.* Không có gì vốn sẵn mang tính chất đúng sai trong những chọn lựa như thế. Kết quả tu tập theo Phật giáo chỉ đơn giản là sự nhận biết được rằng những phiền não nói trên hay khác nữa đều chỉ là những chọn lựa sẵn có với ta không hơn không kém, bởi vì bản chất chân thật của ta vốn là vô hạn.

Chúng ta chọn sự vô minh vì chúng ta sẵn có khả năng [chọn lựa] đó. Chúng ta chọn sự tỉnh giác, cũng vì chúng ta sẵn có khả năng [chọn lựa] đó. Luân hồi hay Niết-bàn cũng chỉ đơn thuần là những cách nhìn khác nhau dựa trên sự chọn lựa của ta về cách quan sát và nhận hiểu kinh nghiệm của mình. Niết-bàn không có gì mầu nhiệm và luân hồi cũng không có chi xấu xa hay sai trái. Nếu bạn cứ khăng khăng tự nghĩ về mình như là hạn hẹp kém cỏi, sợ sệt, dễ tổn thương, hay bị khủng hoảng bởi kinh nghiệm quá khứ, hãy biết rằng đó chỉ là do sự chọn lựa của bạn, và rằng cơ hội để bạn trải nghiệm khác hơn về chính mình vẫn luôn luôn sẵn có.

Về cơ bản, con đường tu tập theo đạo Phật đưa đến một chọn lựa giữa sự quen thuộc và thực tiễn. Việc duy trì những mô thức quen thuộc trong tư tưởng và hành vi chắc chắn là cho ta một cảm giác thoải mái và ổn định nào đó. Việc ra khỏi phạm vi thoải mái và quen thuộc ấy tất yếu đòi hỏi ta phải bước vào một phạm trù kinh nghiệm xa lạ có vẻ như là thực sự đáng khiếp sợ, một phạm trù khó chịu nửa vời như tôi đã trải nghiệm lúc nhập thất. Bạn không biết là nên quay về với những [kinh nghiệm] quen thuộc nhưng đáng sợ, hay là nên tiếp tục tiến lên về phía những [kinh nghiệm] có vẻ như đáng sợ chỉ vì chúng không quen thuộc.

Trong một ý nghĩa nào đó, sự phân vân không xác quyết khi đứng trước chọn lựa thừa nhận tiềm năng trọn vẹn của mình rất tương tự với những gì mà nhiều đệ tử của tôi kể lại về sự chấm dứt một cuộc tình khổ sở: có một cái gì bất đắc dĩ, một cảm giác thất bại đi kèm theo sự chia tay ấy. Có một khác biệt chính yếu giữa việc cắt đứt một cuộc tình khổ sở với việc bước vào con đường tu tập theo Phật giáo. Đó là, khi bước vào con đường tu tập theo Phật giáo, bạn chấm dứt một cuộc tình khổ sở với chính bản thân mình. Khi bạn chọn sự thừa nhận tiềm năng chân thật của mình, bạn dần dần thấy mình giảm bớt việc thường xuyên hạ thấp mình, quan niệm về chính mình trở nên tốt đẹp và lành mạnh hơn, sự tự tin và niềm vui thuần khiết chỉ vì mình đang được sống sẽ tăng thêm. Đồng thời bạn sẽ bắt đầu nhận thức rằng tất cả mọi người xung quanh bạn đều có cùng một tiềm năng ấy, cho dù họ có biết điều đó hay không. Thay vì ứng xử với họ như với những mối đe dọa hay như những đối thủ, bạn sẽ thấy mình có khả năng nhận biết và cảm thông với những nỗi sợ hãi, khổ đau của họ, và một cách tự nhiên, bạn sẽ ứng xử với họ theo cách chú trọng vào những giải pháp [cho vấn đề] chứ không phải gây thêm bất ổn.

Xét cho cùng, vấn đề hạnh phúc trở thành sự chọn lựa giữa *sự không thoải mái khi trở nên tỉnh giác nhận biết về những phiền não của mình* với *sự không thoải mái khi bị phiền não chi phối, sai sử.* Tôi không thể nói chắc với bạn rằng việc đơn thuần trụ tâm trong sự tỉnh giác nhận biết những tư tưởng, cảm giác và cảm thọ, đồng thời nhận biết chúng như là sự hỗ tương tạo tác của chính thân tâm bạn, bao giờ cũng sẽ là một kinh nghiệm dễ chịu. Trong thực tế, tôi lại có thể bảo đảm khá chắc chắn rằng sự quán chiếu bản thân theo cách này, có đôi khi sẽ là một kinh nghiệm cực kỳ khó chịu. Nhưng điều đó cũng đúng khi ta bắt đầu bất kỳ một kinh nghiệm mới nào, dầu đó là đi tập thể thao, bắt đầu một việc làm mới hay khi bắt đầu một chế độ ăn kiêng.

Những tháng đầu tiên bao giờ cũng khó khăn. Việc học hết tất cả các kỹ năng cần thiết để thành thạo một công việc không phải dễ dàng; động viên chính mình đi tập thể thao không phải là dễ dàng; tuân thủ chế độ ăn uống lành mạnh mỗi ngày không phải là dễ dàng. Nhưng sau một thời gian, những khó khăn sẽ giảm bớt, bạn sẽ bắt đầu có cảm giác vui thích hay thành tựu, và toàn bộ nhận thức của bạn về chính mình sẽ bắt đầu thay đổi.

Sự tu tập thiền quán cũng vận hành giống như thế. Trong những ngày đầu, bạn có thể cảm thấy hài lòng, nhưng sau khoảng một tuần, sự tu tập trở thành một thử thách. Bạn không thể sắp xếp được thì giờ, ngồi thiền không thoải mái, không thể tập trung, hay chỉ là bạn cảm thấy mệt mỏi. Bạn đã chạm phải một bức tường, điều mà những vận động viên điền kinh cũng gặp phải khi họ cố chạy thêm một nửa dặm nữa sau khi hoàn tất chặng đường tập luyện thông thường. Cơ thể lên tiếng: *"mình không thể chạy nữa"*, nhưng tâm trí lại bảo *"mình nên chạy thêm"*. Cả hai tiếng nói đều không dễ chịu cho lắm; trong thực tế, cả hai đều có sự đòi hỏi.

Phật giáo cũng thường được gọi là "trung đạo", vì còn đưa ra sự chọn lựa thứ ba. Nếu bạn thực sự không thể tập trung vào một âm thanh hay một ngọn nến thêm một giây nào nữa, thì chắc chắn là nên dừng lại ngay. Nếu không, thiền tập sẽ trở nên một cực hình. Đến một lúc, bạn sẽ nghĩ rằng: "Khổ chưa, đã 7 giờ 15 rồi! Ta phải ngồi xuống để vun trồng hạnh phúc!" Chưa ai đã từng tiến bộ theo cách đó. Mặt khác, nếu bạn nghĩ là mình có thể tiếp tục thêm một, hai phút nữa, tất nhiên là hãy tiếp tục. Bạn có thể ngạc nhiên bởi những gì mình học được. Bạn có thể phát hiện một tư tưởng hay một cảm giác nào đó ở đằng sau sự kháng cự mà bạn không muốn thừa nhận. Hay bạn có thể đơn thuần thấy rằng thật ra bạn có khả năng an trụ tâm lâu hơn mình tưởng, và chỉ riêng sự phát hiện này đã có thể tăng thêm niềm tự tin nơi chính bạn, và đồng thời cũng làm giảm tỷ lệ cortisol, tăng tỷ lệ dopamine và kích hoạt nhiều hoạt động hơn nơi thùy trước trán bên trái của não bộ. Và những thay đổi sinh lý này có thể đem lại một sự thay đổi lớn lao trong một ngày của bạn, cung cấp một tiêu chuẩn tham chiếu của cơ thể để có được sự an tĩnh, ổn định và tự tin.

Nhưng điều kỳ diệu nhất là bất chấp bạn ngồi thiền trong bao lâu hay bất kể bạn dùng phương thức nào, tất cả các phương thức thiền quán Phật giáo cuối cùng cũng đều làm sinh khởi tâm từ bi, cho dầu bạn có nhận biết điều đó hay không. Mỗi khi quan sát tâm thức, bạn không thể nào không nhận biết sự tương đồng của bạn với những người khác xung quanh. Khi bạn cảm nhận sự khát vọng hạnh phúc, bạn không thể không thấy biết cùng một khát vọng ấy nơi người khác, và khi bạn quan sát rõ ràng sự sợ hãi, oán giận hay ác cảm nơi chính mình, chắc chắn bạn sẽ thấy rằng mọi người xung quanh bạn cũng đều cảm giác cùng một sự sợ hãi, oán giận và ác cảm như thế.

Khi bạn quan sát tâm thức của mình, tất cả những sự khác biệt tưởng tượng giữa chính bạn và người khác sẽ tự nhiên biến mất, và lời nguyện xưa về "Bốn tâm vô lượng" (từ, bi, hỷ, xả) sẽ trở nên tự nhiên và liên tục như nhịp tim của bạn:

Nguyện cho tất cả chúng sinh hữu tình đều đạt được hạnh phúc và gieo nhân hạnh phúc.

Nguyện cho tất cả chúng sinh hữu tình đều được giải thoát khổ đau và không còn tạo nhân khổ đau.

Nguyện cho tất cả chúng sinh hữu tình đều được hỷ lạc và gieo nhân hỷ lạc.

Nguyện cho tất cả chúng sinh hữu tình đều được vô lượng an ổn và không còn tham ái, sân hận.

MỘT SỐ THUẬT NGỮ (GLOSSARY)

bất khả tư nghì - tongpa - Tính từ Tây Tạng, có nghĩa là: không thể miêu tả, không thể nhận biết, không thể gọi tên, không có ý nghĩa bày tỏ được bằng ngôn ngữ thông thường. *(Tibetan: Indescribable, inconceivable, unnamable, empty of meaning in ordinary terms.)*

bất thiện hạnh - mi-gewa - Tính từ trong tiếng Tây Tạng, chỉ cho điều gì làm suy nhược, yếu đuối; thường dịch sang tiếng Anh là nonvirtuous. Xem thêm: thiện hạnh. *(Tibetan: An adjective used to describe something that weakens; often translated as "nonvirtuous.")*

Bồ-đề tâm hành - application bodhicitta - Thực sự có những thực hành cụ thể để nuôi dưỡng khả năng giải thoát tất cả chúng sinh hữu tình ra khỏi mọi hình thức và nguyên nhân của khổ đau thông qua sự nhận biết được tánh Phật của họ. Xem thêm: Bồ-đề tâm tuyệt đối, Bồ-đề tâm nguyện, tâm Bồ-đề, Bồ-đề tâm tương đối. *(Taking steps to cultivate the liberation of all sentient beings from all forms and causes of suffering through recognition of their Buddha nature. See also absolute bodhicitta, Aspiration bodhicitta, Bodhicitta, Relative bodhicitta.)*

Bồ-đề tâm nguyện - aspiration bodhicitta - Nuôi dưỡng sự khát khao tha thiết nâng tất cả chúng sinh lên một trình độ cho phép họ nhận thức được tánh Phật của họ. Xem thêm: Bồ-đề tâm tuyệt đối, Bồ-đề tâm hành, tâm Bồ-đề, Bồ-đề tâm tương đối. *(Cultivation of the heartfelt desire to raise all sentient beings to the level at which they recognize their Buddha nature. See also Absolute bodhicitta, Application bodhicitta, Bodhicitta, Relative bodhicitta.)*

Ca-nhĩ-cư - **Kagyu** - Tên một dòng truyền thừa Tây Tạng mà nền tảng là truyền thống khẩu truyền từ vị thầy sang các đệ tử. Tên gọi này trong tiếng Tây Tạng gồm chữ *ka* có nghĩa là "lời nói" hay "chỉ dẫn", và chữ *gyu* có nghĩa là "dòng truyền thừa". *(A Tibetan Buddhist lineage based on the oral transmission of teachings from master to student; from the Tibetan words ka, meaning "speech," and gyu, meaning "lineage.")*

chánh niệm - **mindfulness** - Trụ tâm trong sự tỉnh giác đơn thuần về các niệm tưởng, cảm xúc và kinh nghiệm giác quan. *(Resting the mind in bare awareness of thoughts, feelings, and sensory experiences.)*

chấp thủ - **dzinpa** - từ ngữ gốc Tây Tạng, chỉ sự nắm bắt hay cố chấp vào một điều gì, không chấp nhận thay đổi. *(Tibetan: grasping or fixation.)*

chất dẫn truyền xung động thần kinh - **neurotransmitter** - Một hóa chất truyền tải các tín hiệu hoá-điện giữa các tế bào thần kinh với nhau. *(A substance that passes electrochemical signals among neurons.)*

cho và nhận - **tonglen** - Danh từ Tây Tạng, là tên một pháp tu trong đó hành giả gửi toàn bộ hạnh phúc của mình đến những chúng sinh khác và nhận lãnh về mình sự khổ đau của họ. *(Tibetan: "Sending and taking." The practice of sending all one's happiness to other sentient beings and taking in their suffering.)*

chúng sinh hữu tình - **sentient being** - Bất kỳ sinh vật nào sẵn có khả năng suy nghĩ hay cảm giác. *(Any creature endowed with the capacity to think or feel.)*

con người - **purusha** - Từ ngữ Sankrit, nghĩa đen là "một cái gì có sức mạnh", thường dùng để chỉ một con người.

(Sanskrit: Literally, "something that possesses power"; usually used to refer to a human being.)

cộng hưởng hệ viền - **limbic resonance** - Một loại khả năng [giao tiếp] giữa não bộ với não bộ, giúp nhận biết những trạng thái cảm xúc của người khác qua nét mặt, các hoạt chất tương tác và tư thế của thân thể hay cơ bắp của họ. *(A kind of brain-to-brain capacity to recognize the emotional states of others through facial expression, pheromones, and body or muscular position.)*

cực vi trần - **dul-tren** - từ ngữ gốc Tây Tạng, chỉ hạt vật chất nhỏ nhất; cũng dùng **dul-tren-cha-may** - hạt vật chất không thể chia chẻ được nữa. *(Tibetan: smallest particle; indivisible particle.)*

cuống não - **brain stem** - Lớp tế bào thấp nhất và lâu đời nhất của bộ não loài người, có nhiệm vụ điều hòa những chức năng cơ bản và không chủ ý như trao đổi chất, nhịp đập của tim, và phản ứng phản vệ: "chạy hay chống". Xem thêm: não bò sát. *(The lowest and oldest layer of the human brain, responsible for regulating involuntary functions such as metabolism, heart rate, and the fight-or-flight response. See also Reptilian brain.)*

duyên khởi - **interdependence** - Sự hòa hợp các nhân duyên khác nhau để tạo thành một kinh nghiệm nhất định. *(The coming together of different causes and conditions to create a specific experience.)*

dự chuyển - **velocity** - Tốc độ và phương hướng di chuyển của các hạt nguyên tử. (The speed and direction of the movement of subatomic particles.)

Đại ấn - **Mahamudra** - Từ gốc Sanskrit, cũng dịch là **Đại thủ ấn**. *(Sanskrit: Great Seal or Great Gesture.)*

Đại Bảo Pháp vương - Karmapa - Vị đứng đầu dòng truyền thừa Karma Kagyu trong Phật Giáo Tây Tạng. *(The head of the Karma Kagyu lineage of Tibetan Buddhism.)*

Đại Thành tựu giả - Mahasiddha - Từ gốc Sanskrit, chỉ vị hành giả đã trải qua những thử thách phi thường để đạt đến sự liễu ngộ sâu xa. *(Sanskrit: A person who has passed through extraordinary trials to achieve profound understanding.)*

Đại Viên mãn - Dzogchen - từ ngữ gốc Tây Tạng, chỉ giáo lý về tự tánh của tâm theo truyền thống Nyingma (Cổ Mật). Xem thêm: Đại thủ ấn - Mahamudra *(Tibetan: The Great Perfection.)*

điện tử - electron - một hạt hạ nguyên tử có mang điện tích. (An electronically charged subatomic particle.)

đồng bộ thần kinh - neuronal synchrony - Một tiến trình qua đó các nơ-ron phân bố trên khắp những vùng cách biệt nhau của não bộ đều tự động và tức thời giao tiếp với nhau. *(A process in which neurons move across widely separated areas of the brain spontaneously and instantaneously communicate with one another.)*

giác ngộ - enlightenment - Thuật ngữ Phật giáo chỉ sự nhận biết chắc chắn và không thể lay chuyển về tánh Phật của mình. Xem thêm: tánh Phật, tâm bản nhiên. *(In Buddhist terms, the firm and unshakable recognition of one's Buddha nature. See also Buddha nature, Natural mind.)*

hạch hạnh nhân (hay a-mi-đan) - amygdala - Một cấu trúc tập hợp các nơ-ron trong não bộ có vai trò thiết lập các khía cạnh cảm xúc của ký ức, nhất là sợ hãi và khoái lạc. *(A neuronal structure in the brain involved in forming* *the emotional aspects of memory, particularly fear and pleasure.)*

hệ thống thần kinh tự điều phối - **autonomic nervous system** - Một vùng trong cuống não (*brain stem*) có chức năng tự động điều phối các phản ứng của cơ bắp, nhịp tim và các tuyến hạch. *(The area of the brain stem that automatically regulates muscle, cardiac, and glandular responses.)*

hồi hải mã - **Hippocampus** - Một cấu trúc nơ-ron trong não bộ liên quan đến việc hình thành khía cạnh ngôn ngữ và chiều không gian của ký ức. *(A neuronal structure in the brain involved in forming the verbal and spatial aspects of memory.)*

khả năng xét lại của hệ viền - **limbic revision** - Khả năng thay đổi hay xét lại mạch nơ-ron trong vùng hệ viền thông qua kinh nghiệm trực tiếp với người khác. *(The capacity to change or revise the neuronal circuitry of the limbic region through direct experience with another person.)*

khâu não - **thalamus** - Một cấu trúc thần kinh nằm ngay trung tâm não, thông qua đó các tín hiệu từ những giác quan được phân loại trước khi chuyển đến các vùng não khác. *(A neuronal structure located at the very center of the brain, through which sensory messages are sorted before being passed to other areas of the brain.)*

khối lượng - **mass** - Khối lượng vật chất đo lường được trong một vật thể. *(The measure of the amount of matter in an object.)*

Kinh lượng bộ - **Sautantrika** - Danh từ Sanskrit, tên một trường phái triết học Phật giáo vào thời kỳ ban đầu. *(Sanskrit: An early school of Buddhist philosophy.)*

Kinh tạng - **Sutra** - Từ ngữ Sanskrit, nghĩa đen là "sợi dây", "sợi chỉ", "giềng mối" . Trong thuật ngữ Phật giáo, từ này đặc biệt dùng để chỉ những lời dạy trực tiếp của đức Phật được "xâu lại" xuyên suốt qua những năm hoằng hóa của Ngài. *(Sanskrit: Literally, "thread." In Buddhist terminology, a specific reference to the actual words of the Buddha "threaded" throughout the years of his teachings.)*

lòng bi mẫn - **nying-jay** - Từ gốc Tây Tạng, chỉ tâm bi (trong Tứ Vô lượng tâm); một sự hoàn toàn rộng mở tâm hồn. *(Tibetan: Compassion; an utterly direct expansion of the heart.)*

lớp vỏ não mới - **neocortex** - Lớp vỏ trên cùng của não, là đặc trưng ở động vật có vú, cung cấp khả năng lý luận, hình thành khái niệm, lập kế hoạch và điều chỉnh các phản ứng cảm xúc. *(The uppermost layer of the brain, specific to mammals, which provides capacities for reasoning, forming concepts, planning, and fine-tuning emotional responses.)*

luân hồi - **samsara** - Từ ngữ Sanskrit, mang nghĩa đen là "bánh xe" hay "vòng tròn"; theo thuật ngữ Phật giáo, từ ngữ này chỉ cho vòng luân chuyển của những khổ đau. *(Sanskrit: Wheel; in Buddhist terms, the wheel of suffering.)*

Luận tạng - **Shastra** - Từ ngữ Sanskrit, chỉ cho tập hợp những bản văn chú giải và luận giảng một tư tưởng hay một từ ngữ do đức Phật giảng thuyết lúc còn tại thế. *(Sanskrit: An explanation of or commentary on an idea or term expressed by the Buddha during his lifetime.)*

năng tri - **sem** - Từ ngữ Tây Tạng, có nghĩa là "*cái nhận biết*", phân biệt với **sở tri** là đối tượng được nhận biết. *(Tibetan: That which knows.)*

não bò sát - reptilian brain - Lớp đầu tiên và lâu đời nhất của bộ não con người, có nhiệm vụ điều hòa những chức năng cơ bản và không chủ ý, như hô hấp, trao đổi chất, nhịp đập của tim và phản ứng phản vệ "chạy hay chống". Xem thêm: cuống não. *(The lowest and oldest layer of the human brain, responsible for regulating many involuntary functions, such as metabolism, heart rate, and the fight-or-flight response. See also Brain stem.)*

nghiệp - karma - từ gốc Sanskrit, mang nghĩa là nghiệp, hay hành động. *(Sanskrit: Action or activity.)*

ngữ - speech - Khía cạnh của sự tồn tại liên hệ đến sự giao tiếp bằng ngôn ngữ cũng như phi ngôn ngữ. Xem thêm: thân thể, tâm ý. *(The aspect of existence that involves verbal and nonverbal communication. See also Mind, Body.)*

nguyện - samaya - Danh từ Sanskrit, mang nghĩa thệ nguyện hay sự cam kết. *(Sanskrit: A vow or commitment.)*

Nhất thiết hữu bộ - Vaibhasika - Danh từ Sanskrit, chỉ một trường phái triết học Phật giáo vào thời kỳ ban đầu. *(Sanskrit: An early school of Buddhist philosophy.)*

Như Lai Tạng - Tathagatagarbha - Danh từ Sanskrit, mang nghĩa: "thể tánh của những ai đã từng đi qua con đường đó", một cách miêu tả những ai đã đạt được giác ngộ viên mãn; cũng được dịch là "tánh Phật", "giác thể", "tâm bình thường", và "tâm bản nhiên". *(Sanskrit: "The nature of one who has gone that way," a way of describing someone who has attained complete enlightenment; also translated as "Buddha nature," "enlightened essence," "ordinary nature," and "natural mind.")*

nhu nhuyễn - le-su-rung-wa - từ gốc Tây Tạng. *(Tibetan: pliability.)*

Niết-bàn - **nirvana** - Từ gốc Sanskrit, nghĩa đen là "dập tắt" hay "thổi tắt" (như sự thổi tắt ngọn lửa của cây nến), thường được diễn dịch như là một trạng thái của sự hỷ lạc hay hạnh phúc viên mãn, sinh khởi từ sự phá trừ hay "thổi tắt" cái tự ngã hay ý niệm về "cái ta". *(Sanskrit: Extinguishing or blowing out - as in the blowing out of the flame of a candle; often interpreted as the state of total bliss or happiness arising from the extinguishing or "blowing out" of the ego or the idea of "self.")*

Ninh-mã - **Nyingma** - Tiếng Tây Tạng có nghĩa là "cổ xưa", đặc biệt được dùng chỉ cho dòng truyền thừa cổ xưa nhất của Phật Giáo Tây Tạng, được thành lập ở Tây Tạng vào thế kỷ 7. *(A Tibetan term roughly translated as "old ones"; refers specifically to the oldest lineage of Tibetan Buddhism established in Tibet during the seventh century C.E.)*

nơ-ron - **neuron** - Tế bào thần kinh. *(A nerve cell.)*

Pháp - **Dharma** - Từ ngữ gốc Sanskrit, mang nghĩa là chân lý, hay cách thức tồn tại của sự vật. *(Sanskrit - The truth, or the way things are.)*

Pháp tử tâm yếu - **heart son** - những vị đệ tử chính của một bậc thầy lớn. *(The main students of a major teacher.)*

Phật học viện - **Shedra** - Danh từ Tây Tạng, chỉ một tu viện đào tạo Phật học ở trình độ cao cấp. *(Tibetan: A monastic college.)*

quang phổ nguyên tử - **spectrum** - Một loạt cấp độ năng lượng, vốn là khác nhau tùy theo mỗi loại nguyên tử. *(The set of energy levels, which is different for each type of atom.)*

quang tử - **photon** - Một hạt nguyên tử ánh sáng. *(A particle of light.)*

sợi trục - axon - Thân của một tế bào thần kinh. *(The trunk of a nerve cell.)*

sự trong sáng - clarity - sự nhận biết, giác tri tự nhiên; khía cạnh nhận biết vô hạn của tâm thức. Cũng còn được gọi là tâm quang minh. *(Spontaneous awareness; the unlimited cognizant aspect of the mind. Also known as the clear light of mind.)*

tâm bản nhiên - natural mind - Tâm thức an trụ trong trạng thái tự nhiên, thoát khỏi những giới hạn của khái niệm. Xem thêm: tánh Phật, giác ngộ. *(The mind in its natural state, free from conceptual limitations. See also Buddha Nature, Enlightenment.)*

tâm Bồ đề tương đối - relative bodhicitta - Ý nguyện nâng tất cả chúng sinh lên đến một trình độ cho phép họ nhận thức được tánh Phật của họ, tuy còn ở trong vòng tương quan đối đãi giữa ta và người khác. Xem thêm: tâm Bồ-đề tuyệt đối, Bồ-đề tâm hành, Bồ-đề tâm nguyện, tâm Bồ-đề. *(The intention, within the relativistic framework of self and other, to raise all sentient beings to the level at which they recognize their Buddha nature. See also Absolute bodhicitta, Application bodhicitta, Aspiration bodhicitta, Bodhicitta.)*

tâm Bồ đề tuyệt đối - absolute bodhicitta - Sự hiểu biết trực tiếp về bản chất của tâm. Xem thêm: Bồ-đề tâm hành, Bồ-đề tâm nguyện, tâm Bồ-đề, tâm Bồ-đề tương đối. *(Direct insight into the nature of mind. See also application bodhicitta, aspiration bodhicitta, Bodhicitta, relative bodhicitta.)*

tâm Bồ-đề - Bodhicitta - từ ngữ gốc Sanskrit, có thể dịch là "giác tâm" hay "giác trí". Xem thêm: Bồ-đề tâm tuyệt đối,

Bồ-đề tâm hành, Bồ-đề tâm nguyện, Bồ-đề tâm tương đối. *(Sanskrit: The "mind" or "heart" of awakening. See also Absolute bodhicitta, Application bodhicitta, Aspiration bodhicitta, Relative bodhicitta.)*

Tam chuyển Pháp Luân - Three Turnings of the Wheel of Dharma - Ba thời thuyết giáo về bản chất kinh nghiệm mà đức Phật đã thuyết giảng vào những thời điểm và địa điểm khác nhau. *(The three sets of teachings on the nature of experience given by the Buddha at different times and places.)*

tâm từ - loving-kindness - Theo Phật giáo, tâm từ là tâm nguyện mong cho tất cả chúng sinh hữu tình - ngay cả những chúng sinh mà ta không ưa - có thể có được sự an vui tự tại mà ta mong muốn cho chính bản thân mình. *(In Buddhist philosophical terms, the aspiration that all other sentient beings - even those we dislike - experience the same sense of joy and freedom that we ourselves aspire to feel.)*

tâm ý - mind - khía cạnh của sự tồn tại có liên hệ đến sự nhận thức. Xem thêm: thân thể, khẩu. *(The aspect of existence that involves consciousness. See also Body, Speech.)*

tánh Không - emptiness - Tạng ngữ tương ứng là **tongpa-nyi**, chỉ nền tảng vốn có và không thể miêu tả được của vạn pháp, bất kỳ mỗi một sự việc nào cũng đều sinh khởi từ đó. Xem thêm: thực tại tuyệt đối. *(The inherently indescribable basis of all phenomena from which anything and everything arises. See also Absolute reality)*

tánh Phật - Buddha nature - Trạng thái tự nhiên của tất cả chúng sinh hữu tình, vốn là tính giác tri vô hạn, tâm từ bi vô hạn và khả năng vô hạn để tự trình hiện. Xem thêm: giác ngộ, tâm bản nhiên. *(The natural state of all sentient beings, which is infinitely aware, infinitely compassionate, and infinitely able to manifest itself. See also Enlightenment, Natural mind.)*

thần chú - **mantra** - Từ gốc Sanskrit, chỉ sự lặp lại một kết hợp đặc biệt những âm tiết cổ xưa. *(Sanskrit: The repetition of special combinations of ancient syllables.)*

thân thể - **body** - Khía cạnh thể chất của sự sống. Xem thêm: tâm thức, ngữ. *(The physical aspect of existence. See also Mind, Speech.)*

thiền chỉ - **shamata** - Từ ngữ Sanskrit, chỉ việc tu tập để đạt đến sự an định, bằng cách dừng lại mọi suy nghĩ, hoàn toàn để tâm an trụ trong trạng thái tự nhiên của nó. Danh từ Tây Tạng tương đương là **Shinay**. *(Sanskrit: Calm abiding practice; simply allowing the mind to rest calmly as it is. See also Shinay.)*

thiện hạnh - **gewa** - Tính từ trong Tạng ngữ chỉ cho một điều gì làm tăng thêm năng lực hay sức mạnh, thường được dịch sang Anh ngữ là "virtuous". *(Tibetan: An adjective used to describe something that empowers or strengthens; often translated as "virtuous.")*

thiền tập - **gom** - Từ ngữ Tây Tạng có nghĩa đen là *"trở nên quen thuộc với"*, thường dùng để dịch chữ thiền tập. *(Tibetan: literally "to become familiar with"; the common term for meditation.)*

thực tại tương đối - **relative reality** - Kinh nghiệm thay đổi hay chuyển hóa không ngừng của các niệm tưởng, cảm xúc và nhận thức từ giác quan qua từng thời điểm. *(The moment-by-moment experience of endless changes and shifts of thoughts, emotions, and sensory perceptions.)*

thực tại tuyệt đối - absolute reality - Tiềm năng vô hạn khiến cho bất kỳ sự việc gì cũng có thể xảy ra. Xem thêm : tánh Không, Tongpa-nyi. *(The infinite potential for anything to occur. See also Emptiness, Tongpa-nyi.)*

tính chất "có thể thay thế" của não bộ - neuronal plasticity - Khả năng thay thế các nhóm liên kết nơ-ron cũ bằng các nhóm mới. *(The capacity to replace old neuronal connections with new ones.)*

Tứ thánh đế - Four Noble Truths - Những bài pháp đầu tiên mà đức Phật thuyết giảng ở Varanasi sau khi Ngài thành đạo; cũng được biết như lần thứ nhất trong Ba lần chuyển pháp luân. *(The name applied to the first teachings given by the Buddha in Varanasi after he attained enlightenment; also known as the first of the Three Turnings of the Wheel of Dharma.)*

vị tái sinh - Tulku - Danh từ Tây Tạng, chỉ một bậc thầy giác ngộ đã tự nguyện tái sanh làm người [vì mục đích làm lợi lạc cho chúng sanh.] *(Tibetan: An enlightened master who has chosen to reincarnate in human form.)*

vô ngại - magakpa - Từ ngữ Tây Tạng, thường được dịch là "khả năng" hay "năng lực". Khía cạnh của tánh Phật vốn siêu việt những ý niệm theo thói quen về sự giới hạn cá nhân. *(Tibetan: Unimpededness; often translated as "ability" or "power." The aspect of Buddha nature that transcends habitual ideas of personal limitation.)*

vùng dưới đồi - Hypothalamus - Một cấu trúc nơ-ron nằm dưới phần đáy vùng hệ biên (hay viền não), liên quan đến tiến trình tiết những nội tiết tố vào máu. *(A neuronal structure at the base of the limbic region involved in the process of releasing hormones into the bloodstream.)*

vùng hệ biên (hay viền não) - limbic region - Lớp giữa của não bộ bao gồm một loạt những kết nối nơ-ron cung cấp khả năng thể nghiệm các cảm xúc và kích thích khuynh hướng nuôi dưỡng con cái. *(The middle layer of the brain, which includes neuronal connections that provide the capacity to experience emotions and the impulse to nurture.)*

xâu chuỗi - mala - Từ gốc Sanskrit, chỉ một xâu chuỗi gồm các hạt tròn nhỏ, dùng để đếm số lượt khi cầu nguyện, niệm Phật. *(Sanskrit: A string of prayer beads, usually used to count repetitions of a mantra.)*

xi-nap - synapse - Những khoảng cách thông qua đó các nơ-ron truyền tin cho nhau. *(The gap across which neurons communicate.)*

xung điện thế hoạt động - action potential - Sự truyền tải thực sự tín hiệu [hóa-điện] từ nơ-ron này sang nơ-ron khác. *(The actual transmission of a signal between one neuron and another.)*